AF761583

ഗ്രീൻ ബുക്സ്

മലയാളത്തിന്റെ പ്രിയകവിതകൾ

ഉള്ളൂർ എസ്. പരമേശ്വര അയ്യർ

ചങ്ങനാശ്ശേരിയിലെ പെരുന്നയിലുള്ള
താമരശ്ശേരി ഇല്ലത്ത് 1877 ജൂൺ 6ന് ജനനം.
അച്ഛൻ: സുബ്രഹ്മണ്യഅയ്യർ. അമ്മ: ഭഗവതി അമ്മാൾ.
വിദ്യാഭ്യാസം: 1897ൽ മഹാരാജാസ് കോളേജിൽ നിന്ന്
ഫിലോസഫിയിൽ ഓണേഴ്സ് ബിരുദം, നിയമത്തിൽ
ബിരുദാനന്തര ബിരുദം (മലയാളം, തമിഴ്).
സംസ്ഥാന ചീഫ് സെക്രട്ടറി എന്ന നിലയിൽ
തുടങ്ങി ലാൻഡ് റവന്യൂ, ഇൻകം ടാക്സ് കമ്മീഷണർ
വരെ വിവിധ പദവികൾ വഹിച്ചു.
1949 ജൂൺ 15ന് 72-ാം വയസ്സിൽ അന്തരിച്ചു.

മലയാളത്തിന്റെ

പ്രിയകവിതകൾ

ഉള്ളൂർ

ഗ്രീൻബുക്സ്

green books private limited
gb building, civil lane road, ayyanthole,
thrissur- 680 003, kerala, ph: +91 487-2381066, 2381039
website: www.greenbooksindia.com
e-mail: info@greenbooksindia.com

branches:
thrissur 8589095302
thiruvananthapuram 8589095301
calicut 8589095307

malayalam
malayalathinte priyakavithakal
poem
by
ulloor s. parameswara iyer

published november 2024
copyright reserved

printed in india

isbn : 978-93-48125-09-5

---

no part of this publication may be reproduced,
or transmitted in any form or by any means,
without prior written permission of the publisher.

₹ 290.00
GBPL/1402/2024

മുഖക്കുറി

പണ്ഡിതൻ, സാഹിത്യ ചരിത്രകാരൻ, ഭാഷാഗവേഷകൻ, ഉജ്ജ്വലശബ്ദാഢ്യൻ എന്നീ നിലകളിൽ പ്രഥമ ഗണനീയ നായി അറിയപ്പെടുന്നു മഹാകവി ഉള്ളൂർ. പ്രബോധനാത്മക കവിതകളുടെ വക്താവാണ് അദ്ദേഹം. കൽപ്പനാമധുരവും പദപ്രയോഗ ചാതുരിയും ഉല്ലേഖങ്ങളുടെ ആഡംബരവും ഇക്കവിതകളുടെ സവിശേഷതകളാണ്. ഉള്ളൂരിന്റെ കാവ്യ ലോകത്തെക്കുറിച്ചുള്ള സുവ്യക്തദർശനം വായനക്കാർക്ക്, വിശിഷ്യാ പുതുതലമുറയ്ക്ക്, ലഭിക്കണമെന്ന ഉദ്ദേശ്യ ത്തോടെ അദ്ദേഹത്തിന്റെ മികച്ചതും ഏറ്റവും ജനപ്രിയവു മായ എല്ലാ കവിതകളും ഈ സമാഹാരത്തിൽ ഉൾപ്പെടു ത്തുവാൻ ഞങ്ങൾ ശ്രമിച്ചിട്ടുണ്ട്.

'ഒരൊറ്റമതമുണ്ടുലകിന്നുയിരാം' (പേജ് 11), 'കേരള മെന്നുള്ള പേരാൽ കേവലമിജ്ജഗത്തെങ്ങും' (പേജ് 20), 'ഒരു മതം മതിയിനിപ്പരസ്നേഹമൊരുവർഗ്ഗം മതി' (പേജ് 34), 'പൂക്കളേ പൂക്കളേ പാരിതിൽ നിങ്ങൾക്കു' (പേജ് 48), 'ഓമനേ നീയുറങ്ങെന്മിഴിവണ്ടിണ' (പേജ് 53), 'ഭാരത ക്ഷമേ! നിന്റെ പെണ്മക്കളെടുക്കളെക്കാരികൾ' (പേജ് 107), 'കാക്കേ കാക്കേ കൂടെവിടെ' (പേജ് 141), 'പ്രാവേ പ്രാവേ പോകരുതേ' (പേജ് 141), 'വിത്തമെന്തിന് മർത്ത്യന്നുവിദ്യ കൈവശമാകുകിൽ' (157), 'ഓടിച്ചു മാത്രം വായിച്ചാലുള്ളിൽ ത്തങ്ങില്ലൊരെണ്ണവും' (പേജ് 160), 'വിവേകം തന്നെ സമ്പത്ത്; വിദ്യതന്നെ വിലോചനം' (പേജ് 172) എന്നീ കാവ്യശകലങ്ങൾ ഉദാഹരണം. വിശ്വാസങ്ങളും സംസ്കാ രവും കാലഗതിയിൽ അടിപതറി നിൽക്കുമ്പോൾ പൂർവ്വ മഹത്വത്തിലേക്ക് ഗൃഹാതുരതയോടെയുള്ള ഒരെത്തിനോട്ടം കൂടിയാകുന്നു ഈ കൃതി.

എഡിറ്റർ

ഉള്ളൂർ എസ്. പരമേശ്വര അയ്യർ
(1877–1949)

സാഹിത്യചരിത്രകാരൻ, ഭാഷാഗവേഷകൻ, ഉദ്യോഗസ്ഥൻ.

മലയാള ഭാഷയിലെ പ്രമുഖകവിയും പണ്ഡിതനുമായിരുന്ന മഹാകവി ഉള്ളൂർ എസ്. പരമേശ്വര അയ്യർ (1877 ജൂൺ 06 – 1949 ജൂൺ 15.) ചങ്ങനാശ്ശേരിക്കടുത്ത്, പെരുന്നയിലെ താമരശ്ശേരി എന്ന സ്ഥലത്ത് ജനനം. പിതാവ്: സുബ്രഹ്മണ്യ അയ്യർ. അമ്മ: ചങ്ങനാശ്ശേരി ഭഗവതിയമ്മ. അച്ഛന്റെ അകാലമരണത്തെത്തുടർന്ന്, അമ്മയോടൊപ്പം അച്ഛന്റെ നാടായ ഉള്ളൂരിലേക്കു താമസം മാറി.

പിതാവിന്റെ മരണം പരമേശ്വരന്റെ വിദ്യാഭ്യാസമോഹങ്ങളിൽ കരിനിഴൽ വീഴ്ത്തി. എങ്കിലും അമ്മയുടെ പ്രോത്സാഹനവും സമർപ്പണവും അദ്ദേഹത്തെ ഉന്നതവിദ്യാഭ്യാസത്തിന്റെ പാതയിലെത്തിച്ചു. തിരുവനന്തപുരത്തെ മഹാരാജാസ് കോളജിൽ ച്ചേർന്ന അദ്ദേഹം, 1897ൽ തത്ത്വശാസ്ത്രത്തിൽ ഓണേഴ്സ് ബിരുദം നേടി. ബിരുദം നേടിയശേഷം തിരുവിതാംകൂർ സർക്കാർ ഉദ്യോഗസ്ഥനായി. ജോലിയിലിരിക്കേ നിയമത്തിൽ ബിരുദവും, മലയാളത്തിലും തമിഴിലും ബിരുദാനന്തരബിരുദവും നേടി. തിരുവനന്തപുരം ടൗൺ സ്കൂൾ അദ്ധ്യാപകൻ, ജനസംഖ്യാ വകുപ്പിൽ

ഗുമസ്തൻ, തഹസീൽദാർ, മുൻസിഫ്, അസിസ്റ്റന്റ് സെക്രട്ടറി എന്നീ ഔദ്യോഗികസ്ഥാനങ്ങൾ വഹിച്ച അദ്ദേഹം, തിരുവതാം കൂറിലെ ഇൻകം ടാക്സ് കമ്മീഷണറായി ഉയർന്നു. തിരുവിതാം കൂർ സർക്കാരിന്റെ ചീഫ് സെക്രട്ടറിയായി സേവനമനുഷ്ഠി ച്ചിട്ടുണ്ട്.

കുട്ടിക്കാലംമുതൽ സാഹിത്യവാസന പ്രകടിപ്പിച്ചിരുന്ന ഉള്ളൂർ, ആധുനിക മലയാളസാഹിത്യത്തിലെ പ്രാതഃസ്മരണീയരായ ആധുനികകവിത്രയത്തിലൊരാളായി വിശേഷിപ്പിക്കപ്പെടുന്നു. കഠിനസംസ്കൃതപദങ്ങൾ ബഹുലമായി ഉപയോഗിക്കുന്ന അദ്ദേ ഹത്തിന്റെ രചനാശൈലി, അക്കാലത്തെ അനുവാചകർക്ക് പഥ്യമായിരുന്നു. അതുകൊണ്ടുതന്നെ അദ്ദേഹം 'ഉജ്ജ്വല ശബ്ദാ ഢ്യൻ' എന്ന പേരിലുമറിയപ്പെട്ടു. കേരളസാഹിത്യചരിത്രത്തിന്റെ കർത്താവെന്ന നിലയിലും അദ്ദേഹം പ്രശസ്തനാണ്.

1937ൽ തിരുവിതാംകൂർ രാജഭരണകൂടം ഉള്ളൂരിന് മഹാകവി പ്പട്ടം നല്കി. കൊച്ചി മഹാരാജാവ് 'കവിതിലകൻ' പട്ടവും കാശി വിദ്യാപീഠം 'സാഹിത്യഭൂഷൺ' ബിരുദവും സമ്മാനിച്ചു. പൗരാണിക മുഹൂർത്തങ്ങൾ കാല്പനികഭംഗിയോടെ അവതരിപ്പിച്ച്, ഉജ്ജ്വല പ്രൗഢാശയങ്ങളിലൂടെ മലയാളകവിതാലോകത്തിന് പ്രത്യേക ഉണർവ്വ് നല്കി. ഭാരതീയധർമ്മത്തിന്റെ നീതിബോധം കവിത യിൽ വ്യവഹരിക്കപ്പെടുന്ന ചരിത്രമുഹൂർത്തങ്ങൾ അദ്ദേഹ ത്തിന്റെ കാവ്യഭാവനയ്ക്ക് ഉത്തേജനം നൽകി.

1937ൽ തിരുവിതാംകൂർ രാജഭരണകൂടത്തിന്റെ മഹാകവി ബിരുദം, കൊച്ചി മഹാരാജാവ് കവിതിലകൻ പട്ടം, കാശിവിദ്യാപീഠം സാഹിത്യഭൂഷൺ, ശ്രീമൂലം വീരശൃംഖല, കൊച്ചിരാജാവ് സ്വർണ്ണ ഘടികാരം, റീജന്റ് റാണി, കേരളതിലകം, യോഗക്ഷേമസഭ റാബുസാഹിബ്, ബ്രിട്ടീഷ് ഗവൺമെന്റ് സാഹിത്യഭൂഷൺ, കാശി വിദ്യാലയം സ്വർണ്ണമോതിരം തുടങ്ങിയവ ലഭിച്ചിട്ടുണ്ട്.

ഉമാകേരളം, കർണ്ണഭൂഷണം, പിംഗള (ഖണ്ഡകാവ്യം) ഒരു മഴ ത്തുള്ളി (കവിത) തുമ്പപ്പൂവ്, കിരണാവലി, മണിമഞ്ജുഷ, പ്രേമസംഗീതം, ചിത്രശാല, തരംഗിണി, താരഹാരം, കൽപ ശാഖി, അമൃതധാര, രത്നമാല, സുഖം സുഖം, ഉദ്ബോധനം തുടങ്ങിയവ മലയാളകാവ്യലോകത്തിലേക്കുള്ള മഹത്തായ സംഭാവനകളാണ്.

കവിതകൾ

പ്രേമസംഗീതം

ഒരൊറ്റമതമുണ്ടുലകിന്നുയിരാം പ്രേമമതൊന്നല്ലോ
പരക്കെ നമ്മെ പാലമൃതൂട്ടും പാർവണശശിബിംബം
ഭക്ത്യനുരാഗദയാദിവപുസ്സപ്പരാത്മചൈതന്യം
പലമട്ടേന്തിപ്പാരിതിനെങ്ങും പ്രകാശമരുളുന്നു

അതിന്നൊരരിയാം നാസ്തികൃംതാൻ ദ്വേഷംലോകത്തി-
ന്നഹോ തമസ്സാമതിലടിപെട്ടാലകാലമൃത്യുഫലം
മാരണദേവതയാമതു മാറ്റും മണവറ പട്ടടയായ്
മടുമലർവാടിക മരുപ്പറമ്പായ്, വാനം നാരകമായ്

രണ്ട്

പദങ്ങളന്വയമാർന്നേ വാക്യം ഭവിപ്പൂ സാർത്ഥകമായ്
ശ്രുതിയും താളവുമൊത്തേ ഗാനം ശ്രോത്രസുഖം നൽകൂ
പരാർദ്ധസംഖ്യം പരമാണുഗണം പരസ്പരം ചേരും
ശരീരമുടയോന്നല്ലീ സകലം ചരാചരഗ്രാമം

പരാനപേക്ഷം പ്രാണിക്കമരാൻ പഴുതില്ലൊരിടത്തും
പരൻ പുമാനും പ്രകൃതിസഹായൻ പ്രപഞ്ചഘടനത്തിൽ
പേർത്തും തമ്മിൽ പൃഥ്വ്യപ്തേജോവായ്വാകാശങ്ങൾ
പിണയ്പ്പുമേന്മേൽ സൃഷ്ടിയിലീശൻ; പിരിപ്പു സംഹൃതിയിൽ

വിരിഞ്ഞുനിൽപ്പൊരു സുമമളിയെത്തൻ വിശിഷ്ടഗന്ധത്താൽ
വിവിക്തവിരസം വീണ്ടും വീണ്ടും വിളിപ്പു സവിധത്തിൽ
മധുവ്രതത്തിനു മടുമലർ വേണം മനം കുളിർപ്പിപ്പാൻ
മലർന്ന പൂവിനു വണ്ടും വേണം മന്നിതു വിണ്ണാക്കാൻ

പ്രജകൾ ജഗത്തിൽ സുകൃതികൾ ജായാപതികൾ നടും ശുഭമാം
പരസ്പരപ്രണയാമരതരുവിൻ ഫലപ്രകാണ്ഡങ്ങൾ
ചൂടാൻ മലരും ഘനമായ്ത്തോന്നിന ദോഹദകാലത്തിൽ
ച്ചുമന്നിരിപ്പൂ ദുർഭരഗർഭം സുഖേന ജനയിത്രി

പിതാവു, മാതാവു,ടപ്പിറന്നോർ, ബാന്ധവ, രിഷ്ടന്മാർ
പ്രേയസി, മക്കൾ,ഭുജിഷ്യർ തുടങ്ങി പ്രേമപരാധീനർ
പരിചരണോദ്യതർ പലജീവികൾതൻ പരിതഃസ്ഥിതിമൂലം
പദേപദേ നാം പ്രമുദിതർ കാണ്മൂ ഭവാബ്ധി ഗോഷ്പദമായ്

മൂന്ന്

പ്രപഞ്ചമുകുരം നമ്മുടെ രൂപം പ്രതിബിംബിപ്പിപ്പൂ
പ്രപഞ്ചകുഹരം നമ്മുടെ ശബ്ദം പ്രതിധ്വനിപ്പിപ്പൂ
പ്രപഞ്ചമസ്മദ്വചനാമ്രേഡന പണ്ഡിതമാം കീരം
പ്രപഞ്ചമസ്മൽഭാവവിഡംബനപാടവമാർന്ന നടൻ

പ്രപഞ്ചഭൂമിയിൽ വിതച്ച വിത്തിൻ ഫലത്തെ നാം കൊയ്‌വൂ
പ്രപഞ്ചമരുൾവൂ പട്ടും വെട്ടും പകരത്തിനു പകരം
വിളക്കു കൈവശമുള്ളവനെങ്ങും വിശ്വം ദീപമയം
വെണ്മ മനസ്സിൽ വിളങ്ങിന ഭദ്രനു മേന്മേലമൃതമയം

പേശലമല്ലൊരു വസ്തുവുമുലകിൽ പ്രേക്ഷകനില്ലെന്നാ-
ലീശ്വരസൃഷ്ടിയിലെങ്ങെങ്ങില്ലീയിതരേതരയോഗം
പദാർത്ഥനിരതൻ പ്രകൃതിജഭാവം പരസ്പരാകർഷം
പ്രാണികുലത്തിൻ പരമാത്മഗുണം പരസ്പരപ്രേമം

നമിക്കിലുയരാം, നടുകിൽത്തിന്നാം, നൽകുകിൽ നേടീടാം
നമുക്കു നാമേ പണിവതു നാകം, നരകവുമതുപോലെ
മനവും മിഴിയും നാവും കരവും മന്നിൽ മാലകലാൻ
മഹാനുകമ്പാമസൃണിതമാക്കും മാനുഷ്യർ ദേവന്മാർ

പാഷാണൗഷധിപക്ഷിമൃഗാദികൾ പല പല വടിവുകളിൽ
പ്രകൃതി ലസിപ്പൂ നമുക്കു ചുറ്റും പരമോത്സവദാത്രി
പേർത്തും നമ്മിലുമവയിലുമൊപ്പം പ്രേഷിപ്പോർക്കെല്ലാം
പ്രേമാത്മാവായ് വിലസും നമ്മുടെ പിതാവിനെക്കാണാം

ഉലകാമുത്തമവിദ്യാലയമിതിലുപകാരോപനിഷ-
ത്തോതിക്കോനവനുപദേശിപ്പതുമുറക്കവേ കേൾക്കാം
ഏകോദരസോദരർ നാമേവരുമെല്ലാജ്ജീവികളും
ലോകപടത്തിൽത്തമ്മിലിണങ്ങിടുമോതപ്രോതങ്ങൾ

അടുത്തുനിൽപ്പോരനുജനെനോക്കാനക്ഷികളില്ലാത്തോ-
ർക്കരൂപനീശ്വരനദൃശ്യനായാലതിലെന്താശ്ചര്യം?
അഹോ! ജയിപ്പൂ ജഗദാധാരമൊരത്ഭുതദിവ്യമഹ-
സ്സഖണ്ഡമദ്വയമചിന്ത്യവൈഭവമനാദിമദ്ധ്യാന്തം

ആഴ്‌വഞ്ചേരിത്തമ്പ്രാക്കളിലുണ്ടയ്യൻപുലയനിലു-
ണ്ടാദിത്യനിലുണ്ടണുകൃമിയിലുമുണ്ടതിൻ പരിസ്ഫുരണം
അരചർക്കരചനുമടിമയ്ക്കടിമയുമഭിന്നർ, ഉള്ളിലവർ-
ക്കതിൽക്കൊളുത്തിന തിരിതാൻ കത്തുവതന്തഃകരണാഖ്യം

നാല്

നമോസ്തു തേ മജ്ജീവനദായക! നടേശ! പരമാത്മൻ!
നരാഖ്യമങ്ങേ നർത്തകഗണമിതിൽ ഞാനുമൊരല്പാംഗം
വേഷമെനിക്കെന്തെന്നു വിധിപ്പതു വിഭോ ഭവച്ചിത്തം
വിശ്വപ്രിയമായ് നടനം ചെയ്‌വതു വിധേയനെൻ കൃത്യം

അരങ്ങുലയ്ക്കാനരചൻ മതിയാമതിനുകൊഴുപ്പേകാ-
നനുചരനാവാമണിയാടകളല്ലഭിനയമതുസിദ്ധം
അകമേ നിലകൊണ്ടതാതു ചുവടുകളാമരുതെന്നുതിരി-
ച്ചടിയനു കാട്ടിത്തരുവോനവിടുന്നന്യർ ധരിക്കാതെ

അതൊന്നു കാണ്മാൻ മിഴികൾ തുറന്നാലന്നിമിഷം മുതൽ ഞാ-
നരങ്ങുമണിയറയും പുകഴും മട്ടാടാനതിചതുരൻ
പരാപരാത്മൻ, ഭക്ത്യഭിഗമ്യൻ ഭവാനെയാർ കാണ്മൂ
ചരാചരപ്രേമാഞ്ജനമെഴുതിന ചക്ഷുസ്സില്ലാഞ്ഞാൽ?

പരസുഖമേ സുഖമെനിക്കു നിയതം പരദുഃഖം ദുഃഖം
പരമാർത്ഥത്തിൽപ്പരനും ഞാനും ഭവാനുമൊന്നല്ലീ
ഭവാനധീനം പരമെന്നുടലും പ്രാണനുമവ രണ്ടും
പരാർത്ഥമാക്കുക പകലും രാവും പ്രഭോ നമസ്കാരം! ■

ഉദ്ബോധനം

ജീവിതപ്പോരിലപജയം തെല്ലാർന്ന
യൗവനയുക്തനാമായുഷ്മാനേ
എന്തുമേൽ വേണ്ടതെന്നേതുമറിയാതെ
ഹന്ത നീ നില്ക്കയോ സോദരനേ?

പോരും തളർന്നതു പോരും തളർന്നതു
പുരുഷചൈതന്യപ്പൊൽത്തിടമ്പേ
താടിക്കു കൈകുത്തിത്താഴോട്ടു നോക്കാതെ
ചൂടെഴും വീർപ്പൊന്നുമിട്ടിടാതെ

നിന്മിഴി മങ്ങാതെ, പാദം കുഴയാതെ
നട്ടെല്ലു തെല്ലും വളഞ്ഞിടാതെ
ധീരനായ് മുന്നോട്ടു ചാടിക്കുതിച്ചു നീ
പോരുക, പോരുക, പുണ്യവാനേ

വെറ്റിയും തോൽവിയും പോർക്കളത്തിൽച്ചെന്നാൽ
പറ്റും; ഇതിനതു മീതേയല്ല
എന്തിന്നുവേണ്ടി നീയെങ്ങനെ പോർചെയ്തു
ചിന്തിച്ചിടേണ്ടതീ രണ്ടുകൂട്ടം

നന്മയ്ക്കുവേണ്ടി നീ നേർവഴിയിൽനിന്നു
ധർമ്മയുദ്ധംചെയ്തു തോറ്റുപോയാൽ
പോകട്ടെ ആത്തോൽവിതന്നെ ജയമെന്നു
ലോകർ കടശ്ശിയിൽസ്സമ്മതിക്കും

കാലത്തിരിപ്പിൽക്കറങ്ങുമീയൂഴിയിൽ
മേലുകീഴങ്ങിങ്ങു കീഴ്മേലാകെ

മേനിക്കരുത്തിൻ കുറവല്ല തോല്പതു
വീഴ്‌വതടവിൻപിഴയുമല്ല

വീഴുകിൽ വീഴട്ടേ മാറിടത്തിൽ കുറെ
ച്ചേറുപുരണ്ടാൽ പുരണ്ടിടട്ടേ
വീണെടത്തല്പം കിടക്കുകയോ ചെറു-
പാണിതൻ തുമ്പാൽ തുടയ്ക്കുകയോ

ചെയ്താലേയുള്ളു കുറച്ചിലെഴുന്നേറ്റു
ചെല്ലുക മുന്നോട്ടു ധീരാത്മാവേ
കാണുന്നീലേ നീയോരല്പമകലെക്കൺ-
കോണിനാൽ നിൻനിലയുറ്റു നോക്കി

തൃക്കൈയിൽ കല്പകമാലയുമായ് വന്നു
നില്ക്കും ജയമലർമങ്കയാളെ?
പഞ്ചസാരത്തരിപ്പുഞ്ചിരി തഞ്ചിന
തേഞ്ചോരിവായ്മലോരുടുകൂടി

നിന്നെയൊരല്പം പരീക്ഷിച്ചു നില്ക്കുമ-
മ്മിന്നൽക്കൊടി മറഞ്ഞീടും മുമ്പേ
ചേലിൽ സഹജൻ സമക്ഷത്തു ചെല്ലുകിൽ
മാലയിട്ടീടുമാ മാനിനിയാൾ

ശ്ലാഘ്യപുമാനേ, നിൻമാറിലെച്ചേറവൾ
മാർഗ്ഗമദക്കുറിക്കൂട്ടായ്ക്കാണും.
രണ്ടുനിമിഷമൊരിടത്തിരിപ്പാന-
ത്തണ്ടലർത്തയ്യലാൾ തയ്യാറല്ലേ

കർത്തവ്യമൂഢനായ്ക്കൈകെട്ടി നിൽക്കൊല്ലേ
കല്യാണവേള കഴിഞ്ഞുപോമേ
സന്തതമാർക്കും പകിടയൊരേമട്ടിൽ
പന്തിരണ്ടാകയി,ല്ലാകവേണ്ട

വെൺചായം മാത്രം വരച്ചോരു ചിത്രത്തിൽ
വൻചാരുതയ്ക്കെന്തു മാർഗ്ഗമുള്ളൂ?
ഭൂവിൽ പ്രഥിതരാം പൂർവികന്മാരുടെ
ജീവിതത്തൂവെള്ളത്താളുകളിൽ

ദൈവം കറുത്ത മഷിയാൽ ചിലേടം തൃ-
ക്കൈവിളയാട്ടം കഴിക്കമൂലം
അത്താളുകൾക്കൊളി വാച്ചവ നമ്മൾക്കു
നിത്യപാരായണാർഹങ്ങളായി

പിന്നോട്ടു കാലൊന്നു വയ്ക്കേണ്ടതായ് വന്നാൽ
മുന്നോട്ടേയ്ക്കാഞ്ഞു കുതിച്ചുചാടാൻ
ആ വയ്പുപയുക്തമാക്കേണം നാമെങ്കിൽ
ദൈവം വിരൽ മൂക്കിൽ വച്ചുപോകും

മെയ്യിലേ മേദസ്സുരുകും വിയർപ്പൊരു
വെൺമുത്തുമാലയായ്പ്പൂണ്ടുകൊൾവാൻ
ആശിച്ചു നീണ്ടുനിവർന്ന തൻകൈകൾകൊ-
ണ്ടായമട്ടെല്ലാം പണിയെടുപ്പോൻ

അണ്ഡകടാഹത്തിലേതൊരു വിഘ്നത്തെ-
ക്കണ്ടാൽ ഭയപ്പെട്ടൊഴിഞ്ഞു മാറും
വിഘ്നമേ, വാ വാ വിഷത്തീവമിപ്പതിൽ
വ്യഗ്രമാം കാളിയപന്നഗമേ

നിന്മസ്തകങ്ങളിൽ നൃത്തംചവിട്ടുവാ-
നിമ്മർത്യഡിംഭരിലേകൻ പോരും
പ്രത്യുഹാഭിഖ്യമാം പാരാവാരത്തിനെ-
പ്പൈക്കുളമ്പാക്കും പ്ലവഗമില്ലേ?

നാഡിയിലൂടെസ്സരിക്കുന്ന രക്തത്തെ
നാണംകെടാതെ പുലർത്തുവോനേ
അമ്മയ്ക്കു താരുണ്യനാശത്തിനായ് മാത്രം
ജന്മമെടുക്കാത്ത സൽപുമാനേ

താരുണ്യശ്രീമാനേ നിന്നെക്കണ്ടാൽ ദൂരെ
മാറും തടസ്സമേ മന്നിലുള്ളൂ
വിഘ്നാഭിഭൂതനാം വീരപുമാൻ രാഹു-
ഗ്രസ്തമാം മാർത്താണ്ഡബിംബത്തോടും

കർക്കടകത്തിലെക്കാർമുകിൽമാലകൾ
തിക്കിത്തിരക്കും ഗഗനത്തോടും

നേരാ,മവനത്തടസ്സമകലവേ
വാരൊളിവായ്ക്കുവതൊന്നു വേറെ.

കാച്ചിയ തങ്കത്തെക്കാളുമൊളി നിന-
ക്കാർജ്ജിക്കും വിഘ്നം വിരിഞ്ചാചാര്യൻ
സാത്വികസമ്രാട്ടായ് നിന്നെ വാഴിക്കുവാൻ
പേർത്തും നടത്തും ഹിരണ്യഗർഭം

അന്ധനുമേഢനും പംഗുവും രോഗിയും
ഹന്ത നടക്കും നെടുവഴിയിൽ
കണ്ടകമില്ല, പനിനീർപ്പൂവുമില്ല
മക്ഷികയില്ല, മധുവുമില്ല

ആരുടെ കാല്പാടും നാമറിയുന്നീല
നമ്മുടെ കാല്പാടും നൂനമാരും
നൂതനമായെത്ര പാതയോ വെട്ടുവാൻ
മേദിനി നമ്മോടിരന്നിടുന്നു

ആരോഗ്യം കോലുന്ന കൈകാലുകൾ ദൈവം
കൂറോടുതന്നതിന്നെങ്ങനെ നാം
നിഷ്കൃതികാട്ടുന്നു ലോകർക്കു സഞ്ചാര-
സൗഖ്യം വളർത്താൻ ശ്രമിച്ചിടാഞ്ഞാൽ

പാഴരണ്യത്തിൽ പതിക്കട്ടേ, പാദങ്ങൾ
പാഷാണംകൊണ്ടു മുറിഞ്ഞിടട്ടെ;
കുന്നും കുഴിയും നിറയട്ടെ, മദ്ധ്യത്തിൽ
വന്യമൃഗങ്ങളലറിടട്ടെ;

അന്തഃകരണം തിരിച്ചുവിടുംവഴി-
യന്തരമെന്നിയേ നാം തുടർന്നാൽ
എത്തും ചെന്നെത്തേണ്ട ദിക്കിൽ; നവമായോ-
രുത്തമഘണ്ടാപഥവുമുണ്ടാം.

വെട്ടുക നീയാഞ്ഞു നിൻ കൈരണ്ടും പൊക്കി-
പ്പെട്ടപൊളിയുമിപ്പാറയിപ്പോൾ
വെള്ളപ്പളുങ്കൊളിശ്ശീതജലമുടൻ
നല്ലോരുറവയിൽനിന്നു പൊങ്ങും

നിൻദാഹം തീർത്തു നടകൊൾക നീയതു
പിന്നീടൊരു പുഴയായൊഴുകി
നിന്നനുകമ്പാർദ്ധരിപോലെ മിന്നിടും
മന്നിടത്തിൽ കല്പകാലത്തോളം

മാർഗ്ഗക്ലമമെന്നൊന്നില്ല; കുറേയടി-
യൂക്കിൽ നടപ്പോർക്കു വാനവന്മാർ
ഗന്ധദ്രവമാവഴിക്കു തളിപ്പതും
സന്താനപുഷ്പം വിതറുവതും

പട്ടുപാവാട വിരിപ്പതും കണ്ടിടാ-
മൊട്ടുമിതിലൊരത്യുക്തിയില്ല.
സങ്കടം മർത്ത്യർക്കു ശർമ്മമായ് മാറ്റിടാം
സങ്കല്പകല്പിതമല്ലീ സർവം

സുസ്ഥിരമായിസ്സുനിർമ്മലമായൊരു
ഹൃത്തിരുന്നീടേണമത്രേ വേണ്ടൂ
ഇപ്രപഞ്ചപ്പാൽസമുദ്രം കടയുവാൻ
കെല്പിൽ മുതിർന്നീടുമെൻ യുവാവേ!

മംഗലാത്മാവേ! നീയിദ്ദിനം കണ്ടതു
പൊങ്ങീടുമേട്ടയും കാകോളവും,
പാഴ്പ്പുക മുന്നിൽപ്പരത്താതേ താഴത്തു
പാവകനുണ്ടോ സമുല്ലസിപ്പൂ?

കൈരണ്ടുകൊണ്ടും കടയുക മേൽക്കുമേ-
ലോരോ പദാർത്ഥങ്ങൾ കൈവരട്ടേ;
ആന, കുതിര, പശു, മണിതൊട്ടുള്ള
മാനിതസാധനപംക്തിയേയും

കോമളത്താമരപ്പൂമടവാരേയും
നീ മഥിതാർണ്ണവൻ കൈക്കലാക്കും.
ആയവകൊണ്ടു മതിവരൊല്ലേ വെറും
ഛായയെ രൂപമായ്ക്കൈക്കൊള്ളല്ലേ

വീണ്ടും കടയട്ടെ വീണ്ടും കടയട്ടെ
നീണ്ടുള്ള നിൻ കൈകളസ്സമുദ്രം.
അപ്പോളതിൽനിന്നുയരുവതായ്ക്കാണാ-
മത്ഭുതമാമൊരമൃതകുംഭം

സംസൃതിനാശനമാകുമതാർജ്ജിച്ചേ
സംതൃപ്തിനേടാവൂ സോദര! നീ!
കൈക്കഴപ്പും തീർക്കും മെയ്ക്കഴപ്പും തീർക്കു,-
മക്കലശസ്ഥമമൃതയൂഷം

ആഫലകർമ്മാവാം നീയാരസായന-
മാകണ്ഠമാസ്വദിച്ചന്ത്യനാളിൽ
ആയുഷ്മാനാമെൻ സഖാവേ പരബ്രഹ്മ-
സായുജ്യമാളുക ശാന്താത്മാവേ. ■

കേരളഗാനം

കേരളമെന്നുള്ള പേരാൽ കേവലമിജ്ജഗത്തെങ്ങും
കേളികേട്ടു വിളങ്ങുന്ന ദേശമെൻ ദേശം

അച്യുതൻ തന്നംശമെന്നു വിശ്രുതനാം ഭാർഗ്ഗവന്നു
പശ്ചിമാബ്ധി കാഴ്ചവെച്ച ദേശമെൻ ദേശം

അർണ്ണവത്തെയാചമിച്ച പുണ്യശാലി തപംചെയ്യും
പർണ്ണശാല പുലരുന്ന ദേശമെൻ ദേശം

ശാപകൂപപതിതനാം ശക്രനേയുമുദ്ധരിച്ചു
ശോഭനൽകിസ്സുഖിപ്പിച്ച ദേശമെൻ ദേശം

ഭൂധരേന്ദ്രശിഖരത്തിൽക്കേതുദണ്ഡം പ്രതിഷ്ഠിച്ച
പൂതരാകും ചേരരുടെ ദേശമെൻ ദേശം

തിങ്കൾചൂഡസമനാകും ബ്രഹ്മസൂത്രഭാഷ്യകാരൻ
ശങ്കരാചാര്യർ ജനിച്ച ദേശമെൻ ദേശം

വിഷ്ണുഭക്തശിഖാമണി ദക്ഷിണദിഗ്ജയദേവൻ
കൃഷ്ണലീലാശുകൻ വാണ ദേശമെൻ ദേശം

ശിഷ്ടജനസമാരാധ്യൻ ശേഷകല്പൻ മഹാകവി
ഭട്ടുപാദർ നിവസിച്ച ദേശമെൻ ദേശം

ചാരുകാവ്യരത്നങ്ങൾതൻ വാരിരാശിയെഴുത്തച്ഛൻ
ശാരദയെസ്സേവചെയ്ത ദേശമെൻ ദേശം

വിക്രമം കൊണ്ടൂഴിവെന്നു വീരരവിവർമ്മദേവൻ
ചക്രവർത്തിപദമാർന്ന ദേശമെൻ ദേശം

പലവാറും ശൈലാബ്ദീശർ വിലവായ്ക്കും മാമാങ്കത്തിൽ
നിലവാടുനിന്നുപോന്ന ദേശമെൻ ദേശം

കുറ്റമറ്റ പയറ്റിനാൽക്കുഞ്ഞൊതേനക്കുറുപ്പെങ്ങും
വെറ്റിപറ്റി വിലസിന ദേശമെൻ ദേശം

നൃത്യവിദ്യാകുശലർതൻ നിത്യവാസഗൃഹമെന്നു
പൃഥ്വിയെങ്ങും പുകൾപെറ്റ ദേശമെൻ ദേശം

റോമകരും യവനരും ചീനരുമായ് വണിഗ്ഗൃഹത്തി-
സീമവിട്ടു നടത്തിന ദേശമെൻ ദേശം

ക്രൈസ്തവർക്കും യഹൂദർക്കും മഹമ്മദമതക്കാർക്കും
വസ്തുദാനം വഴങ്ങിന ദേശമെൻ ദേശം

ശീമയിൽനിന്നാദ്യമായിഭൂമിചുറ്റി വന്ന കപ്പൽ
ഗാമ കരയ്ക്കടുപ്പിച്ച ദേശമെൻ ദേശം

സിന്ധുവഴി മദം പൂണ്ടു പൊന്തിവന്നു പോർതുടർന്ന
ലന്തകളെയമർത്തിയ ദേശമെൻ ദേശം

സ്വാപദാനശതങ്ങൾതൻ ശോഭനമാം പ്രഭമൂലം
ലോഭനീയപ്രഭാവമാം ദേശമെൻ ദേശം ■

ശരണോപഹാരം

ശരണമയ്യപ്പാ! ശരണമേവരും
ശരണമെന്നടിപണിവോനേ
ശരണമെന്നെന്നുമടിയങ്ങൾക്കങ്ങേ-
ച്ചരണതാരിണ ഭഗവാനേ

വരിക ശാസ്താവേ വരിക സൽഗുരോ
വരിക ധാർമ്മികപ്പെരുമാളേ
ഒരുകുറി കനിഞ്ഞുഴിക ഞങ്ങളിൽ-
ത്തിരുമിഴിത്തെല്ലാൽ ഭഗവാനേ (ശരണമയ്യപ്പാ)

ശബരിമാമലയുടയോനേ ഞങ്ങൾ-
ക്കഭയമേകിയിപ്പിറവിയെ
സഫലമാക്കുവാൻ വിരുതരീശ്വര-
രപരരില്ലല്ലോ ഭഗവാനേ (ശരണമയ്യപ്പാ)

വളരെനാളത്തേഭജനംകൊണ്ടുമു-
ള്ളിളകിടാത്തവരവരെല്ലാം
ഇളകിയാൽത്തന്നെ കുശലമേകുവാൻ
ബലവും പോരാത്തോർഭഗവാനേ (ശരണമയ്യപ്പാ)

കരുതിടുന്നതില്ലവരെയാരെയും
ശരണമായ് ഞങ്ങളഗതികൾ
ശരണം നിന്തിരുവടിതാൻ ഞങ്ങൾക്കു
പരമപൂരുഷ ഭഗവാനേ (ശരണമയ്യപ്പാ)

പരിമിതം പാരമടിയങ്ങൾക്കുള്ള
പരിമളഹീനം പദസൂനം

പരിചയിക്കാനുമിടവന്നീലങ്ങേ-
പ്പരിചര്യാവിധി ഭഗവാനേ (ശരണമയ്യപ്പാ)

മറകൾക്കപ്പുറം മറയുവോരങ്ങേ-
പ്പെരുമ വാഴ്ത്തുന്നു ജഡർ ഞങ്ങൾ
ചെറുകിടാങ്ങൾതൻമഴൽമൊഴിക്കച്ഛൻ
കുറവുകൂറുമോ ഭഗവാനേ (ശരണമയ്യപ്പാ)

കലിയുഗം മുറ്റിനെറിയെങ്ങും തെറ്റി
തലകീഴായ് മാറി സകലവും
ഉലകിടമിതു മുഴുവനിന്നൊരു
കൊലനിലമായി ഭഗവാനേ (ശരണമയ്യപ്പാ)

അവരവർത്തന്നെയവരവർക്കീശർ
ഭുവനനാഥനില്ലൊരുവനും
വിവരമില്ലാത്തോരടിമക്കോലങ്ങ
ളവനെക്കൂപ്പുവോർ ഭഗവാനേ (ശരണമയ്യപ്പാ)

ദുരിതം ചെയ്തിടാമെവനും ഭാവിയി-
ലൊരു കർമ്മത്തിനും ഫലമില്ല
മറുപിറവിയിലതു ഭുജിക്കേണ്ട
ഭരവുമില്ലാർക്കും ഭഗവാനേ (ശരണമയ്യപ്പാ)

ചതിയും കൊള്ളയും പകയുമെത്രനാൾ-
പ്പതിതഭാവത്തിൽക്കഴിയണം
ഗതിയവയ്ക്കു താൻ വരണം നാം തീർക്കും
പുതിയലോകത്തിൽ ഭഗവാനേ (ശരണമയ്യപ്പാ)

പലരുമിങ്ങനെ മദലഹരിയിൽ
പ്രലപനം ചെയ്തു ഞെളിയുമ്പോൾ
മലയെന്നും മാലയിടലെന്നും മറ്റും
ചിലമൊഴി കേൾപ്പൂ ഭഗവാനേ (ശരണമയ്യപ്പാ)

ശരണമയ്യപ്പ ശരണമെന്നുള്ള
സരളമാമങ്ങേസ്തുതിയപ്പോൾ
പരമാദുഷ്ടർതൻ ചെവിയിൽ ചെന്നെത്തി-
ക്കരളിലേറുന്നു ഭഗവാനേ (ശരണമയ്യപ്പാ)

അവരെവിട്ടുടൻ പഴയ പേക്കിനാ-
വെവിടെയോ മാറി മറയുന്നു
ശിവദമാസ്തോത്രമവരും കേൾക്കുന്നു
ചെവിയും കൂർപ്പിച്ചു ഭഗവാനേ (ശരണമയ്യപ്പാ)

മുറയും വർണ്ണവും സ്വരവും തെറ്റാതെ,
നിറയും കണ്ണുമായതിനുമേൽ
കരവും കൂപ്പിനിന്നവരുമേറ്റേറ്റ-
ശ്ശരണം പാടുന്നു ഭഗവാനേ (ശരണമയ്യപ്പാ)

മതിഹിതമെത്രതവണ ചൊന്നാലും
മതിവരില്ലങ്ങേത്തിരുനാമം
മധുരമാമതിന്നെതിരിൽ നിൽക്കുമ്പോൾ
സുധയും തിക്തകം ഭഗവാനേ (ശരണമയ്യപ്പാ)

വരിക ശാസ്താവേ ഭുവനശാസ്താവേ!
വരിക ഞങ്ങൾ തൻ ഹൃദയത്തിൽ
തിരുനായാട്ടിനുണ്ടഭിരുചിയെങ്കി-
ലരുതു താമസം ഭഗവാനേ (ശരണമയ്യപ്പാ)

ശബരിമാമലയ്ക്കരികിൽ ശ്വാപദ-
മപദം ക്രൂരതയ്ക്കഖിലവും
സഫലമാവില്ല മൃഗയയാനല്ലോ
രുപവനത്തിങ്കൽ ഭഗവാനേ (ശരണമയ്യപ്പാ)

മയിലും മാനും പൈങ്കിളിയും കോലാടും
കുയിലുമായവ പുലരുന്നു
നിയതമങ്ങേയ്ക്കച്ചരണദാസരിൽ-
ദ്ദയയുമേറുന്നു ഭഗവാനേ (ശരണമയ്യപ്പാ)

ദുരയുമീറയും ചതിയും ഭള്ളുമി-
ത്തരമോരോ ഹിംസ്രമൃഗയൂഥം
വരദ ഞങ്ങൾതൻ ഹൃദയത്തിൽവാണു
പൊറുതിമുട്ടിപ്പൂ ഭഗവാനേ (ശരണമയ്യപ്പാ)

തുരഗമേറിവന്നയെയൊക്കെയും
ശരമെയ്തെതു കൊന്നതിശീഘ്രം

തിരുനായാട്ടിങ്കലവിടേയ്ക്കുള്ളൊരു
വിരുതു കാട്ടുക ഭഗവാനേ (ശരണമയ്യപ്പാ)

വിബുധർക്കായ് സുധയുതകിയ വിഷ്ണു
സപദി പെറ്റുപോലവിടത്തേ
ഉപകൃതി നല്ലോർക്കരുളുവോരെന്നും
സഫലജന്മാക്കൾ ഭഗവാനേ (ശരണമയ്യപ്പാ)

സനകപൂജിതൻ ഹരിയെയും വീര-
ജനനിയെന്നുള്ള ബിരുദത്താൽ
മനുജർ വാഴ്ത്തുവതവിടത്തേക്കൃപാ-
കണികകൊണ്ടല്ലീ ഭഗവാനേ (ശരണമയ്യപ്പാ)

ഗരുഡവാഹനൻ, നിഖിലേശൻ, ഗീതാ-
ഗുരുവുമങ്ങയെ പ്രസവിക്കേ
പുരുഷനും മാതൃപദവി കാമ്യമെ-
ന്നരുളിച്ചെയ്യുന്നു ഭഗവാനേ (ശരണമയ്യപ്പാ)

തനതുകൃത്യമാം ഭുവനപാലനം
ഗുണഗരീഷ്ഠമായ്ച്ചമയുവാൻ
ജനയിത്രിക്കുള്ളോരനുഭവം കൂടി
ഘനവർണ്ണൻ നേടി ഭഗവാനേ (ശരണമയ്യപ്പാ)

ഇരുവർ ലാളിപ്പാൻ തനയർ പാർശ്വത്തിൽ
മരുവീടുമ്പോഴുമവിരതം
ഹരനങ്ങേപ്പിതൃപദവിതാൻ നൽകി
പരമമാം ഹർഷം ഭഗവാനേ! (ശരണമയ്യപ്പാ)

വരികെൻ വെള്ളിമാമലയിലേക്കെന്നു
ഹരനെതിരിൽനിന്നരുൾചെയ്കേ
വരികെന്നുണ്ണി പാൽക്കടലിലേക്കെന്നു
ഹരി വിളിക്കുന്നു... ഭഗവാനേ (ശരണമയ്യപ്പാ)

മതി പിതാക്കളേ മതി ഞാൻ കേരള-
ക്ഷിതിയിതിങ്കൽത്താൻ നിവസിപ്പൻ
പതിതസേവനംവ്രതമെനിക്കെന്നു
സദയനങ്ങോതി ഭഗവാനേ (ശരണമയ്യപ്പാ)

'അതിനുതാനുണ്ണിയവതരിച്ച, ത-
ക്കഥ സുതപ്രേമലഹരിയിൽ
മതിയിലോർത്തീ' ലെന്നരുളി മാറിനാർ
വിധുവുമീശനും ഭഗവാനേ (ശരണമയ്യപ്പാ)

ഹരിയെയും പശുപതിയെയും ലോക-
രിരുവരാണെന്നു കരുതായ്‌വാൻ
ഇരുവർക്കും കൂടിത്തനയനായ്ത്തീർന്നു
നിരുപമൻ ഭവാൻ - ഭഗവാനേ (ശരണമയ്യപ്പാ)

അരിയ കർമ്മവുമറിവും ലോകത്തി-
ലൊരുമിച്ചേ ഫലമുളവാകൂ;
പരമിത്തത്വം താനവിടത്തേജ്ജന്മ-
ചരിതത്തിൻ പൊരുൾ ഭഗവാനേ (ശരണമയ്യപ്പാ)

അവിടെക്കാട്ടിലൊരരുമക്കൈക്കുഞ്ഞായ്
വിവശപൂണ്ടുകരയവേ
നൃവരൻ പാണ്ഡ്യൻതൻ മിഴികളിൽപ്പെട്ടു
ഭവികദൻ ഭവാൻ ഭഗവാനേ (ശരണമയ്യപ്പാ)

ഹരിഹയനീലമണിശിലപോലെ-
യരുളുവോരങ്ങേത്തിരുമേനി
കരൾകുളിർപ്പിക്കും മൃഗമദച്ചാറെ-
ന്നരചനുതോന്നി ഭഗവാനേ (ശരണമയ്യപ്പാ)

അനപത്യൻ നൃപനനുരക്തൻ ഭവാൻ
തനയനായ്ത്തീർന്ന നിമിഷത്തിൽ
തനതു ജന്മത്തെസ്സഫലമെന്നോർത്താ-
വനതലംവിട്ടാൻ ഭഗവാനേ (ശരണമയ്യപ്പാ)

മധുരയാം നിജകുലപുരി പുക്കു-
മധുരവാണി തൻ ദയിതയ്ക്കായ്
അതുലനങ്ങയെപ്പരിപോഷിപ്പിക്കാൻ
ക്ഷിതിധവൻ നൽകി ഭഗവാനേ (ശരണമയ്യപ്പാ)

മണിവർണ്ണൻ മായാമനുജനായ് വൃന്ദാ-
വനതലത്തിൽപ്പണ്ടരുളീലേ

അനഘനങ്ങുമാ നിലയിൽ ക്രീഡിച്ചു
മണികണ്ഠാഖ്യാനായ് ഭഗവാനേ (ശരണമയ്യപ്പാ)

സകലശസ്ത്രാസ്ത്രകുശലനായ് ശുഭം
നഗരവാസികൾക്കുളവാക്കി
അകലുഷനങ്ങു വിലസി മേല്ക്കുമേൽ-
പ്പുകൾ വിളയിച്ചു ഭഗവാനേ (ശരണമയ്യപ്പാ)

“കൊതിയെന്തുണ്ണി ഞാൻ യുവരാജാവാക്കാം
മതിമാൻ നിന്നെ”യെന്നവനീശൻ
കഥനം ചെയ്യവേ കുതിരശ്ശേവുകാം
മതിയെങ്ങോതി ഭഗവാനേ (ശരണമയ്യപ്പാ)

വെറുമൊരു ഭടനവിടുന്നെങ്കിലു
മരചനുംകൂടിഭയമേകി
ധരണിയിൽദ്ധർമ്മതരു തഴയ്പിച്ചു
ദുരിതമാരകൻ ഭഗവാനേ (ശരണമയ്യപ്പാ)

ഉലകിലെങ്ങനെയവിടേക്കേറിയോ
നലമെഴും പുകഴതുപോലേ
തലമകൾക്കൊണ്ടു കരളിലീർഷ്യയും
ഖലനാം മന്ത്രിക്കു ഭഗവാനേ (ശരണമയ്യപ്പാ)

“സ്ഥവിരനീനൃപൻ മൃതനാം വേളയി-
ലവനിയെന്റേതായ്ച്ചമയായ്‌വാൻ
എവിടെയോനിന്നു ശനിയനെപ്പോലെ-
യിവനണഞ്ഞല്ലോ ഭഗവാനേ” (ശരണമയ്യപ്പാ)

എളിയവർക്കൊരു തണലും താങ്ങുമായ്
ഞെളിയുന്നോരുടെ തലതാഴ്ത്തി,
ഇളയരചന്റെ നിലയിച്ചെക്കൻ
വിളയുമാറായി ഭഗവാനേ (ശരണമയ്യപ്പാ)

നെറിയും നീതിയും നിലനിർത്തിക്കൊണ്ടി-
ത്തറുതലക്കാരൻ വളരുകിൽ
അറുതി തിന്മയ്ക്കു വരുമെനിക്കുള്ള
പൊറുതിയും മുട്ടും ഭഗവാനേ (ശരണമയ്യപ്പാ)

ശരിയിതിന്നു ഞാൻ മറുകൈ നോക്കുമെ-
ന്നുരചെയ്താച്ചതിക്കൊലയാളി
പെരികെസ്സേവിച്ചു മഹിഷിയെത്തന്നെ
വരദയാക്കിനാൻ ഭഗവാനേ (ശരണമയ്യപ്പാ)

കൊടിയ രോഗത്തിൻ പിടിയിൽപ്പെട്ടുതൻ
മടുമൊഴിയാളെന്നറിയവേ
ഝടിതി പാഞ്ഞെത്തി നൃപനദ്ദേവിതൻ
കിടമുറിക്കുള്ളിൽ ഭഗവാനേ (ശരണമയ്യപ്പാ)

''തലനോവാണെനിക്കതുമാറാനീറ്റ-
പ്പുലിതൻ പാൽ വേണം ഹൃദയേശ
സുലഭമല്ലതുഫലമെന്തോതിയാൽ
വലയുമാറായ് ഞാൻ'' ഭഗവാനേ (ശരണമയ്യപ്പാ)

അരുവയർമുത്തിൻ മൊഴിയിതിൻ തത്ത്വ
മരചൻ പ്രേമാന്ധനറിയാതെ
അരുളിനാൻ വേണം പുലിതൻ പാലെന്നു
പരിജനത്തോടു ഭഗവാനേ (ശരണമയ്യപ്പാ)

വിടകൊണ്ടാരവർ ''തിരുമുൽക്കാഴ്ചയാ-
യുടലിൽനിന്നടർത്തുയിർ വയ്ക്കാം
അടിയങ്ങൾക്കീറ്റപ്പുലിതൻ വായിൽച്ചെ-
ന്നടിയുവാൻ പണി'' ഭഗവാനേ (ശരണമയ്യപ്പാ)

വെളിവിലങ്ങപ്പോഴരുളി ''കല്പിച്ചാ-
ലെളിയദ്ദാസനിതുനേരം
പുലിയിൽനിന്നല്ല സുരഭിയിൽനിന്നും
വിളയിക്കാം ദുഗ്ദ്ധം'' ഭഗവാനേ (ശരണമയ്യപ്പാ)

ശരിയെന്നോതുന്നു നൃപനും മന്ത്രിയു-
മിരുവർക്കും ഭാവമിരുവിധം
വിരവിൽപ്പാഞ്ഞപ്പോൾപ്പുലിയും കുട്ടിയു-
മരികിലെത്തുന്നു ഭഗവാനേ (ശരണമയ്യപ്പാ)

മലഹരൻ ദുഗ്ദ്ധജലധിശായിയാ-
മളിവർണ്ണൻ പെറ്റ തിരുമകൻ

പുലിയെക്കൊ,ണ്ടാപ്പുരിയിലോരോരോ
കളി കളിപ്പിപ്പൂ ഭഗവാനേ (ശരണമയ്യപ്പാ)

വിരുതൻ മന്ത്രിതൻ കരളിൻ സ്വാദെന്തെ-
ന്നറിവതിന്നാദ്യമതുതന്നെ
കറുകറെച്ചവച്ചലറിത്തുപ്പുന്നു
വെറകൊണ്ടാപ്പുലി ഭഗവാനേ (ശരണമയ്യപ്പാ)

വിരികണ്ണോടുമാവിളയാട്ടം കാണ്മാൻ
തെരുവിൽക്കൂടിയ പുരുഷാരം
തെരുതെരെപ്പുലിക്കുയിരാൽ നൽകുന്നു
തിരുവോണസ്സദ്യ ഭഗവാനേ (ശരണമയ്യപ്പാ)

നരകയാതനയനുഭവിക്കുന്ന
നരവരോത്തമരമണിയും
ശരണമെൻ വത്സ, ശരണമെന്നേറ്റം
മുറവിളിക്കുന്നു ഭഗവാനേ (ശരണമയ്യപ്പാ)

നളിനനേർമിഴിക്കഭയമുള്ളഴി-
ഞ്ഞുലകിൻ നാഥനങ്ങുടനേകി
'കളി മതി; പോ നീ തിരിയെ'യെന്നീറ്റ-
പ്പുലിയൊടോതുന്നു ഭഗവാനേ (ശരണമയ്യപ്പാ)

മണികണ്഻ൻ വെറും മനുജനല്ലെന്നു
നിനവു കൈവന്നു നിഖിലരും
കനിവു തേടുവാനവിടത്തേക്കഴൽ
പണിയുന്നൂ മേന്മേൽ ഭഗവാനേ (ശരണമയ്യപ്പാ)

അപരമേറെയുണ്ടിനിയും താവക-
മപദാനം നർവമതിചിത്രം
കൃപണരാം ഞങ്ങൾക്കവയെ വർണ്ണിപ്പാൻ
വിഭവമില്ലല്ലോ ഭഗവാനേ (ശരണമയ്യപ്പാ)

മൃദിതപാഷണ്ഡനവിടുന്നപ്പുറം
മധുരമാകുമീ മലനാട്ടിൽ
സ്വതനു പഞ്ചധാപരിലസിപ്പിച്ചു
മുദിതനായ് വാഴ്വൂ ഭഗവാനേ (ശരണമയ്യപ്പാ)

ശുഭമുപോത്തമമവിടുന്നാശ്രമ-
മഭിമതം കൈക്കൊ,ണ്ടലിവോടെ
ശബരിമാമല മുകളിൽ മിന്നുന്നു
സപരിവാരനായ് ഭഗവാനേ (ശരണമയ്യപ്പാ)

സപദി കത്തിച്ച മകരദീപത്തിൻ
പ്രഭയിൽ സ്വാമിതൻ തിരുമേനി
ശബരിയാംഗിരി കയറിക്കണ്ടവ-
രപുനസ്സംഭവർ ഭഗവാനേ (ശരണമയ്യപ്പാ)

അവിടെ ഞങ്ങൾക്കാശ്ശുഭമുഹൂർത്തത്തി-
ലവനതരായ് വന്നണയണം
സവിധത്തിൽക്കടന്നടിമലർകൂപ്പി
ഭവികം നേടണം ഭഗവാനേ (ശരണമയ്യപ്പാ)

അതിനു മാലയിട്ടടിയങ്ങൾ ദീർഘ-
വ്രതവും ദീക്ഷിച്ചമരുവുന്നു
വിധിവത്തായതു നിറവേറാൻ ഭവാൻ
സദയനാകണേ ഭഗവാനേ (ശരണമയ്യപ്പാ)

ഭജനലോലരാമടിയങ്ങൾ ചാർത്തും
വൃജിനഹീനമിഗ്ഗളദാമം
വിജയലക്ഷ്മിതൻ വരണമാല്യമാ-
യജിത തീരണേ ഭഗവാനേ (ശരണമയ്യപ്പാ)

ശരണം സ്വാമിയേ ശരണം ശാസ്താവേ
ശരണമത്ഭുതമഹിമാവേ
ശരണമില്ലൊന്നുമടിയങ്ങൾക്കങ്ങേ-
ച്ചരണമല്ലാതെ ഭഗവാനേ! (ശരണമയ്യപ്പാ)

പെരുമാറ്റത്തിന്റെ പിശകിനാലെന്നും
ദുരിതം തേടിന രസനകൾ
പരമാപ്പാപത്തിൻ പരിഹാരത്തിന്നു
ശരണം ചൊല്ലട്ടേ ഭഗവാനേ (ശരണമയ്യപ്പാ)

ഹൃദയശുദ്ധിതൻ തണലിൽ മണ്ഡല-
വ്രതവിധിയെല്ലാം നിറവേറ്റി

ധൃതിയൊടും ഞങ്ങൾ മലയിലേക്കുള്ള
ഗതി തുടങ്ങുന്നു ഭഗവാനേ (ശരണമയ്യപ്പാ)

ഇരുമുടിക്കെട്ടു തലയിലേറുമ്പോൾ
പ്പെരുകിടുമങ്ങേക്കരുണയാൽ
ഇരുളിൻ കൂമ്പാരമകമേനിന്നെങ്ങോ
പറപറക്കുന്നു ഭഗവാനേ (ശരണമയ്യപ്പാ)

തലയിലിച്ചുമടടിയങ്ങൾക്കൊരു-
മലരൊടൊത്തിടും ലഘുതയിൽ
വിലസിടുന്നതുവിപുലമാമങ്ങേ-
യലിവിൻ വൈഭവംഭഗവാനേ (ശരണമയ്യപ്പാ)

കരിമുകിൽനിറം കലരും ചേലയൊ-
ന്നരയിൽചാർത്തിക്കൊണ്ടടിയങ്ങൾ
വിരവിൽപ്പോകുന്നു ശരണവുംപാടി
ഗ്ഗിരിയെലാക്കാക്കി ഭഗവാനേ (ശരണമയ്യപ്പാ)

വിരസനായിടും ജലധി വേഴ്ചയ്ക്കു
തരമല്ലെന്നോർത്തു തടിനികൾ
ഗിരിദിരികളിൽ ഭജനം ചെയ്യുവാൻ
തിരിയെപോരുന്നോ ഭഗവാനേ (ശരണമയ്യപ്പാ)

പലമട്ടിത്തരമമരർ ചിന്തിച്ചു
നിലവിട്ടത്ഭുതമിയലവേ
വലിയ സംഘംചേർന്നവിടത്തേദ്ദാസർ
ചലനം ചെയ്യുന്നു ഭഗവാനേ (ശരണമയ്യപ്പാ)

എരുമേലിപ്പേട്ടവരെയും പോയിടാ-
മൊരുവിധം ലോകർക്കതിനുമേൽ
ഗിരിയും ഘോരമാം വിപിനവും നീളെ-
തരണം ചെയ്യണം ഭഗവാനേ (ശരണമയ്യപ്പാ)

ഒരിടം വാനിൻമെയ് തടവുന്നുവേറി-
ട്ടൊരിടം കീഴുലകിടയുന്നു-
മരവിക്കുന്നു കാൽ കയറിയും നീളെ
പ്പരമിറങ്ങിയും ഭഗവാനേ (ശരണമയ്യപ്പാ)

അലറുന്നു കടന്നെതിരിൽ വൻപുലി
നിലവിളിക്കുന്നു കൊലകൊമ്പൻ
പലതരം ദുഷ്ടമൃഗകുലം തമ്മിൽ
ക്കലശൽകൂടുന്നു ഭഗവാനേ (ശരണമയ്യപ്പാ)

ഇരുളിൻ കോയിമ്മ പുലരുമക്കാട്ടിൽപ്പെരികെ
മെയ് നീണ്ടും വളവാർന്നും
ഒരു വഴിത്താര കിടകൊൾവൂ മുന്നിൽ
ക്കരുനാഗംപോലെ ഭഗവാനേ (ശരണമയ്യപ്പാ)

ഘൃണവെടിഞ്ഞെങ്ങും പ്രകൃതി തൻ
വേലിൻ മുനകൾ മുള്ളുകൾ നെടുനീളെ
അണിനിരത്തിടുമതിലേ പോകുവാൻ
തുനിവെവർക്കുണ്ടാം ഭഗവാനേ (ശരണമയ്യപ്പാ)

■

വിജയപ്രാർത്ഥന

കുടുംബത്തെ രണ്ടായ്പ്പിരിക്കിലിശ്ശല്യ-
മൊടുങ്ങുമെന്നല്ലീ നിനച്ചിരുന്നു നാം
ജനനി തൻ പൂമെയ് പിളർക്കിലും കൂടി-
യിണങ്ങുമെന്നല്ലി കരുതിവാണു നാം?

പകുത്തിട്ടെന്തായി ഫലം പിരിഞ്ഞോർതൻ
പകച്ചെന്തീ വീണ്ടും പടർന്നു കത്തുന്നു
മറകൾകണ്ടൊരു മഹർഷിമാരിരു-
ന്നരുളിന പഞ്ചനദത്തിലിദ്ദിനം

ഇടതടവറ്റു നടന്നീടുന്നല്ലോ
ചുടലക്കാട്ടിലെപ്പിശാചതാണ്ഡവം
എവിടെയും കൂട്ടക്കൊലയും കൊള്ളയു-
മെവിടെയും ബലാദ്രതവും തീവെയ്പും

ജനിച്ച ദേശവും ഗൃഹവും സമ്പത്തും
തനിക്കു വാച്ചിടും സമസ്തബന്ധവും
ത്യജിച്ചുയിർമാത്രം പുലർത്തുവാൻ കൊതി-
ച്ചജസ്രമൊട്ടുപേർ പരക്കം പായുന്നു

അശാന്തമാഞ്ഞെത്തിപ്പിടിച്ചവരെയും
കശാപ്പുചെയ്യുന്നു പരർ മതഭ്രാന്തർ
പ്രപഞ്ചധാതാവേ! വളരെ നീണ്ടുപോയ്
സ്വപ്നമങ്ങേയ്ക്കൊന്നുണരണേ വേഗം

ഇവിടുത്തെ സ്ഥിതിഗതികൾ നോക്കണേ-
രവിയുമിന്ദുവും മിഴികളാവോനേ

ഭുവനങ്ങളങ്ങു ചമച്ചതാണെങ്കി-
ലവനിയുമതിൽപ്പെടുകയില്ലയോ?

ജനയിതാവിന്നു തനതപത്യത്തെ-
ക്കനിഞ്ഞു കാക്കേണ്ടും കടമയില്ലയോ?
അതോ ധരണിയെച്ചെകുത്താനായ് ശല്യ-
മൊതുങ്ങുവാനങ്ങുമുഴിഞ്ഞുതള്ളിയോ

ഹൃദയവും കണ്ണുമുടയോരെ കേൾപ്പി-
നുദയംചെയ്തുപോയ് നവീനമാം യുഗം
അതിനിണങ്ങാത്ത പഴമയൊക്കെയും
പതിക്കട്ടെ ചെന്നു പടുകുഴിക്കുള്ളിൽ

ഒരു മതം മതിയിനിപ്പരസ്നേഹ-
മൊരുവർഗ്ഗം മതി മനുഷ്യസംജ്ഞകം
ഒരു രാഷ്ട്രം മതി ധരാതലം നമു-
ക്കൊരു ദൈവം മതി ഹൃദിസ്ഥിതം ദീപം

കിഴക്കു വംഗത്തിൽക്കൊടുമ്പിരിക്കൊണ്ട-
വഴക്കും വാശിയും വധൈകവാഞ്ഛയും
ഭരതഭൂമിയിൽ സ്വതന്ത്രതാസുര-
സരിത്തൊഴുക്കിന നവഭഗീരഥൻ

ശുഭവ്രതനസ്മൽഗുരു ദിനങ്ങൾ മൂ-
ന്നുപവസിക്കവേ മറഞ്ഞുമാഞ്ഞുപോയ്
അതിന്നുമേലതാ തിരിക്കയായ് പഞ്ച-
നദത്തിലേക്കുമശ്ശമപ്രവാചകൻ

അവിടെയും ജയമവിടുന്നാർജ്ജിച്ചു
ഭവികമൂഴിക്കു പരക്കെ നല്കട്ടെ ■

ജയഭേരി

ഉണരുവിൻ സഹജരേ ഭാരതോർവ്വീതനയരേ
ശനിയൊഴിഞ്ഞിന്നു വീണ്ടും മനുഷ്യരായ് നാം
എഴുന്നേറ്റു നിവർന്നുയർന്നെവിടെയുമിപ്പുലരി-
യൊഴുക്കുന്ന പൊൻപുഴയിൽത്തുടിച്ചു നീന്താം

അടിമച്ചങ്ങലയെല്ലാമയഞ്ഞഴിഞ്ഞറ്റുവീണു
തടങ്കൽക്കൽത്തുറുങ്കെങ്ങും താനേ തുറന്നു
സ്വതന്ത്രരായ് സകലരുമീനിമിഷംമുതൽ നമ്മൾ
ക്കിതിൽപ്പരമൊരു ഭാഗ്യമെന്തിനിവേണ്ടൂ

പരവശരായ്ക്കിടന്നു നരകിച്ചുപോയി നമ്മൾ
നിരവധി ദിനങ്ങളായ് നിർജ്ജീവപ്രായർ
അറുതിപെട്ടല്ലോ വല്ലവിധവുമശ്ശാപം; നാമും
മറുകരയെത്തിയല്ലോ മാൽക്കടൽനീങ്ങി

ചിരപ്രതീക്ഷിതമാമിശ്ശുഭമുഹൂർത്തത്തെക്കാണ്മാൻ
തരംവന്ന നമ്മളെത്ര ചരിതാർത്ഥന്മാർ?

രണ്ട്

പരിണാമമിതെങ്ങിനെ വന്നുചേർന്നു ഭാരതത്തി-
ന്നിരുപതാംനൂറ്റാണ്ടിലെപ്പരമാശ്ചര്യം
അശരണജനങ്ങൾതൻസുഹൃത്തൊരാളതകാണ്മിൻ!
കൃശഗാത്ര, നർദ്ധനഗ്നൻ, ഗതവയസ്കൻ.

അപരമല്ലിതിൻഹേതുവവിടത്തേ വരിഷ്ഠമാം
തപശ്ചര്യതൻപ്രഭാവംസന്ദേഹമില്ല
പിടിച്ചുവെച്ചടക്കിത്താൻ വളരെനാൾ ഭുജിച്ചതാം
സ്ഫുടരുചി തിരളുന്ന സാമ്രാജ്യശ്രീയേ

തിരിച്ചുതത്സ്വാമിക്കേകും സ്വമനസ്സാൽ ജേതാവെന്നു
ചരിത്രത്തിലിതിന്മുൻപുകേട്ടതുണ്ടോ നാം?
അതുനമുക്കാർജ്ജിച്ചാനിന്നാതതായികളെപ്പോലു-
മനുചരരാക്കിമാറ്റുമീമഹായോഗി

അചകിത, നസ്ഖലിതനഭിനവതഥാഗത-
നസുലഭസിദ്ധിയുക്തനഖിലബന്ധു
അപങ്കിലനവിടത്തേക്കാത്മനിഷ്ഠബലം ബല-
മപരിച്ഛിന്നമാം സത്യമാദിത്യബിംബം.

അവിടത്തേപ്പർണ്ണശാല ഭാരതോർവ്വിയതിൽപ്പെട്ടാൽ
ഹരിപോലും ഹരിണമായ്ച്ചമഞ്ഞേ പറ്റൂ
അതുകൊണ്ടാണജയ്യനാമാംഗലേയകേസരിയും
കൊതിപൂണ്ടതിവിടം വിട്ടൊഴിഞ്ഞുമാറാൻ

പണിയുവിൻ പാണികൂപ്പിപ്പാവനനഗ്ഗുരുവിനെ-
ജ്ജനനിതൻ ദാസ്യംതീർത്ത ധീരശാന്തനെ

മൂന്ന്

വഴുതിവീണുപോയ് പണ്ടു ബാലിശരാം നമ്മുടയ-
ബലമറ്റ കൈയിൽനിന്നു സാമ്രാജ്യകേതു
അനൃതമെന്നരങ്ങിൽവന്നാർജ്ജവമായ്ച്ചമഞ്ഞാടി-
യധർമ്മത്തിന്നെന്നു ധർമ്മമടിമപൂകി

മനുഷ്യനെ മനുഷ്യനെന്നശുദ്ധനായ് മാറ്റിനിർത്തി
ധനമെന്നു സർവ്വേശൻതൻ സ്ഥാനത്തിലേറി
മുടിഞ്ഞു നാമന്നു; പിന്നെ നമുക്കെന്നും ദിനകൃത്യം
പടവെട്ടൽ തമ്മിൽ, നാടു പരർക്കു നൽകൽ

മതമെന്നും വർണ്ണമെന്നും ജാതിയെന്നും ഭാഷയെന്നും
മദംപിടിച്ചോരോന്നോതി വഴക്കുടക്കി
തുലയ്ക്കൊല്ലേ കൈയിൽവന്നജയശ്രീയെ വീണ്ടും നമ്മൾ
കുളിക്കൊല്ലേ ജനനിതൻ ചുടുകണ്ണീരിൽ

നാല്

കരയേണ്ട മാതൃഭൂവിൻ കമനീയമാം വപുസ്സി-
ന്നിരുതുണ്ടായ് മുറിപെട്ടു കിടപ്പതിങ്കൽ,

ഇരിക്കട്ടെ; സാരമില്ല; കുറച്ചുനാൾച്ചെന്നാൽരണ്ടു-
മൊരുമിച്ചുകൂടുമിപ്പുണ്ണുണങ്ങും താനേ

ഹിമവാനാം ഹീരമുടിശിരസ്സിൽച്ചൂടിച്ചും, തെക്കേ
സ്സമുദ്രത്തിൻ തിരകളാൽ കാൽകഴുകിച്ചും
കരംരണ്ടും കാമരൂപഗാന്ധാരാദ്രികളിൽച്ചേർത്തും
കരുതലാർന്നഖിലേശൻ വാഴിച്ച രാജ്ഞി

അവികല,യവിഭാജ്യ,യവിടത്തേത്തിരുവുട-
ലെവിടെയാർക്കെത്രനേരം പിളർത്തി നിർത്താം?
ചിരിയ്ക്കുമീയിടയ്ക്കിട്ട മണൽച്ചിറകണ്ടു ദൈവ-
മൊരുമഴച്ചാറൽകൊണ്ടിതൊലിച്ചുപോകും

വിരഹമാമിതു പക്ഷേ സംശ്ലേഷത്തിൻ പൂർവ്വരംഗം
മറയലാം പിടിക്കും മുൻപുണ്ണികൾതമ്മിൽ

അഞ്ച്

ഉയരട്ടെ ഭാരതത്തിൻ പുതുവെന്നിക്കൊടിക്കൂറ
വിയത്തോളം ഭാസുരമായ് വിശ്വാഭിരാമം.

വഴിയിൽ വന്നെതിരിടും കൊടുങ്കാറ്റു തുളച്ചേറി,
മഴമുകിൽമലയ്ക്കുമേൽപ്പറന്നുപൊങ്ങി
ജനനിതൻ പുകൾവാഴ്ത്തിയമരനാരിമാർപാടു-
മനഘസംഗീതം കേട്ടു തല കുലുക്കി

രവിയോടും മതിയോടും കുശലാന്വേഷണംചെയ്തു,
സവിലാസമുഡുക്കളെസ്സഖികളാക്കി
നടക്കട്ടെ മുന്നോട്ടേയ്ക്കു സകലസൽഗുണങ്ങൾക്കും
നടനവേദിയായ്മിന്നും നമ്മുടെ രാജ്യം

ചൊരിയട്ടെ സകലർക്കും ഹൃദയത്തിൽ സുധാരസം
പരമതിൻ സനാതനശാന്തിസന്ദേശം
ത്വരിക്കട്ടെ, യഹിംസയാം മന്ത്രമോതിയവരുടെ
പരസ്പരദ്വേഷമാകും വിഷമിറക്കാൻ

പ്രപഞ്ചത്തിൻ വിധാതാവാം ഭഗവാനേ, ഭവാനോടി-
ന്നപരമൊന്നടിയങ്ങൾക്കർത്ഥനയില്ല
അരുളുക ജനനിതൻ കൊടിപിടിക്കുവാൻ വേണ്ട
കരശക്തി. മനശ്ശുദ്ധി, കൈങ്കര്യസക്തി ■

മതവും മദ്യവും

ഇതെന്തുകൂത്തെന്റെ സഹോദരന്മാരേ
മദിരാശിമന്ത്രിധുരന്ധരന്മാരേ
മലബാർ ജില്ലയിൽ മദിരതൻ പാനം
വിലക്കിയോരല്ലീ വിവേകികൾ നിങ്ങൾ

പിടിക്കയോ വീണ്ടും കരു ചിലേടത്ത-
ക്കുടിപ്പിശാചിനെക്കുടിയിരുത്തുവാൻ
മുറയ്ക്കുമേലിലും നടന്നിടാമെന്നോ-
പറശ്ശിനിക്കാവിൽ സുരാനിവേദനം

അതിന്നു ചാരായമൊരുകുപ്പി നിത്യം
മതിമാന്മാർ നിങ്ങളനുവദിക്കയോ
പരദൈവങ്ങളെക്കുടിപ്പിക്കാമെന്നോ
നരന്നപേയമായ് വിധിച്ചൊരാദ്രാവം

ഒരു കൈകൊണ്ടൊന്നു കൊടുത്തതായ്ക്കാട്ടി-
മറുകൈ കൊണ്ടതു തിരിച്ചെടുക്കയോ
മതത്തിൻ പേർ ചൊല്ലിയൊഴിഞ്ഞുമാറുവാൻ
മറുനാട്ടിങ്കലേ ധ്വരകളോ നിങ്ങൾ

മതത്തിൽ വാച്ചിടും പുഴുക്കുത്തായതിൻ-
മഹാർഹഭൂഷയായ്ക്കരുതിടുന്നുവോ
കുനിക്കുവിൻ തലകുമാർഗ്ഗനേതൃത്വം
തനിക്കുതാൻ പോന്നോർക്കുചിതമാകുമോ

അറയ്ക്കുമീമാമൂൽ പുലർത്തണമെന്നു
ഹരജി മന്ത്രിമാർക്കയച്ചുപോൽ ചിലർ

ഇരുപതാംനൂറ്റാണ്ടിതെന്നറിയാത്ത
വിരുതർ താനവർ വികലദൃഷ്ടികൾ

നിനച്ചിടുന്നുവോ മദിരയർപ്പിച്ചു
ജനനിതൻ മനം മയക്കുവാൻ നിങ്ങൾ
മതിഭ്രമംവന്നേ തരൂ വരം ദേവി
പതിതരായ്പ്പോയോ ഭവാൻമാരത്രമേൽ

പിറപ്പു നിങ്ങൾക്കിപൃഥ്വിയിൽത്തന്ന-
മറപ്പൊരുളിനെ ഭജിപ്പതിമ്മട്ടോ
നരനെദ്ദൈവംതൻവടിവിൽത്തീർത്തതായ്-
പ്പറയുന്നുചിലർയഥാർത്ഥമാർ കണ്ടു

നരൻ ചമയ്പുതൻവടിവിൽ ദൈവത്തെ
പ്പരമതേവരുമറിഞ്ഞിടും സത്യം
കുടിയനു ദൈവം കുടിയൻ മർത്ത്യരെ-
ക്കടിച്ചുതിന്മോനു കടിച്ചുതിന്നുവോൻ

വളരെയായില്ലേ സമകൾ നിങ്ങളി-
ക്കളങ്കപൂർണ്ണമാം വ്രതം ചരിക്കുന്നു
ഭഗവതിയുടെ മറയിൽ നിന്നെന്നും
നൃഗണനിന്ദ്യമാം മദിര മോന്തുന്നു

സ്വബുദ്ധിയെക്കുത്തിക്കവരും ചോരനെ
സ്വജിഹ്വതൻ വഴിക്കകത്തുകേറ്റുന്നു
അവിടത്തേക്കതു വിശപ്പും ദാഹവു-
മവിടത്തേഭോജ്യം ഭുജിപ്പതു നിങ്ങൾ

സുരാപർ ദണ്ഡ്യരെന്നധീശരിന്നോതി-
ദ്ദുരാപമാം ഹർഷം ജനത്തിനേകവേ
ക്ഷിതിതലമെങ്ങും മഹാത്മാഗാന്ധിതൻ
സദുപദേശത്താൽ മുഖരമാകവെ

സ്വതന്ത്രഭാരതമുണർന്നുയർന്നു നി-
ന്നതന്ദ്രമായതിൻ പ്രഭാവം കാട്ടവേ
സനാതനമസ്മന്മതമതിൻ പല
വിനാശഹേതുക്കൾ പരിഹരിക്കവേ

പുതുപുളകം നാമണഞ്ഞിടും വണ്ണ-
മതിന്റെ ദിഗ്ജയധ്വജം ലസിക്കവേ
ഇനിയുമിക്കെടുചടങ്ങുവേണമോ
മനുജരായ് മന്നിൽ ജനിച്ച നിങ്ങൾക്കും

അറുത്തെറിവിനിദ്ദുഷിച്ചോരാചാരം
പരിഷ്കരിക്കുവിൻ നിവേദനക്രമം
കടൽ കയറുമോ മലയ്ക്കുമേൽ,മാന-
മടർന്നു വീഴുമോ തലയിൽ നോക്കുവിൻ

ഭഗവതിക്കെങ്ങു പകവരും നിങ്ങൾ
മൃഗത്വം കൈവിട്ടു മനുഷ്യരാവതിൽ
അനഘസാത്വികസപര്യയാൽ വേണ-
മനുഗ്രഹശക്തിയവിടേക്കേറുവാൻ. ■

മുന്നോട്ട്

പോകുക മുന്നോട്ടു വേഗംപാരം
വൈകുന്നു കാണ്മീലേ, നേരം
യാതൊന്നും കാണാത്തോരായോ നമ്മൾ
സോദരീസോദരന്മാരേ

ആഴിയിൽത്താഴുമാറായി വാനിൽ
താഴികപ്പൊൽക്കുടം സൂര്യൻ
കാലത്തുറക്കമുണർത്തി നമ്മൾ
ക്കാലസ്യമാറ്റിന ദേവൻ

ചേണുറ്റപദ്ധതിയെന്തെന്നാർക്കും
കാണിച്ചുതന്നൊരു വന്ദ്യൻ
എങ്ങനെ നമ്മളെത്തള്ളും വഴി
ക്കെങ്ങനെ തള്ളാതിരിക്കും?

ഇല്ലംവരയ്ക്കും നയിച്ചു യാത്ര
ച്ചൊല്ലിപ്പിരിവാൻ കൊതിപ്പൂ
നാമറിയാതെ നിൽപ്പൂ പല
പാമരപ്പേക്കൂത്തും കാട്ടി

കൂരിരുൾ വായ്ക്കുമാറായി വന്നി-
പ്പാരിടം വായ്ക്കകത്താക്കാൻ
ലക്ഷമണഞ്ഞു മുഹൂർത്തം നമ്മെ
ലക്ഷ്യത്തിൽ കൊണ്ടുചെന്നാക്കാൻ

നോക്കീലതൊന്നും നാമെല്ലാം വന്ന
വാക്കിനു പാഞ്ഞങ്ങുപോയി

ചേരിതിരിഞ്ഞടികൂടി നമ്മൾ
ശൂരരെന്നോർത്തു ഞെളിഞ്ഞു;

മായതൻ കള്ളക്കൺകെട്ടിൽ പെട്ടു
തീയതു നല്ലതായ് കണ്ടു
കണ്ണുകൾ കൈകൊണ്ടടർത്തു രണ്ടും
പിന്നിൽവച്ചാണി തറച്ചു

ഞൊണ്ടുവാൻ നോക്കും കാൽരണ്ടും പടു-
കുണ്ടുകുഴിച്ചതിൽപ്പൂഴ്ത്തി
പായുന്നു പിന്നിട്ടു നമ്മെത്തുലോം
വായുവിൻ വേഗത്തിൽക്കാലം

ആർക്കണകെട്ടിത്തടുക്കാമതിൻ-
ശീഘ്രതരമാം പ്രവാഹം
ചെല്ലാതെ ചെല്ലേണ്ട ദിക്കിൽ ശേഷ-
മുള്ളപകലും കളഞ്ഞാൽ

അല്ലിൻപിടി മുറുകുമ്പോളാരെ-
ച്ചൊല്ലിവിളിച്ചു കരയാം
വീടതാ കാണ്മൂ ചെന്നെത്താമങ്ങു
ചോടുകുറേക്കൂടി വെച്ചാൽ

അങ്ങണഞ്ഞിട്ടു തിരുമ്മാം കഴ-
ലിംഗിതമൊക്കെയും നേടാം
അന്തിവിളക്കുകൊളുത്താം ശ്രീതൻ
പൊൻതിരുമംഗല്യം പോലെ

പിന്നെ മറഞ്ഞോട്ടെ നമ്മെക്കണ്ടു
ധന്യതകൈക്കൊണ്ടു മിത്രൻ
പോകുക മുന്നോട്ടു വേഗം വേഗം
വൈകുന്നു, വൈകിപ്പോയ് നേരം ■

അമ്മയും മകനും

ഒന്ന്

ആടിയും പാടിയും മുറ്റത്തെങ്ങു-
മോടിക്കളിക്കുന്ന കുട്ടൻ
പുഞ്ചിരിതഞ്ചും മൊഴികൊണ്ടാർക്കും
നെഞ്ചലിയിക്കുന്ന കുട്ടൻ
അമ്മയുമച്ഛനും കൈമെയ്മറന്നു-
മ്മവെച്ചീടുന്ന കുട്ടൻ
കുട്ടന്റെയച്ഛൻ മകനെയയ്യോ
വിട്ടതാ പോകുന്നു വിണ്ണിൽ

രണ്ട്

മാറത്തലച്ചമ്മ വീഴ്വൂമേനി-
യാറാത്ത കണ്ണീരിൽ മുക്കി
ഒന്നുമറിയാത്ത കുട്ടനുടൻ
മുന്നിൽത്തിടുക്കത്തിലെത്തി
തായയെക്കെട്ടിപ്പുണർന്നു
പൊട്ടിപ്പായുന്ന കണ്ണീർ തുടച്ചു
"അമ്മേ, കരവതെന്തമ്മേ?"യെന്നാ-
ണമ്മണിപ്പൈതലിൻ ചോദ്യം

മൂന്ന്

ഉത്തരമെന്തുപറയുമവൾ
പുത്രനെത്താങ്ങിയെടുത്തു
"എൻ മകനേ, നിന്റെയച്ഛൻ തങ്കം
നമ്മെ വെടിഞ്ഞെങ്ങോ പോയി."

"പച്ചപ്പൊളിയിതു" ചൊന്നാൻ മക-
"നച്ഛനുറങ്ങുകയല്ലേ?"
"അല്ലിതുറക്കമല്ലയ്യോ! കുഞ്ഞേ,
ഇല്ലിതിൽ നിന്നൊരുണരൽ."

നാല്

"അമ്മേ, വിളിക്കാം ഞാനച്ഛൻ
പെട്ടെന്നെൻ വിളികേട്ടാലുണരും."
"അച്ഛാ, വിളിക്കയാണച്ഛാ
കുട്ടനൊച്ചകേട്ടൊന്നെഴുന്നേൽക്കൂ
അമ്മയെക്കള്ളിയെന്നോതിക്കുറെ-
നമ്മൾക്കു പൊട്ടിച്ചിരിക്കാം."
എത്ര വിളിക്കുകിലെന്താ വിളി
ചത്തപിണമുണ്ടോ കേൾപ്പൂ?

അഞ്ച്

പേടിച്ചു തായതൻ മുന്നിൽ
മുഖംവാടിത്തളർന്നെത്തിയുണ്ണി.
"അമ്മ പറഞ്ഞതു നേരാണച്ഛൻ
നമ്മെ വെടിഞ്ഞതുതന്നെ.
എങ്ങുപോയെങ്ങുപോയ്,ചൊന്നാലുട-
നങ്ങു ഞാൻ ചെന്നു വിളിക്കാം
പന്തിനും പാവയ്ക്കും വേണ്ടീട്ടൊരു
ശണ്ഠകൂടില്ലെന്നുമോതാം."

ആറ്

അമ്മ പറഞ്ഞു: "മകനേയങ്ങു
നമ്മൾക്കു ചെല്ലുവാൻ മേലാ
ദൈവം വിളിച്ചിട്ടുപോയ് നിന്നച്ഛ
നാവതൊന്നില്ലല്ലോ നമ്മാൽ."
"അച്ഛനില്ലാത്തവനാണോ ദൈവ-
മച്ഛനുമമ്മയുമറ്റോൻ
അച്ഛനില്ലാഞ്ഞാലതിന്നു നമ്മോ-
ടീച്ചതി ചെയ്യാമോ തായേ?

എങ്ങവൻ ചെന്നു മറഞ്ഞു നമ്മൾ-
ക്കിങ്ങനെയത്തൽ വരുത്തി?''
''വിണ്ണിലിരിപ്പവൻ ദൈവം കട്ട
മണ്ണിലുമുള്ളവൻ തന്നെ-
എങ്ങും നിറഞ്ഞോരവനെ നമ്മൾ
ക്കെങ്ങൊരേടത്തുണ്ടെന്നോതാം?''

ഏഴ്

കുട്ടനുടനൊരു കല്ലും കൊണ്ടു-
തട്ടിലൊരോട്ടമായോടി.
''നിങ്കളിയെന്തിതെന്നുണ്ണി, എന്നു-
മങ്കവനെത്തടുത്തു.
''വാനത്തൊളികയോ ചെയ്തു ദൈവം
ഞാനതു കണ്ടിരുന്നാലോ
കല്ലുകൊണ്ടൊന്നെറിഞ്ഞോട്ടെ
ഞാനാക്കള്ളന്റെ കാലൊടിച്ചോട്ടെ
നാളെയും വന്നിടൊല്ലല്ലോ കട-
ന്നാളുകളെക്കൊണ്ടുപോകാൻ
അല്ലെങ്കിൽ വിട്ടുതരട്ടേവേഗം
നല്ലൊരെന്നച്ഛനെയങ്ങോർ.''

എട്ട്

ഏതൊരു മട്ടിൽക്കരയും തള്ളയേ-
തൊരുമട്ടിൽച്ചിരിക്കും
''തങ്കമേ, ദൈവത്തിൻ മെയ്യിൽ
ച്ചെന്നുനിൻ കല്ലു കൊള്ളുകയില്ല
വന്നു തിരിച്ചതുവീഴുമപ്പോൾ
നിന്നിളം പൂമെയ് മുറിയും
കുമ്പിട്ടുനിന്നു തൊഴുതാലവ-
നൻപിൽ നിന്നച്ഛനായ്ത്തീരും.''

ഒമ്പത്

ആ മൊഴി കേൾക്കവേ കുഞ്ഞിൻ പനീർ-
പ്പൂമുഖമൊന്നു മലർന്നു

''തീരുമോ, നേരു പറയൂ തായേ.''
''തീരും ഞാനാണയിട്ടോതാം.''
''എന്തുതരുമച്ഛനായാൽ നിന-
ക്കെന്തും നിനച്ചതു നൽകും.''

''അമ്മയേയും കൊണ്ടുപോമോവന്നാ-
ലമ്മയുമില്ലാത്തോനല്ലേ?''
''ഇല്ലില്ല; കൂപ്പിത്തൊഴുതാലവ
നല്ലും പകലും തുണയ്ക്കും.''

പത്ത്

''ആവട്ടെ''യെന്നു പറഞ്ഞുപൈതൽ
ദൈവത്തോടിങ്ങനെ നേർന്നു.
''കൂറെന്നിലില്ലാത്തോരച്ഛനെങ്ങോ
ദൂരത്തുപോയ്പോലും പോട്ടെ
കൂറുള്ളോരച്ഛനാണങ്ങെന്നമ്മ
നേരുചെയ്തു ഞാൻ കേട്ടു
നിച്ചലുമങ്ങയെകൂപ്പാമിനി-
യച്ഛ്നെനിക്കാരു വേറെ''

പതിനൊന്ന്

നാഥന്റെ കാര്യം മറന്നുനല്ലാർ
പൈതലിൻ പാൽമൊഴി കേൽക്കേ
''ഓമനേ''യെന്നുവിളിച്ചു കുഞ്ഞിൻ
കോമളപ്പൂമെയ് മുകർന്നു. ■

പനിനീർപ്പൂവ്

ഞാനൊരു മാൺപെഴും ചെമ്പനീർപ്പൂവിനെ-
ക്കാണവേ ചോദിച്ചേനിപ്രകാരം:
''പുഞ്ചിരിക്കൊള്ളുന്നതെന്തിന്നു പൂവേ,നീ
നിൻ ചെറുജീവിതമെത്ര മോശം
മാണിക്യക്കല്ലോ നീ ബാലാർക്കബിംബമോ
ശോണമാം ദുർഗ്ഗതൻ വിഗ്രഹമോ
യാതൊന്നുമല്ലല്ലോ! പിന്നെയെന്തിങ്ങനെ
മോദിപ്പാൻ ഹേതു? നിൻ മുഗ്ദ്ധതയോ
പാഴുറ്റ മണ്ണിൽനീ വീഴുവാൻ പോകുന്നു
താഴത്തു നാളെയെന്നോർമ്മയില്ലേ
നീയിത്തരത്തിലിന്നാടി ഞെളിയുവാൻ
ന്യായമെന്തെന്നെന്നോടോതിടാമോ?

രണ്ട്

ഓതിയില്ലുത്തരമൊന്നുമച്ചോദ്യത്തി-
ന്നാതങ്കമേശാത്തോരാപ്രസൂനം
എൻ തെറ്റു കാട്ടുവാൻ മേന്മേൽ വിലങ്ങനെ-
ത്തൻ തലയാട്ടുക മാത്രം ചെയ്തു
എന്തതിൻ താല്പര്യമെന്നു ഞാൻ ചിന്തിച്ചേൻ
ബന്ധം മനസ്സിലായല്പമപ്പോൾ

തെറ്റെന്നു വീണ്ടുമപ്പൂവിനോടോതിനേൻ
''തെറ്റിപ്പോയ് ഞാനൊരു ബുദ്ധിഹീനൻ
നിന്നുടെ ജീവിതം മോശമെന്നല്ലീ ഞാൻ
ചൊന്നതെന്നോമനേ, മാപ്പു നൽകൂ

പൂക്കളേ, പൂക്കളേ, പാരിതിൽ നിങ്ങൾക്കു
പാർക്കുകിലെന്തോന്നു മീതേ ചൊൽവാൻ
ഏതൊരു പാഴ്മണൽക്കാടുതാൻ നിങ്ങളാൽ
പ്പൂതമാം നന്ദനമാകുന്നീലാ?

ഏതൊരു മാലിൽത്താൻ മർത്ത്യർക്കു നിങ്ങളാൽ
സ്ഫീതമാമാനന്ദം വായ്ക്കുന്നീലാ?
മുറ്റത്തു നിങ്ങൾക്കു കോലകത്തിങ്കലും
ചെറ്റപ്പുരയിലുമുല്ലസിക്കാം.

ആരെയുമസ്പൃശ്യരാക്കുകയില്ലെന്ന-
ല്ലാരിലു പുഞ്ചിരി തൂകുംതാനും
അശ്മമാം ചിത്തവും നിങ്ങളെക്കാണുമ്പോ-
ളശ്രമം നിങ്ങളെപ്പോലെയാകും

പാടുന്ന വണ്ടുകൾക്കൊപ്പമായ്ത്തെന്നലി-
ലാടുന്ന നിങ്ങളെയാർ മറക്കും
ഘ്രാണേന്ദ്രിയത്തിന്നു സാഫല്യം നേടുന്നു
മാനവർ നിങ്ങൾതന്നന്തികത്തിൽ

തൻനറും തേൻ നിങ്ങളേകുന്നു ലോകത്തി-
ന്നന്നപൂർണ്ണേശ്വരിമാർ കണക്കേ
പാണിയാൽ സ്പർശിച്ചാലെന്തൊരു മാർദ്ദവം
വേണിയിൽച്ചൂടിയാലെന്തു ഭംഗി
ദേവനെപ്പൂജിക്കാം; വീരനെച്ചാർത്തിക്കാം
പാവത്തിൻ മൗലിക്കും ഭൂഷയാക്കാം

കല്യാണകർമ്മത്തിന്നാവശ്യമേവർക്കും
കല്യാണധാമങ്ങളായ നിങ്ങൾ
മന്നിനീ മാഹാത്മ്യം നൽകുന്ന നിങ്ങളോ
വിണ്ണിലേപ്പൈതങ്ങൾ, ആരറിഞ്ഞു

അത്രയ്ക്കു നന്മകൾ കാണ്മൂ ഞാൻ നിങ്ങളിൽ
സിദ്ധർക്കുമീമന്നിൽ ദുഷ്പ്രാപങ്ങൾ
നിങ്ങളാം കാവ്യങ്ങൾ മൂലമായ്ക്കാണ്മൂ ഞാ-
നങ്ങെഴുമാനന്ദപാരമ്യത്തെ

നിങ്ങളില്ലാത്തോരു മേദിനിയെങ്ങനെ
മംഗലമുൾക്കൊള്ളും മാൺപുപൂണ്ടും?
ആ മഹാവിഷ്ണുവിൻ പ്രേയസിക്കെങ്ങനെ
പൂമകളെന്നൊരു പേരു വന്നു

ആ വൻപൻ ശൃംഗാരയോനിയെയെങ്ങനെ
പൂവമ്പനെന്നാരും വാഴ്ത്തിടുന്നു
പൂക്കളേ, പൂക്കളേ, നിങ്ങൾക്കെൻ കൂപ്പുകൈ
പാർക്കുകിൽ നിങ്ങളെൻ ദേവതമാർ.

മൂന്ന്

പുഞ്ചിരിക്കൊള്ളുക ചെമ്പനിനീർപ്പൂവേ
പുഞ്ചിരിക്കൊള്ളുവാനർഹം താൻ നീ
ആനന്ദരൂപൻ തൻ വൈഭവമോർത്താലും
മാനവൻ തൻ മൗഢ്യം ചിന്തിച്ചാലും.

താഴത്തു നീളെ നീ താങ്ങൊന്നുമെന്നിയേ
വീഴുമെന്നോതിയോ വിഢ്ഢിയാം ഞാൻ
കാലത്തിൻ പാച്ചലിലേതുണ്ടു വീഴാതെ
നാളെയോ നാലഞ്ചു നാൾ കഴിഞ്ഞോൽ

ഇന്നു നീ മിന്നുന്നുണ്ടെന്നതു പോരയോ
സുന്ദര,മേവർക്കും സ്തോത്രപാത്രം
വായുവിൽപ്പാട്ടു ലയിച്ചുപോമെന്നോർത്തു
വായടച്ചീടുന്നോ വാനമ്പാടി

വന്നീടും പെട്ടെന്നു തന്നന്തമെന്നോർത്തു-
മിന്നാതിരിക്കുന്നോ മിന്നലെങ്ങാൻ
തീരും തൻ ജീവിതമെന്നോർത്തു നിൽക്കുന്നോ
മാരിപൊഴിക്കാതെ കാളമേഘം

പാഥസ്സിൽ വീഴണമന്തിയിലെന്നോർത്തു
പാതയിൽത്തങ്ങുന്നോ ഭാനുദേവൻ
എന്നോ പുഴയിലിറങ്ങുവാൻ മുണ്ടു നാ-
മിന്നേ തെറുക്കണമെന്നതുണ്ടോ

''ഏതു നിമേഷവുമീശ്വരൻ നൽകുന്നു
മോദിപ്പാൻ ജീവിക്കുമോദമേകാൻ
ആയതു ജീവിതം, അല്ലാത്തതൊക്കയു-
മാത്മവിനാശത്തിൻ രൂപഭേദം

ആനനം വീർപ്പിച്ചു നാൾകഴിക്കൊല്ലേ നാ-
മാ നീരു കൊല്ലാതെ കൊല്ലും രോഗം.''
എന്നു നീയോതുന്നു നിന്നുടെ ചര്യയാൽ
നിൻ നില കൈവന്നാൽ ധന്യനായ് ഞാൻ.

ഞാനൊരു കല്പാന്തം പാറയായ് നിൽക്കേണ്ട
സൂനമായൊറ്റനാൾ വാണാൽപ്പോരും
എൻ കുലഗുൽമത്തിൻ ദുർഗ്ഗുണകണ്ടക-
മെങ്കൽ നിന്നാവതും താഴ്ത്തി നിർത്തി. ■

ശുഭപ്രതീക്ഷ

കറുപ്പൊരല്പം വാനത്തുകാണുന്നുണ്ടെന്നു വെച്ചു നാം
കണ്ണീർ പൊഴിക്കുവാൻ മാത്രംകാലമത്രയ്ക്കു മാറിയോ?

കരിതേച്ചലറിക്കോട്ടെകാറോരോന്നും കഠോരമായ്
കതിരോനെ മറച്ചോട്ടെകാട്ടാനെന്തുണ്ടതിന്നുമേൽ

നഷ്ടമെന്തതിനാൽ വന്നുനമ്മൾക്കമ്മുദിരത്തിനോ
കണ്ണിമയ്ക്കുന്നതിൻ മുൻപു കഥാശേഷം കളേബരം

അറിയുന്നീലണുപ്രായമല്പായുസ്സാഘനാഘനം
ആകാശത്തിന്റെ വിസ്താരമാദിത്യന്റെ ചിരസ്ഥിതി

കത്തിക്കെട്ടുപോം കാറിൻകൈമിന്നൽച്ചൂട്ടനങ്ങുകിൽ
പാരിന്നിരുളകറ്റുന്ന പകലോനാവതെങ്ങനെ

അടുത്ത നിമിഷത്തിങ്കലച്ഛമാം വീണ്ടുമംബരം
പ്രകാശിക്കും യഥാപൂർവ്വം ഭഗവാൻ ലോകബാന്ധവൻ

അകമേ തോന്നിടുന്നുണ്ടാമനുതാപം ഘനത്തിനും
അതാണതു പൊഴിക്കുന്നതശ്രുധാരയനന്തരം

കൈവാളുലയ്ക്കും; ഗർജ്ജിക്കും കടുംകോപത്തിലേവനും
കാലമല്പം കഴിഞ്ഞീടിൽക്കരയും കരുണാർദ്രനായ്

അല്ലെങ്കിൽത്തന്നെ നീരാട്ടിന്നലർമാതെഴുന്നള്ളവേ
മുന്നകമ്പടി വന്നോരുമുകിലത്രയ്ക്കു മോശമോ

കർഷകന്നു നിറയ്പിക്കാൻകണ്ണിലാനന്ദവാരിയെ
പച്ചപ്പട്ടാട ചാർത്തിക്കാൻപയോധിമണികാഞ്ചിയെ

അർണ്ണവത്തോടു ചേർത്തീടാനാപഗാദേവിമാർകളെ
സസ്യസമ്പന്നമാക്കീടാൻസർവ്വമർത്ത്യഗൃഹത്തെയും

വാനിലെത്തുന്ന കാർകൊണ്ടൽ വർജ്ജ്യമെന്നാർക്കുരച്ചിടാം
അതിന്നു നഞ്ഞു മെയ്യെങ്കിലമൃതം മാനസം ദൃഢം

ഒരു ദുർദ്ദിനമുണ്ടെങ്കിലൊരുനൂറുണ്ടു നൽദിനം
ഒരുവൻ രുഗ്ണനാണെങ്കിലൊരുപാടുണ്ടുരോഹികൾ

കരിമ്പിനേക്കാൾക്കമ്പിന്നു കാണ്മീലായാമമെങ്ങുമേ
വഴിക്കു ചൊവ്വിലധികം വളവില്ലൊരിടത്തിലും

സൈകതാടവിയെക്കാളും ശാദ്വലസ്ഥലമേറിടും
സദ്വൃത്തരെയപേക്ഷിച്ചുതസ്കരന്മാർ കുറഞ്ഞിടും

അത്തരത്തിൽ വിളങ്ങുന്നോരസ്മജ്ജനനി ഭൂമിയെ
ആവാസയോഗ്യയല്ലെന്നാർക്കപഹാസം തുടർന്നിടാം

പതിക്കൊലാ നാമെന്നോർത്തു പാതാളത്തെയടയ്പവൻ
നഭസ്സുനാഥൻ, കാട്ടുന്നുനാമങ്ങോളമുയർന്നിടാൻ

പരംസ്മൃതിക്കു സമ്രാട്ടായ് പ്രത്യാശയ്ക്കവകാശിയായ്
ആനന്ദിക്കേണ്ട മർത്ത്യന്നെന്താധിവ്യാധിക്കു കാരണം?

ആമോദസ്ഥാനമെന്തെന്തല്ലാത്മവാനേതു നാളിലും
ദുഃഖത്തെയവനീക്ഷിപ്പൂ സുഖത്തിൻ രൂപഭേദമായ്

മനസ്വി തെളിവായ്ക്കാണ്മൂ മഴവില്ലശ്രുബിന്ദുവിൽ
ഉരകല്ലായ് നിനയ്പൂ തന്നൂക്കിന്നാടൽക്കറുപ്പിനെ ■

ഓമനേ നീയുറങ്ങ്!

ഓമനേ, നീയുറങ്ങെന്മിഴിവണ്ടിണ-
ത്തൂമലർത്തേൻകുഴമ്പെന്റെ തങ്കം
ആടിയും പാടിയും ചാടിയുമോടിയും
വാടിയും വീടും മുഖരമാക്കി

വാടി വിയർത്ത മുഖാംബുജത്തോടെന്നെ-
ത്തേടി നീയന്തിയിൽ വന്നനേരം
നിൻകവിൾത്തങ്കത്തകിട്ടിങ്കൽപ്പിഞ്ചുമ്മ
യെൻകണ്ണിലുണ്ണി ഞാനെത്ര വച്ചൂ

നെറ്റിപ്പനിമതിപ്പോളമേലങ്ങിങ്ങു
പറ്റിക്കിടന്ന കുറുനിരകൾ
കോതിപ്പുറകോട്ടൊതുക്കി വെൺമുത്തൊളി
സ്വേദബിന്ദുക്കൾ തുടച്ചുമാറ്റി

ആരോമൽപ്പൈതലേ, ഞാനെത്ര നിന്നെയെൻ
മാറോടണച്ചു പുണർന്നു നിന്നു
അൻപാർന്നു വെള്ളിത്തളികയിൽ ഞാൻ നല്കും
പൈമ്പാൽപ്പൊടിയരിച്ചോറെൻ കുട്ടൻ

പാർവണത്തിങ്കളിൽത്തങ്ങുമമൃതൊരു
ഗീർവാണബാലൻ ഭുജിക്കുംപോലെ
മിഷ്ടമായ് ഭക്ഷിച്ചുറങ്ങുകയായ് പൂവൽ
പ്പട്ടുമേലാപ്പണിത്തൊട്ടിലിതിൽ

വാനിൽക്കതിരൊളി വീശിത്തിളങ്ങീടും
തൂനക്ഷത്രത്തിൻ ശരിപ്പകർപ്പേ

ആണിപ്പൊൻചെപ്പിനകത്തു വിലസീടും
മാണിക്യക്കല്ലിന്നുടപ്പിറപ്പേ

ഓമനേ, നീയുറങ്ങെൻമിഴിവണ്ടിണ-
ത്തൂമലർത്തേൻകുഴമ്പെന്റെ തങ്കം

രണ്ട്

തങ്കക്കിണ്ണം നീയെടുത്തൊരു കുട്ടക-
ത്തിങ്കലിടും വിധമെൻ മകനേ
ചെങ്കതിരോനെയെടുത്തു സായങ്കാലം
വങ്കടലിലിട്ടു മുക്കിടുന്നു

ദൂരെപ്പടിഞ്ഞാറായ് വാനത്തു മഞ്ഞയും
ചോരച്ചുവപ്പും കലർന്ന കാന്തി
അർക്കനാം സ്വാമിയെയാറാടിക്കും ദേവർ
വയ്ക്കും വെടിക്കെട്ടിൻ ദീപ്തിയാവാം

പാരാം കടലാസ്സിൽ പാടേ പരക്കുവാൻ
പോരും കരിമഷി വാനിൽനിന്നും
താഴോട്ടു കുപ്പി കമിഴ്ത്തിയൊഴിക്കുന്നു
തായാട്ടു കാട്ടുന്ന പൈതലേതോ?

ഓമനപ്പൂർവാദ്രിശൃംഗക്കാൽത്തട്ടേറ്റ
ശീമക്കമെലപ്പന്തെന്നപോലെ
മാനത്തു പൊങ്ങിന പൗർണ്ണമാസിത്തിങ്കൾ
വാനവബാലർ കരസ്ഥമാക്കി

അമ്പിളി വെൺകതിരെന്ന കപടത്താ-
ലൻപിലിരവാകുമംഗനയാൾ
തന്മടിയിങ്കൽ കിടത്തിയീലോകത്തെ-
യമ്മിഞ്ഞ നല്കിയുറക്കിടുന്നു

വിൺപുഴത്തങ്കത്തരിമണലപ്പം വ-
ച്ചുമ്പർകിടാങ്ങൾ കളിക്കുംപോലെ
അന്തമില്ലാതുള്ള താരങ്ങൾ മേൽക്കുമേ-
ലന്തരീക്ഷത്തിൽ വിളങ്ങിടുന്നു

മാങ്കന്നിച്ചെന്തളിർത്തല്ലജം തിന്നൊരീ-
യാൺകോകിലപ്പൈതലെന്മകനേ

തൻചെറുകണ്ഠമാം പീപ്പി പിടിച്ചൂതി
നിൻചെവിക്കിമ്പം വളർത്തിടുന്നു

തൈമണിപ്പൂന്തെന്നൽ തള്ളിക്കടന്നൊരുൾ-
പ്രേമത്തെഴപ്പെഴുമായപോലെ
നിങ്കണിത്താരൊളി മേനിച്ചടപ്പു തൻ
പൊൻകൈവിശറിയാൽപ്പോക്കിടുന്നു.

മംഗല്യാലങ്കാര വാടാവിളക്കായ് വ-
ന്നെൻഗൃഹമാളുമൊളിത്തിടമ്പേ!
നിൻനിഴലിൻപടി കാണ്മൂ ഞാൻ കത്തുമി-
പ്പൊന്നിൻനിലവിളക്കന്തികത്തിൽ

നന്ദനനേ! മനോനന്ദനനേ നല്ല
നന്ദനാരാമ നറുമലരേ
ഓമനേ, നീയുറങ്ങെൻമിഴിവണ്ടിണ-
ത്തൂമലർത്തേൻകുഴമ്പെന്റെ തങ്കം!

മൂന്ന്

താമരയല്ലിപ്പൊതിപ്പിഞ്ചിതൾമിഴി-
യോമനേ, ചിമ്മിയുറങ്ങീടും നീ
പാവയും പീപ്പിയും പമ്പരവും പന്തും
പാവങ്ങൾചുറ്റും കിടപ്പതൊന്നും

കാണുന്നീലല്ലോ; കറയറ്റ നിൻ പുറം
പ്രാണങ്ങളല്ലീയിവറ്റയെല്ലാം?
മുല്ലപ്പൂമൊട്ടൊളിപ്പല്ലിൻകുരുന്നുകൾ
മെല്ലവേ തെല്ലു വെളിക്കു കാട്ടി

ചെല്ലച്ചെറുചിരിക്കള്ളത്താൽ തത്ത്വം നീ
ചൊല്ലിത്തരുന്നു; ഞാൻ വിഡ്ഢിതന്നെ!
ആയായ്, ഈ മൺകളിപ്പണ്ടങ്ങളെങ്ങോ? നി-
ന്നായത്താനന്ദമുറക്കമെങ്ങോ

നിദ്രയാം ദേവിതൻ വാത്സല്യപൂർണ്ണമാം
ഭദ്രദപ്പൊൽക്കരത്താലോലത്തിൽ
ഞങ്ങൾക്കു ചിന്തിപ്പാൻപോലുമശക്യമാം
മംഗളമല്ലോ നിനക്കധീനം

വാനത്തുനിന്നു വരിവരിയായെത്ര
വാനവമാനിനിമൗലിമാരോ
തിങ്കൾക്കുളിർക്കതിർക്കോണിവഴിയായ് വ-
ന്നെൻകുഞ്ഞേ, നിന്മെയ്തലോടി നില്പൂ,

ബ്രഹ്മാനന്ദപ്രദമായ്ച്ചില പാട്ടുക-
ളമ്മാൻകിശോരമിഴിമാർ പാടി
മെല്ലവേ പീയൂഷയൂഷം പൊഴിപ്പൂ നിൻ
ചെല്ലക്കുരുന്നു ചെവിയിണയിൽ

വിണ്ണവർകോനുടെ പള്ളിവില്ലിൽപ്പെടും
വർണ്ണങ്ങൾകോലും കിളിച്ചെണ്ടുകൾ
കല്പകപ്പൂക്കളാൽക്കെട്ടിക്കളിപ്പാനെ-
ന്നപ്പനു നല്കുന്നുണ്ടാ വധുക്കൾ

പാലാഴിപെറ്റ സുരഭിയാം പൈയിനെ-
ച്ചാലേ കറന്നു ചുടുനറുംപാൽ
അപ്പാലു കാച്ചിയുറച്ച തയിർ കട-
ഞ്ഞപ്പാടേ നേടിയ വെണ്ണയുമായ്

മംഗല്യഗാത്രിമാരാമവർ നല്കുന്നു-
ണ്ടെൻ കണ്മണിക്കു ഭുജിച്ചുകൊൾവാൻ
വാരാശിമേഖലത്തയ്യലാളാമമ്മ
നാരായണസ്വാമിയാകുമച്ഛൻ

ദേവതമാരാകും ചേടിമാർ; ഓമന-
പ്പൂവൽമെയ്ത്താരങ്ങളാ വയസ്യർ
ഈവണ്ണമുള്ളോരാൽ പോഷിതമാകും നിൻ
കേവലസ്വപ്നസുഷുപ്തിസൗഖ്യം

എൻപാഴുറക്കുപാട്ടെന്തിന്നു ഭഞ്ജിപ്പൂ
നിൻപാട്ടിൽ നീയുറങ്ങെന്റെ തങ്കം
എന്മാംസദൃഷ്ടികൾക്കെത്രയോ ദൂരയാ-
ണിമ്മാന്യഗാർഹികയോഗക്ഷേമം.

ശൈശവസ്വാപസുഖാവൃതനാം നിന-
ക്കാശീർവചസ്സെന്തു ഞാനുരയ്പൂ
എന്തധികാരമെൻ നാവിന്നതോതുവാൻ
ഹന്ത! ഞാൻ മണ്ണിലേ മണ്ണുമാത്രം

ത്രൈലോക്യശില്പി ഹിരണ്യഗർഭൻ തന്റെ
ചേലുറ്റ സൃഷ്ടിസൗധത്തിൽനിന്നും
പുത്തനായ് വാർത്തു പുറത്തിറക്കും തങ്ക
പ്പത്തരമാറ്റൊളി വിഗ്രഹമേ

ചേറുമഴുക്കും ചെറുതും പുരളാത്ത
ചാരുകളേബരതല്ലജമേ
പാഴാകും പാപനരകക്കടലിന്റെ
താഴത്തെത്തട്ടിൽക്കിടക്കുമെന്നെ

നീയായ തൂവെൺമുഴുമുത്തിനുത്തമ-
ശ്രീയാർന്ന ശുക്തികയാക്കി ദൈവം
തന്ത്രവിധിയറിയാത്ത ഞാൻ നിൻ പൂജ
യന്തഃകരണത്താൽ മാത്രം ചെയ്യാം

എന്മകനേ, നിൻ വിശുദ്ധസംസർഗ്ഗത്താൽ
നന്മയെനിക്കു വളർന്നീടട്ടേ.
സ്മേരമായ് സ്വാപത്തിൽ മിന്നും നിന്നാനന-
സാരസത്തെക്കണ്ടുചാരിതാർത്ഥ്യം

ചേരുമെനിക്കതുതന്നേ സഗുണമാം
താരകബ്രഹ്മമായ്ത്തീർന്നിടട്ടേ.
കൈച്ചെങ്കോൽ ദൂരത്തുവച്ചോരു രാജാവേ
വജ്രമിളക്കാത്തോരുമ്പർകോനേ

ഭീകരശക്തി വെടിഞ്ഞ കുമാരനേ
യോഗദണ്ഡേന്താത്ത ലോകഗുരോ
ആരോമലേ, നിന്നെപ്പോലൊരു പൈതലി-
ഭാരതഭൂമിയിൽപ്പണ്ടൊരിക്കൽ

കാന്തിക്കുളിർക്കതിർക്കറ്റയുതിർത്തീടും
പൂന്തിങ്കൾക്കുട്ടനായ് വാനിലേറി
നിന്നിൽ നിലീനമാം പ്രാഭവമോർക്കുമ്പോൾ
നിന്നെയുമെന്നെയും ഞാൻ മറപ്പൂ

ഓമനേ, നീയുറങ്ങെൻമിഴിവണ്ടിണ-
ത്തൂമലർത്തേൻകുഴമ്പെന്റെ തങ്കം ■

കപീരദാസൻ

"**മു**ണ്ടു വേണമോ മുണ്ട്, നാലണയ്ക്കാരെങ്കിലും
കൊണ്ടുകൊള്ളുവിനൊറ്റച്ചില്ലി കൂടുതൽ വേണ്ട."

ശുദ്ധസത്യമായുള്ള സൂക്തിയൊന്നീമട്ടോതി
മുഗ്ദ്ധരൂപനാമൊരു മുസ്ലീമിൻ ചെറുബാലൻ
കാശിതൻ പുണ്യവീഥീകർണ്ണശഷ്ക്കുലികളെ
പ്രാശിതപിയൂഷങ്ങളാക്കുവാൻ പ്രയത്നിപ്പൂ.

കാപട്യംകൊണ്ടല്ലാതെ കൈകാര്യമില്ലാത്തൊരാ-
പ്പാപത്തിൻ പൂന്തോട്ടമാം പട്ടണപ്പാഴ്ച്ചന്തയിൽ
സത്യവാക്കാരോതുവാൻ ഓതിയാലാർ കേൾക്കുവാൻ
ഗർദ്ദഭസദസ്സിലോ ഗന്ധർവഗീതോദ്യമം

"നാലണയോടാ കട്ടനാറ നാടൻശീലയ്ക്കു
ബാലാ നീയേതന്ധനെപ്പറ്റിപ്പാൻ നടക്കുന്നു?
രണ്ടണ തരാം; ബാക്കിക്കിനിയും നീ ചെന്നൊരു
മുണ്ടങ്ങേപ്പുറത്തെങ്ങാൻ മോഷ്ടിച്ചു വിറ്റേ പറ്റൂ"

ഇത്തരമോരോവിധം ഹാസ്യവാങ്നാചാരങ്ങൾ
ശുദ്ധനാമബ്ബാലൻതൻ സുകുമാരമാം ഹൃത്തിൽ
മേല്ക്കുമേലാഞ്ഞു കുത്തിത്തിരുകിത്തുടങ്ങിനാർ
ഭോഷ്കുതാൻ മുലപ്പാലായ് ഭുജിച്ച പുണ്യാജീവർ

വിശ്വപാവനിയായ ജാഹ്നവിതൻ തീരത്തിൽ
വിശ്വനാഥസ്വാമിതൻ ദിവ്യസന്നിധാനത്തിൽ
സത്യദേവതേ! സാധ്വി! നിനക്കു രക്ഷാസ്ഥാനം
പ്രത്യക്ഷശൂന്യമെന്നോ പാതകമേ പാതകം

ബാലനും പരിതപ്തമാനസൻ ചുടുബാഷ്പം
ചാലവേ തൻ കൈമുണ്ടു നനയുംവിധം തൂകി
മത്യന്തരത്തിലോർത്താൻ; ''ദൈവമേ! ഹാ! ദൈവമേ!
സത്യവാക്കോതുന്നോനിച്ചന്തയിൽ തനിക്കള്ളൻ

നൂലിനും കൂലിക്കുമായ് നൂനം ഞാൻ കാൽരൂപയ്ക്കു-
മേലിതിൽക്കണ്ടീലതേ ചോദിപ്പാനുമോർത്തുള്ളൂ
ഇച്ഛ ചെറ്റിതിൽപ്പരമില്ല ഞാൻ കൈകൂപ്പുമെ-
ന്നച്ഛനമ്മമാർക്കവരല്പലബ്ധസന്തോഷർ

നാലണയിതേമട്ടിൽ ഞങ്ങൾക്കു നൽകീടുവാൻ
നാളെയും സർവലോകനാഥനങ്ങിരിപ്പീലേ
പിന്നെയെന്തിനി,ക്കെന്നെയാരെത്ര പുച്ഛിക്കിലും
നിന്നെ ഞാൻ വെടിയില്ല; നിന്മെയ്യാം സത്യത്തേയും.

എന്നവനോർത്തു വീണ്ടുമെഴുന്നേറ്റാ വസ്ത്രം തൻ
പൊന്നണിക്കരങ്ങളിൽ പൂണ്ടു വില്ക്കുവാൻ നിന്നാൻ
നേരമന്തിയാവാറായാരുമാ മുണ്ടു വാങ്ങാൻ
ചാരത്തു വരുന്നുമില്ലെന്തൊരു ദുരദൃഷ്ടം!

ആ വസ്ത്രമൂല്യംകൊണ്ടു തണ്ഡുലം വാങ്ങിവേണ-
മാവശ്യം കഴിയുവാൻ തനിക്കും പിതാക്കൾക്കും
മുറ്റുമപ്പൊഴേക്കൊരു മുസൽമാൻ ഫക്കീർ വന്നു
ചെറ്റുമേ ശങ്കവിട്ടച്ചെറുബാലനോടോതി:

''അപ്പനേ, തങ്കക്കുടം ദൈവത്തെയോർത്തിങ്ങോട്ടാ-
വില്പനയ്ക്കുള്ള മുണ്ടു വെറുതെ നൽകേണമേ
ശീതബാധിതനാമിദ്ദഗ്ദ്ധവൃദ്ധനെക്കാളു-
മേതുപാത്രത്തിൽ ചേർന്നാൽ നിൻദാനം ഫലപ്പെടും

നിന്നാണെ മടിക്കേണ്ട നീയെനിക്കിന്നീ വസ്ത്രം
തന്നാലേ മതിയാകൂ താമസിപ്പതെന്തുണ്ണീ
നാലണ നിനക്കേകും നമ്മെക്കാത്തിടും ദൈവം.''
''ബാലാ നീ ശങ്കിക്കേണ്ട പാവുമുണ്ടിങ്ങിട്ടേക്കൂ

അദ്ദാനം താൻ ചെയ്യുകിലച്ഛനമ്മയ്ക്കുമ-
ന്നത്താഴമില്ലാതെപോംവയസ്സുചെന്നോരവർ

ശർമ്മമുണ്ടാവാൻ പണി ദാനം താൻ ചെയ്യാഞ്ഞാലി-
ദ്ധർമ്മസങ്കടഖണ്ഡധാരയിൽപ്പെട്ടീടവേ

ഹന്താതിമാത്രം ബാലനാമവൻതൻ മാനസം
ചിന്താദോലാരൂഢമായ് തീർന്നതിലെന്തത്ഭുതം''
''പാതിവസ്ത്രം ഞാൻ തരാമെന്നപ്പൂപ്പനുമറ്റേ
പ്പാതി വിറ്റരിവാങ്ങിയമ്മയെയേല്പിക്കണം

അത്താഴപ്പട്ടിണിക്കു ഞാൻ തയ്യാറരക്കഞ്ഞി-
മത്താതമാതാക്കൾക്കു മാത്രമേകിയേ പറ്റൂ.
ഏകപുത്രൻ ഞാനവർക്കെൻ പ്രത്യാഗതി നോക്കി-
ശ്ശോകമറ്റങ്ങു വാഴ്‌വൂ ശുദ്ധമാനസരവർ''

എന്നവൻ തൻ വാക്കു കേട്ടേധമാനക്രോധനായ്
പിന്നെയും ചൊല്ലീടിനാൻ പിതൃസന്നിഭൻ ഫക്കീർ:
''പാതിമുണ്ടിനായേവൻ പ്രാർത്ഥിപ്പൂ നൽകുന്നെങ്കിൽ
നീ തികച്ചും നൽകണം നിൻമുണ്ടു മുഴുവനായ്

അല്ലെങ്കിൽ നിന്റെയർദ്ധദാനമങ്ങിരിക്കട്ടെ
നല്ല കുട്ടികളുണ്ടോ വേറെയും നോക്കട്ടെ ഞാൻ''
എന്നോതിയിച്ഛാഭംഗഖിന്നനായ് വടി കുത്തി
മുന്നോട്ടു പോയീടുവാൻ മുതിരും സ്ഥവിരനേ

വീണ്ടും വന്ദനംചെയ്തു ചൊല്ലിനാനബ്ബാലകൻ
''പൂണ്ടുകൊൾകയേ വേണ്ടൂ മദ്വസ്ത്രം മഹാത്മാവേ
ഇന്നത്തേ വാണിജ്യത്തിലെനിക്കു സിദ്ധിച്ചതാ-
മുന്നതലാഭത്താൽ ഞാനുത്തരോത്തരം ധന്യൻ

ഒരുനാളത്താഴമൂണൂർദ്ധ്വമായാലെന്തെനി-
ക്കരുളുന്നൂ സൽപാത്രദാനൈകധനം ദൈവം
ദൈവമേ സത്യരൂപ! ദൈവമേ ത്യാഗരൂപ!
ദൈവമേ ധർമ്മരൂപ! വിജയിപ്പൂതാക നീ''

എന്നോതിത്തൻകോടിമുണ്ടെടുത്തു ഫക്കീരിന്നു
പൊന്നോമൽക്കുമാരകൻ പൊലിച്ചാൽ സമ്മാനമായ്.
രോമാഞ്ചതരംഗിതഗാത്രനായതു വാങ്ങി-
യാ മാന്യമഹമ്മദസന്ന്യാസി നടകൊണ്ടാൻ.

രിക്തപാണിയെന്നാലും കൃതകൃത്യനായ് ദൈവ-
ഭക്തനബ്ബാലകനും തിരിച്ചു ഗൃഹം പൂക്കാൻ.
ആ വീട്ടിലപ്പോളങ്ങൊരാശ്ചര്യം അകസ്മാത്താ-
യേവനോ സാർത്ഥവാഹനൊരുവൻ കണക്കെന്ന്യേ

ആഹാരാദിവസ്തുക്കളവിടെക്കൊണ്ടുവന്നു
മഹാഭാഗ്യവാന്മാരാം ബാലൻതൻ പിതാക്കളെ
വേണ്ടവയെല്ലാം വേഗം വാങ്ങുവാൻ യാചിക്കുന്നു
വേണ്ട വേണ്ടൊരുവകയെന്നവർ പിന്മാറുന്നു.

"അന്തിനേരമായല്ലോ നേരമരിയുംമറ്റുംകൊണ്ടു
പന്തിക്കു വന്നെത്തിടും ബാലകൻ കപീരിപ്പോൾ
വേലചെയ്തു കിട്ടുന്ന കൂലിയൊന്നുകൊണ്ടത്രേ
കാലക്ഷേപം ഞങ്ങൾക്കു; കാംക്ഷയില്ലൊന്നിങ്കലും

മറ്റുള്ളോരേകുന്നതു വാങ്ങിയാൽ കയർത്തിടും
മുറ്റുമബ്ബാലൻ, അവൻ മുഖത്തിൽ കറുപ്പാർന്നാൽ
നഷ്ടജീവരാം ഞങ്ങൾ ധർമ്മം ചെയ്‌വാനങ്ങേക്കോ
പട്ടണം മുഴുവനും പാത്രങ്ങൾ സുലഭങ്ങൾ

ആകയാലിവയെല്ലാമപരർക്കാർക്കാനുമ-
ങ്ങേകണ"മെന്നോതുന്ന ദമ്പതിമാരെ നോക്കി
ആ വണിക്ശ്രേഷ്ഠൻ ചൊന്നാൻ; "അക്കപീരാർജ്ജിച്ചതാ-
ണീവകയെല്ലാമിതിൽ ഞാൻ വെറും സംവാഹകൻ"

എന്നുരചെയ്തപ്പുമാനെങ്ങോ പോയദൃശ്യനായ്
വന്നുകേറിനാനുള്ളിൽ ബാലനാം കപീരനും
അത്താഴപ്പട്ടിണിക്കു ഹാ! താൻ വാങ്ങിയ ചീട്ടു
തത്താതമാതാക്കളെക്കാണിപ്പാൻ സന്നദ്ധനായ്

വന്നൊരബ്ബാലൻ കണ്ട കാഴ്ചയെന്തോതീടേണ്ടൂ"
കുന്നുപോൽ പൊന്നും നെല്ലുമന്നവും കറികളും
എങ്ങനെയവയങ്ങു വന്നുചേർന്നതെന്നവൻ
എങ്ങനെയവയവൻ നേടിക്കൊണ്ടതെന്നവർ

സംഗതി ധരിച്ചപ്പോൾ സന്തുഷ്ടരായ് മൂവരും
മംഗലസ്വരൂപനാം ദൈവത്തെ വാഴ്ത്തിക്കൊണ്ടാർ

പിന്നെയാ രാത്രിതന്നെ ചുറ്റിലും വസിപ്പോരെ-
ച്ചെന്നുകൂട്ടിക്കൊണ്ടു വന്നവർക്കാസ്സാമാനങ്ങൾ

ഒന്നൊഴിയാതെ നൽകിയുദഞ്ചദ്രോമാഞ്ചനായ്
തന്നുടെ ശയനീയം തേടിനാൻ കപീർദാസൻ
ആദിത്യനുദിക്കവേ പിറ്റേന്നുമെഴുന്നേറ്റു
പാതി താൻ തലേദ്ദിനം നെയ്തൊരുക്കിയ വസ്ത്രം

പൂർത്തിയാക്കിച്ചന്തയിൽകൊണ്ടുചെന്നവൻ വിറ്റു
പേർത്തുമത്താഴം തന്റെ പിതാക്കൾക്കൂട്ടിടിനാൻ
അന്നാളത്തെയത്താഴമസ്സലാമമൃതവും
മുന്നാളത്തേതു ഹാ ഹാ! മുഴുതിക്തകവുമായ്

അക്കപീരിന്നു തോന്നി - അല്ല തോന്നിച്ചു സാക്ഷാൽ
മക്കവും ശ്രീകാശിയും വാണിടും മഹേശ്വരൻ ■

ഭാരതീയപ്രാർത്ഥന

രണ്ടായി കൊല്ലമടർകൊണ്ടുലകം കിടന്നു
തിണ്ടാടിടുന്നു; തിരുമേനിയിതെന്തുറക്കം
കണ്ടാലുമിക്കെടുതി കൺമുനയൊന്നുഴിഞ്ഞു
ഭണ്ഡാന്തകേ ജനനി ഭവ്യമിയറ്റിയാലും

ഈയാംഗലേയരെയുമായവരോടെതിർക്കും
ഭൂയാതുധാനരെയുമൊന്നു തിരിച്ചുനോക്കി
നീയാർക്കിണങ്ങുമിവരിൽജ്ജയലക്ഷ്മിയെന്നായ്
ന്യായാവകാശവഴി തീർച്ചവരുത്തിയാലും

ഏതോ നിനച്ചെവിടെയോ പെടുമേവനോ ചെ-
ന്നേതോ നൃപന്റെ സുതനെക്കൊലചെയ്തുപോലും
ഏതോ കണക്കിലുടനൂഴി തനിക്കു നേടാൻ
ചേതോഭിവാഞ്ഛ ബത കൈസറുമാർന്നുപോലും

നൂറ്റിൽപ്പരം സമകൾ ചെന്നോരുടമ്പടിക്കു-
കാറ്റിൽപ്പറപ്പൊരു വെറും കടലാസുതുണ്ടും
നീറ്റിൽപ്പതിഞ്ഞ വരയും സമമായിവാക്കു
മാറ്റിപ്പറഞ്ഞിടുകിൽ മാനവുമായിതിപ്പോൾ

പീരങ്കിയുണ്ടുവെടിയുണ്ടകളുണ്ടു;ശാസ്ത്ര-
സാരം കിടക്കുമവിടെബ്ബലമൊന്നു മാത്രം
പാരം കിരീടമണിവോർക്കവലംബമെന്ന-
ന്നേരം കിശോരമതി കൈസർ നിനച്ചുപോയി

തഞ്ചാരെയെത്തിടുമരാതിയെ നോക്കി ലേശ-
മഞ്ചാതെകണ്ടബല ബെൽജിയഭൂമി ഹൃത്തിൽ
അഞ്ചാമനാകുമൊരു ജോർജ്ജിനെയോർത്തിരുന്നു
പാഞ്ചാലപുത്രി ഭഗവാൻ ഹരിയെക്കണക്കേ

''പേടിക്കവേണ്ട സഖി സിംഹപതാക മന്നി-
ലാടിക്കളിപ്പളവതിക്രമബാധയില്ല
കൂടിക്കഴിച്ചിലിനു ഞാൻ വരു''മെന്നു ചൊല്ലി-
യീടിൽക്കടന്നടരിനാംഗലനാടുമെത്തി

പാരല്പമെങ്കിലുമടക്കണമെന്നതല്ല
ചോരത്തിളപ്പിൽ മിഴിമങ്ങൽ വളർന്നതല്ല
പോരത്രമേൽ ദുരിതമെന്നറിയായ്കയല്ല
ധീരർക്കു ധർമ്മരതി സൃഷ്ടിയിലുള്ളതല്ലോ

ആരാണിതിങ്കലപരാധി കുറെശ്ശെ യുക്തി-
പോരാകിലപ്പുറവുമിപ്പുറവും കിടക്കും
നേരാകമാനമൊരിടം; നെറികേടശേഷം
പാരാതെ മറ്റൊരിടമിങ്ങനെയെങ്ങുമില്ല

ധർമ്മം ജയിപ്പതുനശിപ്പതധർമ്മമെന്നു
നർമ്മത്തിനല്ല മറ പണ്ടരുൾചെയ്തതെങ്കിൽ
ശർമ്മത്തിനില്ല വഴി സർവവിരോധിയാമി-
ശ്ശർമ്മണ്യനാട്ടിനതു ഞങ്ങൾ ധരിച്ചിരിപ്പൂ

എന്നാലുമെത്രദിനമായിനിയെത്രകൂടി
ച്ചെന്നാകിലാണവധിയീയടർമിന്നൽ തട്ടി
മന്നാകമാനമൊരുപോലെ കരിഞ്ഞിടുന്നു
നിന്നാണേ സത്യമിതു നീയറിയേണമമ്മേ

പോരാളിമെയ്ച്ചുടുനിണപ്പുഴയങ്ങൊരേടം
തോരാതെയുള്ള മിഴിനീർപ്പുഴ മറ്റൊരേടം
പാരായപാരിലൊരു പാതിവരയ്ക്കുമിന്നു-
നീരാടിടുന്നു നിലവിട്ടിവ രണ്ടിലൊന്നിൽ

പാരിച്ചിടുന്ന പണമൊക്കെയുമിക്കടുത്ത-
പോരിൽപ്പൊരിഞ്ഞു പുകയാകുക കാരണത്താൽ
പാരിങ്കലെങ്ങുമൊരുപോലെ നടന്നു ഘോര-
ദാരിദ്ര്യദേവത കളിച്ചു പുളച്ചിടുന്നു.

കോയിക്കൽതൊട്ടു കുടിലോളവുമുല്ലസിക്കു-
മീയിൻഡ്യയമ്മയുടെ മക്കളിലെത്ര വീരർ
സ്ഥായിക്കണഞ്ഞരികൾ നിർത്തിന 'വല്യതോക്കിൻ'
വായിൽപ്പതിപ്പു ജനനിക്കഭിമാനമേകി

ഏതായിടട്ടെ തൊലിയുള്ളൊരുപോലെയാണീ
ശ്വേതാസിതർക്കു വിധി നല്കുവതെന്ന തത്ത്വം
വീതാവലേപമടരിൽ ക്രിയകൊണ്ടു കാട്ടും
ഭ്രാതാക്കൾ നിങ്ങൾ ചരിതാർത്ഥരിലഗ്രഗണ്യർ

ഒറ്റശ്ശരീരമുയിരോ,പണസഞ്ചി കാശോ
ചെറ്റങ്ങു പേറുകിലതിന്നവകാശലേശം
മറ്റല്പമാർക്കിവിടെയാംഗലചക്രവർത്തി
യ്ക്കറ്റംവരെയ്ക്കുമടിയങ്ങളധീനരമ്മേ

ആ മാനി ജോർജ്ജനൃവരന്റെ കഴുത്തിലോമൽ-
പ്പൂമാലചേർത്തു ജയലക്ഷ്മി പുണർന്നിടാതേ
നാമാരു പിന്തിരിയുമക്കടവെത്തുവോള-
മീമാതിരിക്കടരിനിൻഡ്യ തയ്യാറുതന്നെ

കേൾക്കുന്നു സാധ്വികൾ പുലർത്തിടുമാർത്തനാദം
വായ്ക്കുന്ന ദുഷ്ടതവഹിപ്പൊരു വൈരിവൃന്ദം
തോൽക്കുംദിനം വരുവതുണ്ടതു നീ കനിഞ്ഞു
നോക്കുന്നുവെങ്കിലിനി വന്നതുതന്നെയമ്മേ

ആളെത്ര ചത്തുപണമെത്ര തുലഞ്ഞുപോരിൽ
നാളെത്ര പോയി നലമേറിടുമാംഗലേയർ
ചീളെന്നു നിൻ കരുണയാൽ ജയമേതുകൊണ്ടും
നാളെയ്ക്കു നേടുവതു നേടണമിന്നു തന്നെ

ഏതുഗ്രമൂർത്തിയെയുമെന്നുമടക്കിവയ്പാൻ
ചാതുര്യമേറിന മിഴിത്തല തെല്ലിളക്കി
നീ തുച്ഛമിപ്പൊഴിതിലിപ്പടയെന്നു ചൊന്ന
ചാദുർദ്ദശത്തിനൊരു ശാന്തി വരുത്തുകമ്മേ ■

മഹാമേരുവിന്റെ മനസ്താപം

മേരുമേരുവെന്നുള്ള പേരുപൂണ്ടില്ലേ മഹാ-
ചാരുരൂപനാമൊരു ശൈലരാജൻ
അജ്ജഗജ്ജ്യോതിസ്സാകുമദ്രിതൻമേൽപ്പണ്ടൊരു
കൊച്ചടയ്ക്കാക്കുരുവി കൂടുകെട്ടി

വേരിലും സ്കന്ധത്തിലും കൊമ്പിലും പുതുമഞ്ഞ-
ത്താരിടതിങ്ങിനിൽക്കും കണിക്കൊന്നയിൽ
ഓമനമന്ദാകിനിത്തൂമലർമണംതൂകും
തൈമണിക്കുളിൽക്കാറ്റിൻ തലോടലേൽക്കെ

പാടിയും പക്ഷം വിരിച്ചാടിയും ബ്രഹ്മാനന്ദം
നേടിയും വാണീടുമച്ചെറുകിളിയെ
സ്വപ്നസൗഖ്യത്തിൽനിന്നും ശ്രോത്രശല്യമാമേതോ
തപ്തദീർഘശ്വസിതം തടഞ്ഞുണർത്തി

ആ നെടുവീർപ്പു സാക്ഷാലദ്രിസമ്രാട്ടാം രത്ന-
സാനുവിൻ ഹൃത്തട്ടിൽനിന്നുയർന്നതത്രേ
ആശ്ചര്യമത്യാശ്ചര്യമായതിൻ മൂലമെന്തേ-
ന്നാച്ചെറുപക്ഷിയോർത്തോർത്തമ്പരന്നു

ഏതും പൊരുൾ തിരിയാഞ്ഞേറുമാ യാതനതൻ
ഹേതു ഹേമാദ്രിയോടു ചോദ്യം ചെയ്തു
"എന്തിതെന്തെൻ പിതാവേ കേൾപ്പതെൻചെവി ദുഃഖം
നിന്തിരുമേനിയിലും നിലീനമെന്നോ

സാനുവും നിതംബവും ശൃംഗവുമാമൂലാഗ്രം
നൂനമങ്ങേയ്ക്കു പൊന്നും മണിയുമല്ലേ

സൂര്യബിംബവും സാക്ഷാൽ ശൗരിതൻ തൃച്ചക്രവു-
മാര്യനാമങ്ങേശ്ശിലാശകലമല്ലേ

ഇത്രിലോകത്തയ്യലിന്നങ്ങല്ലേ മാർത്തട്ടിലേ
മുത്തണിയും കെടാവിളക്കും
നന്ദനാരാമംവിട്ടു നാഥരൊത്തെത്തും നാക
സുന്ദരിമാർക്കെങ്ങല്ലേ സുഖൈകഗേഹം

കാമമെന്തങ്ങേക്കിനിക്കൈവരേണ്ടതൊന്നുള്ളൂ
കാമനീയകക്കതിർക്കളിത്തിടമ്പേ?
ഓതിനാൻ പ്രത്യുത്തരമുത്തമാദ്രീന്ദ്രൻ: ''അഴ
ലേതെനിക്കെന്നോ കേൾ നീ കിളിക്കിടാവേ

മുന്നം ഞാനുണ്ടായനാൾ മുറ്റുമെൻമെയ്യിങ്കലും
നിന്നോടോപ്പം രണ്ടസ്സൽച്ചിറകിരുന്നു
അച്ചിറകയ്യയ്യോ, മദ്ഭാഗ്യവിപര്യയമേ
വജ്രമുലച്ചു വെട്ടിക്കളഞ്ഞു ശക്രൻ

ഞാനവനോടൊന്നിനും പോയതി''ല്ലെന്നന്വയ-
മൂനപക്ഷമാക്കാനന്നുഴറി വജ്രി
''ആ വഴിക്കേറ്റു ഞാനും ഹാ ശതകോടിപാത-
മാവാതെ''ന്നന്നുമുതൽക്കിവണ്ണമായി.

എന്തിനു ദൈവമെനിക്കേകിയാപ്പക്ഷച്ഛദം
എന്തിനു പിന്നീടതു തിരിച്ചെടുത്തു?
സൂരദത്തമാം പക്ഷം സുന്ദരം വീണ്ടുമാർന്ന
ശൂരസമ്പാദി വത്സൻ സുകൃതിതന്നെ.

ആവിധമൊരു മോക്ഷമാരെനിക്കേകുന്നു ഞാൻ
ഹാ! വിധേ ജീവച്ഛവം കടശ്ശിയോളം
വാസവൻ വാനോർകുലനാഥനെന്നെത്തൻസുഖ-
വാസഗേഹമായിത്തീർപ്പൂ മഹാമദാന്ധൻ

ആയിരമുണ്ടെങ്കിലുമക്ഷിയെന്നുൾത്തട്ടിലെ-
ത്തീയവൻ കാണുന്നീല ദയാദരിദ്രൻ
ആർപ്പും വിളിയുമാളും തദ്വധുക്കൾക്കെൻ നെടു-
വീർപ്പു കേൾപ്പാനുണ്ടാമോ ശ്രവണരന്ധ്രം

വേണ്ട,വരെന്നെക്കൊണ്ടേ മേൽക്കുമേൽ സുഖിക്കട്ടേ
വേണ്ടമട്ടതിൻപുണ്യമെനിക്കു ചേരും
മുപ്പുരം ലോകങ്ങളേ മുറ്റുമിട്ടുലയ്ക്കവേ
ചില്പുമാൻ ശർവനെന്നെക്കുലവില്ലാക്കി

ഇന്ദ്രനെപ്പാലിച്ചില്ലേ? വെന്നതാരന്നേദ്ദിനം
ഛിന്നപക്ഷനാം ഞാനോ? കുലിശഭ്യത്തോ
പാദപം പാദപമായ് നിൽക്കുകിൽക്കുളിർനൽകും
പാഴ്‌വിറകായ്പ്പതിച്ചാൽ കുളിരകറ്റും

ചേലിലുമതിന്മട്ടു മാലിലും സത്തുക്കൾ തൻ
വേലയൊന്നത്രേ നൂനംപരോപകാരം
ആകയാൽ ശതമന്യുവാശപോലെന്മെയ്യിൽ വാ-
ണാകവേ പുണ്യഫലം ഭുജിച്ചിടട്ടെ

നഷ്ടമെല്ലാമങ്ങോർക്കും ലാഭമെല്ലാമെനിക്കും
വിഷ്ടപേശൻ നൽകുന്നു വിചിത്രവൃത്തൻ
എങ്കിലും വല്ലപ്പോഴുമെൻ ചിറകില്ലെന്നുള്ള-
സങ്കടം തള്ളിക്കേറിത്തലക്കൊള്ളുന്നു

പക്ഷമൂലം ശൂന്യമായ്പ്പാർത്തുകാണവേ ചിത്തം
തൽക്ഷണം വല്ലായ്മയ്ക്കു വശപ്പെടുന്നു
വത്സാ നീ പക്ഷം വിരിച്ചാടവേ നിന്നെക്കണ്ടു
മസമാധാനത്തിനൊരിടച്ചിൽ വന്നു

പള്ളിവില്ലാക്കീടിന ഭർഗ്ഗനൊരമ്പായെന്നെ
ത്തള്ളിവിട്ടീലല്ലോ, ഞാൻ തനിച്ച പാപി
അങ്ങനെയായിരുന്നാലക്ഷണം വീണ്ടുമൊരു
ജംഗമമായേനേ ഞാൻ; ജയംപൂണ്ടേനേ

അന്തരീക്ഷത്തിൽപ്പറന്നർദ്ധനിമേഷം വാഴ്‌വാൻ
ഹന്ത, പറ്റീലല്ലോ ഞാൻ ഹതവിഭവൻ
എന്നതു നിൻകാഴ്ചയാലെൻ മനമോർത്തത്രേ ഞാ-
നിന്നെടുവീർപ്പിട്ടതെൻ സഹോദരനേ

ഹാ! ചരമായ്പ്പിറന്നു ഞാൻ വെറുമചരമാ-
യീ ജഗത്തിലെത്രനാൾക്കഴിച്ചുകൂട്ടും
ജന്മമയ്യയ്യോ പാഴാമിമ്മലയ്ക്കുപയോഗം
പൊന്മണികളാലെന്തു വരേണ്ടതുള്ളൂ

ഭാരമേ ഭാരമിവ പാരിനുമെന്മേനിക്കു
മാരിവയ്ക്കായ്ത്തിരിച്ചെൻ ചിറകു നൽകും?
ഈക്കഥ നീ കേട്ടതായ്വയ്ക്കയേ വേണ്ട; പാട്ടു
കീഴ്ക്കടപോലെ പാടിത്തകർക്കൂ കുഞ്ഞേ.''

ഏവമോരോന്നു ചൊല്ലിദ്ദേവതാത്മാവാകുമ-
സ്ഥാവരസാർവഭൗമൻ വിരമിക്കവേ
''ദൈവമേ, നിഷ്പക്ഷൻ നീ; നിൻ വരവിതരണ-
മേവനിലും തുല്യം'' എന്നെടുത്തുകുറി-

ത്രോടിവിടുർത്തി വീണ്ടുമീശ്വരനെപ്പുകഴ്ത്തി
പ്പാടിയുമാടിയുമപ്പതത്രി വാണു. ■

ഒരു വീരമാതാവ്

പെരുമ്പടപ്പൂഴി പടർന്നിരുന്ന
പെരുമ്പടപ്പൂഴിയിൽ മുമ്പൊരിക്കൽ
കോയിക്കലുച്ചയ്ക്കമെറേത്തിനായ്ച്ചെ-
ന്നിരുന്നു രാജന്യകുമാരനേകൻ

അടർക്കളം തേടിനൊരഗ്രജർക്കു-
ള്ളനന്തരോദന്തമറിഞ്ഞിടാതേ
പൊന്നുണ്ണിതൻ പൂങ്കവിൾ വിട്ടിരുന്നു
താരുണ്യമർപ്പിച്ച ചുവപ്പുചായം

ദുരന്തചിന്താവിഷമജ്വരത്താൽ
ദൂനൻ നൃപന്നപ്പൊളടിക്കലത്തിൽ
കായം കുറെ കൈക്രിയ കാട്ടിയാലും
പ്രാണൻ രണക്ഷോണിയിലായിരുന്നു

മനസ്വിനീമൗക്തികമാലയായ
മാടക്ഷമാമണ്ഡലഭാഗ്യലക്ഷ്മി
തൻതൈക്കിടാവിങ്കലണച്ചിരുന്നു
താല്പര്യവിസ്താരിതദൃഷ്ടിപാതം

ഓടിക്കിതച്ചെത്തിന ദൂതനേക-
നൊരോലയപ്പോൾത്തിരുമുമ്പിൽ വച്ചു
അവന്റെ കണ്ണീരിൽ നനഞ്ഞൊരക്ക-
ത്തച്ചുപ്രകാശാക്ഷരമായിരുന്നു

ഒറ്റക്കരം സ്വല്പമൊരന്നഗോളം
മറ്റേക്കരം മർമ്മഗപത്രബാണം

ഇമ്മട്ടിലേന്തും പ്രഭുവിൻ വയസ്സ-
ന്നേറെക്കവിഞ്ഞാൽപ്പതിനെട്ടുമാത്രം

സ്വദുർല്ലലാടാക്ഷരമാലതന്റെ
സൂക്ഷ്മപ്രതിച്ഛന്ദകമെന്നപോലേ
കാണായൊരപ്പത്രമെടുത്തു നോക്കീ
കരൾത്തുടിപ്പേറിന കാശ്യപീന്ദു

''പകച്ചിറങ്ങിപ്പടവെട്ടിയെന്റ
രണ്ടേട്ടരും പെട്ടരുളിക്കഴിഞ്ഞു;
അങ്കം നടക്കുന്നു മുറയ്ക്കു; തായേ
ഞാനെന്തു മേൽ വേണമതോതിയാലും''

എന്നോതി വീർപ്പേറിയിടയ്ക്കു വാക്കു-
തട്ടിത്തടഞ്ഞോരു കഴുത്തുയർത്തി
തപ്താശ്രു തങ്ങും മിഴിരണ്ടുമോമൽ
ത്തങ്കക്കുടം തായയുടെ നേർക്കയച്ചു

സന്ധ്യാംബരംപോലെ മകന്റെ നോട്ടം
ശങ്കാതമിസ്രാങ്കമിയന്നു കാൺകെ
തണ്ടാർ തളർന്നാമ്പൽവിരിഞ്ഞിടാത്ത
വാപിക്കു നേരായ് ജനനിക്കു വക്ത്രം

ആ വീരമാതാവിനതേവരയ്ക്കു-
മപത്യവാത്സല്യമനോരമങ്ങൾ
ആ ലാക്കിൽ നേത്രങ്ങൾ പകർന്നു കാണാ-
യാക്ഷേപരൂക്ഷേക്ഷണദക്ഷിണങ്ങൾ

വളഞ്ഞ ചില്ലിക്കൊടി ചൊവ്വിൽവച്ചും
വഹ്നിസ്ഫുലിംഗം മിഴികൊണ്ടുതിർത്തും
മകന്റെനേർക്കമ്മ വലിച്ചുവിട്ടാൾ
വാഗ്രൂപമായുള്ളൊരു വജ്രബാണം

''എന്തോതി നീയെന്മകനേ മരിച്ചു
രണ്ടേട്ടരും ഞാനിനിയെന്തുവേണം?
എന്നോ നിനക്കമ്മയായെന്നെനോക്കി-
ച്ചോദിക്കുവാൻ തോന്നിയ ചോദ്യമിപ്പോൾ?

ആദ്യം കുലോദ്ധാരകരാകുവാൻ ര-
ണ്ടാണ്മക്കളുണ്ടായ്ച്ചരിതാർത്ഥയാം ഞാൻ
തദ്ദൃഷ്ടിദോഷം മറവാനൊടുക്കം
പെൺപെട്ടയെ പെറ്റൊരു പൊട്ടിയായി

കാഴ്ചയ്ക്കതും പുരുഷനെന്നു തോന്നി
കാര്യംവരുമ്പോളൊരു ഭീരുമാത്രം
തങ്കത്തിനും പൂച്ചിനുമുള്ള ഭേദം
ശാണോപലാന്ദോളനവേള കാട്ടി

അന്തപ്പുരത്തിന്നകമക്കിടാവു
കണ്ണും നിറച്ചിന്നു കരഞ്ഞിടട്ടെ
അല്ലാതെയെന്തെൻ രസനയ്ക്കുരയ്ക്കാം
അവീരയാം ഞാനസഹായയല്ലോ

''ഞങ്ങൾക്കു മാനം കുലദൈവ''മെന്നു
ള്ളാദർശവാക്യം പൊരുളുള്ളതാക്കി
മാടക്ഷമാനാഥരിതേവരേക്കും
വാണാർ അതയ്യോ നിഗദോക്തിമേലിൽ

തടുത്ത നിൻ ജ്യേഷ്ഠരെ വെട്ടിവീഴ്ത്തി-
സ്സാമൂതിരിപ്പാടടരാടിടുമ്പോൾ
കണ്ണുംമിഴിച്ചിങ്ങനെ നിൽക്കയെന്നോ
കർത്തവ്യമൗഢ്യാന്തരിലഗ്രഗൻ നീ

തേജോധനം ക്ഷത്രിയജന്മമാണു-
ജഗത്തിൽ നീയിന്നു ചരിപ്പതെങ്കിൽ
എൻപൈതലേ! നിൻ കരളിന്നിതല്ല
സന്ദേഹദോലാവിഹൃതിക്കു കാലം

ദൂരത്തിലെങ്ങോ പടപോലുമിങ്ങു-
പൊക്കുന്നു വെള്ളക്കൊടി നിൻകപോലം
ഇത്താളിലോ മാറ്റലർ നിൻകുലത്തിൻ
കീർത്തിക്കൊലച്ചീട്ടു കുറിച്ചിടേണ്ടൂ?

ഈ മാടരാജാന്വയമെന്റെ കുക്ഷി
മരിച്ചൊരേട്ടർക്കു സഗർഭ്യഭാവം

നിൻജന്മമിച്ചൊന്നതിനൊക്കെ മേന്മ-
യേകുന്ന ഘണ്ടാപഥമേകുമല്ലോ

ശ്വാസംവിടും ശുഷ്കശവങ്ങളെത്ര
മണ്ണോടു മണ്ണായ് മറവാർന്നിടാതെ
പെറ്റമ്മയാം പാരിനു മാലണയ്പ്പൂ
ഭൂയിഷ്ഠദുർഗ്ഗന്ധമലീമസങ്ങൾ

അഖണ്ഡചൈതന്യജനുസ്സുമൂല-
മക്ഷയ്യസൽകീർത്തിവപുസ്സു നേടി
കാലജ്ഞ ലംഘിപ്പവരേറെയില്ല
കല്യാണധാമാക്കൾ മൃകണ്ഡുപുത്രർ

ശ്വസിച്ചു ചാകുന്നതിലെത്ര മെച്ചം
മരിച്ചു ജീവിപ്പതു മന്നിടത്തിൽ
അതോർത്തു നീ ചെയ്യുക നിന്റെ ധർമ്മം:
അങ്ങേപ്പുറത്തേക്കധികാരി ദൈവം

മാടക്ഷിതിദ്രൗപദിതൻപുകൾപ്പ
ട്ടരാതിദുശ്ശാസനനാരഴിക്കും
അസ്സാദ്ധ്വിതന്നാർത്തനിനാദമെത്തീ
പൂർണ്ണത്രയീശശ്രുതിമണ്ഡലത്തിൽ.''

ആദ്യത്തിൽ നിന്ദാരസതിക്തമായു-
മനന്തരം വത്സലരുച്യമായും
തൻമാതൃവാഗാമലകീഫലത്തെ
മന്നന്റെ കർണ്ണം സുഖമായ് ഭുജിച്ചു

അടിക്കലം വിട്ടെഴുന്നേറ്റു ശീഘ്രം
കൈവറ്റുകൂടിക്കഴുകാതെ മന്നൻ
തൻവാൾ വലിച്ചൂരിയുലച്ചുകൊണ്ടു
സംഗ്രാമികക്ഷോണിയിലേക്കു പാഞ്ഞു

കണ്ണീർക്കണത്താൽ നനയാതിരുന്ന
കൈയക്കുമാരൻ രണഭൂവിലെത്തി

പ്രക്ഷാളനംചെയ്തു വിപക്ഷസേനാ-
കണ്ഠസ്ഥലീഗൈരികനിർഝരത്തിൽ

അടർക്കളപ്പൊയ്കയിലുല്ലസിച്ചൊ-
രരാതിഭൂപാലയശോമൃണാളം
അന്നാൾ ബുഭുക്ഷയ്ക്കടിപ്പെട്ടിരുന്നൊ-
രാരാജഹംസം വഴിപോലശിച്ചു

രണാങ്കണത്തിങ്കലസുക്കളറ്റു
വീണാൻ നൃപൻ സാധിതപൂരുഷാർത്ഥൻ
കല്യാണമാല്യം ജയലക്ഷ്മി ചാർത്തീ
വീരവ്രണം മിന്നിന തൻഗളത്തിൽ. ■

തത്ത്വചിന്ത

മന്നവൻതന്മുടിത്തങ്കകിരീടത്തിൽ
മിന്നിത്തിളങ്ങുന്ന വൈരങ്ങളേ
ഒന്നു വല്ലപ്പോഴുമോർക്കുപോലുമി-
ല്ലുന്നതർ നിങ്ങൾ കഴിഞ്ഞകാര്യം

ആദിത്യരശ്മിയടുക്കലണയാത്ത
പാതാളലോകപ്പടുകുഴിയിൽ
കൂരിരുട്ടിൽപ്പെട്ടു, ദുർവിഷക്കാറ്റേറ്റു
ചേറിൽ പുതഞ്ഞോരു മേനിയുമായ്

അങ്ങെങ്ങോ ദൂരത്തനേകായിരം വർഷം
മങ്ങിമയങ്ങിക്കിടന്നോർ നിങ്ങൾ
സാഹസവൃത്തിയിൽ സാധകം ചെയ്തോരാ-
ലോഹഖനിക്കൂലിവേലക്കാരൻ

കഞ്ഞികുടിക്കാതെ കായും വയറോടു
പഞ്ഞത്തുണിക്കീറരയിൽച്ചുറ്റി
താഴത്തിറങ്ങിത്തളരാതെ നിങ്ങളെ-
ത്തപ്പിയെടുത്തു കരയ്ക്കു കേറ്റി

ശാപവിമോചനം നിങ്ങൾക്കു നല്കിയാ-
ത്താപസപ്രായൻ കൃതാർത്ഥനായി.
ഹാ! നിങ്ങൾ വജ്രഹൃദയങ്ങൾ തെല്ലുമ-
പ്രാണിദയാർദ്രനെച്ചിന്തിപ്പീല.

അന്യോപകാരികൾക്കായതുകൊണ്ടേതും
ഖിന്നതയി,ല്ലവനിദ്ദിനവും

നിങ്ങൾക്കു സോദരരായോരെ മേന്മേലാ
വൻകുണ്ടിൽനിന്നു കരേറ്റിടുന്നു

നിങ്ങൾക്കു മാതാവാമകരഭൂവില്ലേ
മംഗലശീലയാമക്ഖനിയാൾ
നിങ്ങൾ വിധിബലംമൂലമിന്നാർന്നിടും
തുംഗമാം സ്ഥാനവും നന്ദികേടും

കേൾക്കുകിൽ സന്തോഷസന്താപബാഷ്പങ്ങൾ
വാർക്കും സമ്മിശ്രമായ് കണ്ണിൽനിന്നും
വാർമഴവില്ലൊളി നാലുപാടും വീശു-
മോമനശ്ശീമക്കമലങ്ങളേ

പാൽക്കടൽപ്പെൺകടക്കൺമധു സേവിച്ചു
കീഴ്ക്കട തീരെ മറന്നിടൊല്ലേ
ആയൊളി തെല്ലൊന്നകത്തേക്കും പാറിപ്പി-
നല്ലെന്നാൽ നിങ്ങൾ കരിക്കട്ടകൾ

ഓമനസീമന്തിനീമണിയാളുടെ
കോമളകൈശികതല്ലജത്തിൽ
വാനത്തുഷസ്സിൽദ്ദിനമണിപോലേറും
വാസനറോസാമലരുകളേ

തിങ്കൾമുഖിമണിയാൾതൻ വലമ്പിരി
ശ്ശംഖൊളിക്കണ്ഠമതല്ലികയിൽ
വർണ്ണവും വർണ്ണവും ചേർന്നു വിളങ്ങിടും
വെൺനറുമൗക്തികക്കല്ലുകളേ

കാന്തമാർതങ്കുലത്തങ്കപ്പതക്കത്തിൻ
മാന്തളിർച്ചെഞ്ചൊടി കണക്കേ
ദർപ്പണക്കുപ്പികൾക്കുള്ളിൽത്തിളങ്ങിടു
മത്ഭുതമുന്തിരിസ്സത്തുകളേ

പൈമ്പാൽ മൊഴിയാളിളങ്കൈ വിരലുകൾ
കമ്പികൾ തൻവഴിക്കോടിക്കവേ

ഭൂരിപീയൂഷത്താൽക്കർണ്ണം കുളിർപ്പിക്കും
വാരൊളിത്തങ്കവിപഞ്ചികളേ

നട്ടുവളർത്തിയോരുദ്യാനപാലനോ
മുങ്ങിയെടുത്തോരു മുക്കുവനോ
യന്ത്രം കറക്കിവിടും പണിക്കാരനോ
ഹന്ത! വാദ്യംതീർക്കും ശില്പിതാനോ

നിങ്ങളാലോർക്കപ്പെടുന്നീല ലേശവു-
മിങ്ങനെതന്നെയോ ലോകധർമ്മം
നന്ദിയാം വാക്കിലേ രണ്ടക്ഷരങ്ങളിൽ
മിന്നും പൊരുളിനെക്കൈതൊഴുവിൻ

എന്തിന്നു ഞാനിതുരയ്ക്കുന്നു ചിന്തിച്ചാ-
ലെന്തുണ്ടിവയ്ക്കുമെനിക്കും ഭേദം?
കല്ലോ കരടോ കടലാടിയോ കള്ളി
മുള്ളോ മുരിങ്ങയോ മൂർക്കപ്പാമ്പോ

ഈയലോ പാറ്റയോ മൂട്ടയോ ഞാഞ്ഞൂളോ
പേനോ കൊതുകോ കുഴിയാനയോ
മറ്റോ വടിവാർന്നു ഹാ! ഹാ! പടുകുഴി
പറ്റിക്കിടന്നൊരു പാപിയെന്നെ

അങ്ങെങ്ങോ ദൂരത്തുനിന്നു തിരഞ്ഞെടു-
ത്തിങ്ങനെ പൊക്കിക്കരയ്ക്കുകേറ്റി
എൻതമ്പുരാനേ, ഭഗവാനേ, പോറ്റി, നീ
നിൻതിരുവുള്ളപ്പെരുവെള്ളത്തിൽ

തേച്ചുകഴുകിത്തുടച്ചു വെടിപ്പാക്കി-
യാശ്ചര്യമാകുമീ രൂപമേകി
സർവചരാചര സാമ്രാജ്യപ്പൊൻചെങ്കോ-
ലെൻവലങ്കൈയിൽ സമർപ്പിച്ചീലേ?

മോഹാന്ധകൂപത്തിൽ മുങ്ങിയും പൊങ്ങിയും
ഹാ! ഹാ! കൃതഘ്നശിരോമണി ഞാൻ
സത്യസ്വരൂപനേ സർവലോകങ്ങൾക്കും
കർത്താവേ, ഭർത്താവേ, സംഹർത്താവേ,

രക്ഷിതാവങ്ങയേയോർക്കാതെയെൻ ജന്മം
കുക്ഷിംഭരിയായ്ത്തുലയ്ക്കാമെങ്കിൽ
കല്ലിന്നും പൂവിന്നും നന്ദിയില്ലെന്നു ഞാൻ
ചൊല്ലുന്നതിൽപ്പരം മൗഢ്യമുണ്ടോ?

എന്നെ ഞാൻ നന്നാക്കാനോർത്താൽ മതി
പിന്നെയന്യവസ്തുക്കളും നേരെയാകും.''
ശീമക്കമലമേ റോസേ നറുമുത്തേ
കോമളമുന്തിരിസ്സത്തേ വീണേ

നൂനം ഭ്രാതാക്കളെ നിങ്ങളെശ്ശാസിപ്പാൻ
ഞാനല്ലധികാരി; തെറ്റിപ്പോയി.
മാപ്പെനിക്കേകുവിൻ, നാമെല്ലാം നന്നാവാ-
നൊപ്പം കനിയട്ടെ ചിത്സ്വരൂപൻ. ■

കാവ്യപ്രഭാവം

തപമനവധി ചെയ്തു താന്തനായി-
ത്തനതുടജത്തിൽ വസിച്ചിരുന്ന ശുക്രൻ
ഭയദമൊരശരീരിവാക്കു കേട്ടാൻ
പ്രളയഘനാഘനഗർജ്ജനം കണക്കേ

''ബലി പടയിൽ മരിച്ചുപേർത്തുമങ്ങേ-
പ്പെരുമ നിലച്ചു;ജയിച്ചു ദേവരാജൻ
കഥയിനിയുമി തൊട്ടറിഞ്ഞതില്ലേ
കവിയഥവാ പകലും കിനാവുകാണ്മോൻ

കരുതുക കരണീയം എന്ന വാക്യം
കടുവികടസ്ഫുടമുത്തരോത്തരോച്ചം
ജവമൊടു ഗഗനത്തിൽനിന്നുയർന്നു
ജലധിയിൽനിന്നു ഹലാഹലംകണക്കെ (യുഗ്മകം)

മുഹരിതഹരിദന്തമാ വചസ്സിൽ
മുഖവുരയാം ചെറുവാക്യമൊന്നുമാത്രം
മുനിയുടെ ചെവിയിൽത്തറച്ചു മുറ്റും
മുനയൊരു മൂന്നുകലർന്ന വേലുപോലെ

ഭൃശമുടനൊരു ഞെട്ടൽ ഞെട്ടി, വാനിൽ
ഭൃഗു നിലവിട്ടു പകച്ചു നോക്കിനിന്നു
വിളറി കവിൾ വിയർത്തു നെറ്റി മങ്ങീ
മിഴി, ഗതചേതനനായി മാമുനീന്ദ്രൻ

പുനരപി ധൃതസംജ്ഞനായ ദാന്തൻ
സ്ഫുടമിടനെഞ്ഞടി വിട്ടുമാറിടാതെ

ഒരുവിധമെഴുന്നേറ്റു ചിന്തചെയ്താ
നൊടുവിൽ "ഇതെന്തൊരകാലവജ്രപാതം?

ബലിശരിമമ ശിഷ്യൻ ഏതു ദിക്കിൽ-
പ്പടയവനിപ്പൊഴരാതിയേതൊരുത്തൻ?
അടരിനു വഴിയെന്തു തോൽവിയെന്ന-
ല്ലപമൃതികൂടിയതേതുമട്ടിൽ നല്കി?

വിധി, നിജതനയൻ സനൽക്കുമാരൻ
വിധൃതവിരോചനസഖ്യനെന്നു കാണ്മൂ;
അഴൽ മഹിതകയാധുജാന്വയത്തി
ന്നരുളുകയില്ലസുരാരി സത്യസന്ധൻ

വിഭു ബലി തനതിഷ്ടദേവനെന്നായ്
വിഷമശരാരിയെ വിശ്വസിച്ചിരിപ്പൂ
ദൃഢമവനൊടു വൈരഹേതുസൃഷ്ടി-
സ്ഥിതിലയകൃത്തുകൾ മൂന്നുപേർക്കുമില്ല. (യുഗ്മകം)

അസുരരൊടു സുരർക്കു ചേർച്ച പാർത്താ-
ലസുലഭമെങ്കിലുമസ്സഹോദരന്മാർ
അവികലമൊരു സന്ധിചെയ്കകൊണ്ടി-
ന്നടരവർത്തമ്മിലുമത്ര ശീഘ്രമല്ല

ശതമഖനൊരുവേള പോരിടട്ടെ
ശകലിതമാവതവന്റെ ഗാത്രമല്ലേ
ഇഹ ബലി മൃതിയാർന്നുപോലും എന്തു-
ണ്ടിനിയധരോത്തരമൊന്നെനിക്കു കേൾപ്പാൻ

കളവു പറകയോ കടന്നൊരുത്തൻ
ഖലനവനെൻകഥ കേട്ടുകേൾവിയില്ലേ
വഴിയതിനുമരിപ്പം; എങ്ങുനിന്നോ
വരുവതു വന്നു; ചുരുക്കമത്രതന്നെ."

അരഞൊടിയിട താൻ സമാധിയാർന്നാ-
ലറിയുമശേഷമതിന്നു ശക്തിയെന്യേ
പരിമതുമിതുമേവമോർത്തു ചിന്താ-
പരവശനായ് ഭഗവാൻ പരാപരജ്ഞൻ

മമതയിൽ മനതാർ മയങ്ങി മായാ-
മലിനമഹാന്ധുവിലന്ധനായ്പ്പതിച്ചാൽ
മറയുടെ കരകണ്ട മാമുനിക്കും
മനുജകൃമിക്കുമശേഷമെന്തുഭേദം?

''ഇവിടമിനി വെടിഞ്ഞു ശിഷ്യരെക്ക-
ണ്ടിതിനുടെ മേല്പണി നോക്കിടേണ''മെന്നായ്
ഝടിതി മുനി നിനച്ചു ചെന്നു ചേർന്നൂ
ചരമശിലോച്ചയചാരുശൃംഗഭൂവിൽ

മയനുടെ കരശില്പസീമയായും
മഹിതമഹീധരമൗലിഭൂഷയായും
അവിടെയതിമനോജ്ഞഹർമ്മ്യമൊന്നു-
ണ്ടരിയ വിരോചജനാധിവാസഗേഹം

ചപലത ലവമറ്റു മിന്നുവോരോ-
ച്ചരമഗിരീശ്വരശാശ്വതാർക്കബിംബം
കടുതരവിവൃതാസ്യമാം തമസ്സാൽ
കബളിതമായ്ക്കരിതേച്ചപോലിരുന്നു

തുരുതുരെയവിടത്തിൽനിന്നു പൊങ്ങും
തുമുലരവം, മുനിയൊട്ടടുത്തനേരം
കടലിനുടെയിരമ്പലല്ല മുറ്റും
ക്രതുഭുഗരാതിവിലാപമെന്നറിഞ്ഞു

തവിടുപൊടി തകർന്നുതാഴെവീഴും
തനതുമനോരഥമേട നോക്കിനോക്കി
തരളമതി തപസ്വി പാഞ്ഞുചെന്നൂ
ദനുജകുലാധിപരാജധാനിതന്നിൽ

അതിനകമുശനസ്സണഞ്ഞനേര-
ത്തഹഹഹ! കണ്ടൊരുകാഴ്ചയെന്തു ചൊൽവൂ
കഠിനം അസുരർതന്നവസ്ഥയാർക്കും
കരളുരുകുംപടികഷ്ടമായിരുന്നു

ഉടലൊടു തല വേർപിരിഞ്ഞു;വക്ഷ-
സ്സടവുകലർന്നു, കരോടി ചൂർണ്ണമായി

കഴൽ കരമിവയറ്റസൃക്കിൽമുങ്ങി-
ക്കവി പല ശിഷ്യകളേബരങ്ങൾ കണ്ടു.

നടുപദവിയിൽ വിപ്രചിത്തിജംഭൻ,
നമുചി, വലൻ മുതലായ സൈന്യനാഥർ
തടിയിടിപൊടിയായ്ക്കിടപ്പു ഹാ ഹാ
തപനതനൂജനികേതനാദ്ധ്വനീനർ

വളരെയസുരവീരർ ഗോർദ്ദമന്ത്രം
വപയിവ വൈകൃതമായ് വെളിക്കു ചിന്നി
ചുടുനിണവുമണിഞ്ഞു ഹാ ശയിപ്പൂ
ചുവടുമറിഞ്ഞ മരാമരങ്ങൾപോലെ

അതുപൊഴുതു, മധീശരായിരുന്നോ-
രവരെയകമ്പടിസേവചെയ്തുകൊൾവാൻ
ബഹുഭടർ കുതികൊണ്ടു തുള്ളിനില്പൂ
വെറുമപമൂർദ്ധകളേബരാവശിഷ്ടർ

തടവിനിടപെടാതെ സഞ്ചരിക്കും
ദനുജബലം സകലം സമൂലഘാതം
ശിവശിവ ചിതറിക്കിടപ്പു ചുറ്റും
ശിലയടിച്ചു തകർന്ന കപ്പൽപോലെ

ദനുസുതരിതുമട്ടു താറുമാറായ്-
ത്തറയിൽ മറിഞ്ഞു മലർന്നൊരന്നികേതം
പരമരമനയെന്ന മട്ടുമാറി-
പ്പടുചുടലക്കളമായ്ച്ചമഞ്ഞിരുന്നു

അതിനകമൊരിടത്തസഹ്യമോർപ്പാ-
നസുരകുലേശനവാപ്തകാലധർമ്മൻ
ശിഥിലതനു കിടപ്പു ജിഷ്ണുശസ്ത്രം
ചിറകുമുറിച്ച ശിലോച്ചയംകണക്കേ

ധമനനിരയരഞ്ഞുസന്ധിബന്ധം
തവിടുപൊടിഞ്ഞു, വെളിക്കു ബുക്ക ചാടി.
ഗളമിടയിൽ മുറിഞ്ഞു, തുണ്ടുതുണ്ടായ്-
ക്കരളുഞെരിഞ്ഞു, കശേരുകാസ്ഥിപൊട്ടി

തലയുടെ വെളിയോടുടഞ്ഞു, ചുറ്റും
തറയിലതിന്നകമാർന്ന ചോര ചിന്നി
നലമുടയ മുഖം ചതഞ്ഞു, ഹാ ഹാ
നയനമടഞ്ഞു, രദോൽക്കരം നുറുങ്ങി

പരവശനിലയിൽ പ്രതിപ്രതീകം
പരപരിഭൂതി പരം വിളിച്ചുചൊല്ലി
ഒരു കുണപമെഴുന്നതാണു ദൈത്യർ-
ക്കുടയവനാം ബലിപോലും എന്തുമാറ്റം (വിശേഷകം)

തുടുതുടെയൊരിടത്തൊഴുക്കിയന്നും
ത്വരിതമിരുണ്ടൊരിടത്തു കട്ടയായും
സ്ഫുടതരമതിൽനിന്നു ചെമ്പരുത്തി-
പ്പുതുമലർനീരെതിർചോര ചിന്നിടുന്നു

ബലിമഹിഷി വിശിഷ്ടയായ വിന്ധ്യാ-
വലി പതിതൻ വികൃതോത്തമാംഗപിണ്ഡം
മടിയിൽ മമതയാർന്നെടുത്തണച്ചും
മനതളിർ മൂർച്ഛയിൽ മഗ്നമാക്കിവച്ചും

വിധിയെയപലപിച്ചുമാർത്തനാദം
വിവിധമുയർത്തിയുമശ്രുധാര വാർത്തും
തളിരൊളിതനു തല്ലിയും തൊഴിച്ചും
തറയിലുരുണ്ടുപിരണ്ടു കേണിടുന്നു (യുഗ്മകം)

അഴൽനിഴൽ കണികണ്ടിടാതിരിപ്പോ-
നസുരജഗത്തിനനന്തരാവകാശി
അരികിൽ മുറയിടുന്നു ബാണനും വീ-
ണഹഹ! കിശോരനപേതതാതപാദൻ

അചലമതി ജിതേന്ദ്രിയൻ ഗഭീരർ-
ക്കണിമണിതുല്യസുവർണ്ണചൂർണ്ണഖണ്ഡൻ
ഭൃഗുവിനുമവയൊക്കെ നോക്കിയപ്പോൾ
ഭൃശമഴൽവന്നു; വരാതെയെന്തുചെയ്യും?

പലതവണയതിന്നുമുമ്പുമോരോ-
പടയിൽ മഖാശികളോടു തോറ്റു മാറി

അസുരരവശരായ്ത്തിരിച്ചനാളു-
ണ്ടവയെ മഹർഷിയപസ്മരിച്ചതല്ല

അടരിരുതലവാളതിൽപ്പെടുമ്പോ-
ളപജയമാർക്കു വരില്ല; വന്നിടട്ടെ
പരമൊരുവകഭംഗമിന്നതെന്നായ്
ബലിയറിയില്ലെതുമന്നറിഞ്ഞിടട്ടെ

അഴൽവരുമൊരുവന്നു; വന്നുവെന്നാ-
ലതിനൊരുമാതിരി കൈകണക്കു കാണും
ഇരുളധികമെഴും കറുത്തവാവി-
ന്നിരവിലുമിത്തിരി നാട്ടുവെട്ടമുണ്ടാം

അടിമുതൽ മുടിയോളമറ്റമറ്റു-
ള്ളശരണഭാവമദൃഷ്ടപൂർവമേവം
അസുരസമുദായത്തിലാകമാനം
ഹതവിധിനൽകിയതന്നൊരിക്കൽമാത്രം (വിശേഷകം)

തുരുതുരെ മിഴിനീർ വഴിഞ്ഞിടും മെയ്
തുകിലിനെഴുന്നൊരു തുമ്പിനാൽ തുവർത്തി
വലിയൊരു നെടുവീർപ്പുമിട്ടു വിന്ധ്യാ-
വലിയുടെ മുന്നിലലഞ്ഞു മന്മുനീന്ദ്രൻ

കരുണയൊടണിമെയ് തലോടി, 'വത്സേ
കരയരു'തെന്നു പറഞ്ഞുകൊണ്ടു കാവ്യൻ
കരതലമവൾതൻ ശിരസ്സിൽ വച്ചാൻ
കമനിയുമർദ്ധഗതാസു കൺമിഴിച്ചാൾ

വിരവൊടു മിഴിരണ്ടുമോമനക്കൈ-
വിരലുകൾക്കൊണ്ടു തുടച്ചു മുന്നിൽ നോക്കി
കുലഗുരുസവിധസ്ഥനെന്നറിഞ്ഞ-
ക്കുവലയദൃക്കെഴുന്നേറ്റു കൂപ്പുകൈയായ്

ജലമൊരുപടി ശീഘ്രമർഘ്യപാദ്യാ-
ചമനവിധിക്കുതകുന്ന നേത്രയുഗ്മം
അരിയ ഗുരുപദങ്ങളിൽപ്പതിപ്പി-
ച്ചരിവയർമുത്തഭിവാദ്യമാചരിച്ചു.

''മതി മതി മകളേ! വിഷാദ''മെന്ന-
മ്മതിമുഖിയാളൊടു ഗദ്ഗദസ്വരത്തിൽ
അരുളി നിജകരങ്ങൾ മൗലിയിൽ ചേർ-
ത്തവളെ നിതാന്തമനുഗ്രഹിച്ചു ദാന്തൻ

കവിയുടെ കരുണാബലത്തിനാൽ തൻ
കദനനിരുദ്ധഗളത്വമൊട്ടുമാറി
കരളെരിയുമൊരന്നതാംഗി ബാഷ്പ-
സ്ഖലിതപദം ചിലതപ്പൊഴുച്ചരിച്ചു

''തിലകിതഭൃഗുവംശ ദീനബന്ധോ
ദിതിജഗുരോ ഭഗവാൻ ത്രികാലവേദി
അടിമലരവലംബമാർത്തയാമീ
യടിനതിൽപ്പരമെന്തുണർത്തിടേണ്ടൂ?

ഹരിയെ വിബുധബന്ധുവാക്കിയാലേ-
ന്തരിയഗുരുദ്വഹനായ് ഭവാനെ നൽകി
നിയതിനിരവലംബർ ദൈത്യരിൽത്താൻ
നിയതമണയ്പു നിതാന്തപക്ഷപാതം

കതിപയനിമിഷങ്ങൾ വേണമെങ്കിൽ
ഖലർ സുരരെത്തുണച്ചെയ്തിടട്ടെ കാലൻ
കനമെഴുമസുരർക്കു താങ്ങലില്ലേ
കവി കരുണാനിധി കാലകാലശിഷ്യൻ?

അദിതിജപതിയാകുവോനെയങ്ങോ-
ട്ടജഗരമാക്കി വെളിക്കു തള്ളുവാനും
അരമൊരു പറയന്നുകൂടി വേറി-
ട്ടമരുലകം പണിചെയ്തുകൊള്ളുവാനും

കഴിയുമനഘരാം തപോധനന്മാർ
കഴൽതൊഴുമങ്ങു കനിഞ്ഞു കാത്തിടുമ്പോൾ
കദനമെവിടെനിന്നുമെത്തിടട്ടെ
കരബദരീകൃതകാക്ഷിതാർത്ഥർ ഞങ്ങൾ''

ഇതുവരെയുമിവണ്ണമോർത്തിരുന്നോ-
രിവരെയുമിന്നു കിനാവിൽനിന്നുണർത്തി

അരിയൊരു നിജശക്തി ബോധ്യമാക്കും
ഹതവിധിതന്നെയവാപ്തചാരിതാർത്ഥ്യൻ (വിശേഷകം)

വിഗതപിതൃകനിക്കുമാരനയ്യോ
വിധവ ഭവല്പദപത്മഭംഗിയാം ഞാൻ
വിഷയമിതുമനാഥമെന്തുവേണം
വിമതകുലത്തിനിതിൽപ്പരം വിനോദം?

കരുതിമരുവിടുന്നു നാമൊരെണ്ണം
കരഗതമായ്ച്ചമയുന്നു മറ്റൊരെണ്ണം
അമൃതമനുഭവിപ്പതിന്നു പോയാ-
രസുരരവർക്കു ലഭിച്ചതാത്മനാശം

ശരിയതു ഭവിതവ്യശക്തിയാവാം
ശചിയുടെ ശുക്രദശാവിലാസമാവാം
അടിയനതറിയേണ്ട, വേണ്ടതെന്തെ-
ന്നവിടെ നിനയ്ക്കുകിലത്തലസ്തമിക്കും

ശകലവുമസുരാന്വയത്തിനാപ-
ദ്ധനമവിടുന്നറിയാത്ത തത്ത്വമില്ല
ദനുഭവർ പരിപാലനീയർ യുഷ്മ-
ച്ചരണയുഗൈകശരണ്യർ തമ്പുരാനേ''

പലതുമവളിവണ്ണമോതി വീണ്ടും പദ-
തളിരിൽപ്പരിതപ്തയായ്പ്പതിക്കേ
പരിണതകരുണാകുലാന്തരംഗൻ
പകരമുരച്ചുതുടങ്ങി പാരികാംക്ഷി

''അരുതരുതഴൽ ശുക്രനല്ലയോ നി-
ന്നരികിലണഞ്ഞതവൻ സജീവനല്ലേ
അതു മതി മകളേ, നിനക്കു മാലേ-
തരഞൊടി നീയൊരു പേക്കിനാവുകണ്ടു

അവിരതമഭിവാദനത്തിനാശിസ്സരുളുകിൽ
നിത്യസുമംഗലീപദം ഞാൻ മകളുടെ
വിഷയത്തിലുച്ചരിപ്പൂമമ മൊഴി
സത്യവുമർത്ഥവത്തുമല്ലേ?

അതിദ്വിജർ സുധ തെല്ലു സംഭരിക്കാ-
മതൊരു പതത്രി ഹരിച്ചുകൊണ്ടുപോകാം
അമ്രതഘടമെഴുന്നതസ്മദീയർ-
ക്കപരമഖണ്ഡതപോബലാഭിധാനം

പരിമൃദിതപരേതരാജദർപ്പൻ
പശുപതിമൽഗുരു ഭക്തപാലനോല്ക്കൻ
മൃഡനുടെ വരമെങ്ങു, തുച്ഛമാമീ
മൃതബലിജീവനമെങ്ങതോർത്തുമോക്കൂ

അസുരപതി മദീയശിഷ്യനെന്നു-
ള്ളറിവുവെടിഞ്ഞളികത്തിലാത്മയോനി
അതുമിതുമവതാളമായ് വരച്ചാ-
ലണകകുലാലരിലഗ്രഗണ്യനങ്ങോർ

ചില ചെടി കവരം മുറിച്ചുവിട്ടേ-
ചിതമൊടു വാച്ചു തഴച്ചിടുന്നതുള്ളൂ
പരകൃതപരിഭൂതി ദാനവർക്കും
പരമതുമട്ടിലുദർക്കഭവ്യഹേതു

അരഞൊടി പിരിയാത്ത ഞാനഹോ നി-
ന്നനുകനെയന്നനുയാത്ര ചെയ്തതില്ല
അവിരതമവിവേക പാദത്തി-
ന്നനുശയസസ്യമവശ്യഭാവിതന്നെ

അതിനിതു ഫലമാട്ടെ; തോറ്റു നാമെ-
ന്നരികളുരയ്പതളീകവീരവാദം
മഹിതസാരനദിക്കു മന്നിലെത്താൻ
മണലണകൊണ്ടൊരു മാർഗ്ഗരോധമുണ്ടോ?

കരയരുതു കുമാരി കാൺക വേണ്ടേ
കളി ചിലതൊക്കെ നിനക്കു കൺമിഴിക്കൂ
മധുരതരമഹേന്ദ്രജാലവിദ്യാ
മരതകപിഞ്ഛിക മത്തപോമതല്ലി.''

ബഹുവിധമിതുമട്ടുരച്ചു കാവ്യൻ
ബലിദയിതയ്ക്കു വിശേഷസാന്ത്വനമേകി

ശവമൊരു വസന്തത്തിനാൽ മറച്ചാൻ
ശ്രവണപുടങ്ങളിൽ മന്ത്രമുച്ചരിച്ചാൻ

അവയവതതി പാണികൊണ്ടു തൊട്ടാ-
നലിവൊടനന്തരമാനനം മുകർന്നാൻ
ഒടുവിലുണരുകെന്റെ വത്സനെന്നാ-
നെരുനിമിഷത്തിലിതൊക്കെയും കഴിഞ്ഞു (യുഗ്മകം) 67

ഝടിതി "പശുപതേ! മദേകബന്ധോ
ജയ ജയ ദേശിക ഭാർഗ്ഗവാന്വയേന്ദോ"
ഇതി വിവിധവചസ്സുരച്ചുകൊണ്ട-
ന്നിളയെ വെടിഞ്ഞെഴുന്നേറ്റു ദാനവേന്ദ്രൻ

ചതവുടവിവയില്ല മെയ്യിലെങ്ങും
ശകലമിടയ്ക്കൊരു പോറൽപോലുമില്ല
ചടവൊരു ലവമില്ല; നെറ്റിയിന്മേൽ
ശ്രമജലബിന്ദുവുമൊന്നുകൂടിയില്ല

ശിരസ്സിൽ മകുടത്തൊടും നിറുകയിൽ ത്രിപുണ്ഡ്രത്തൊടും
കഴുത്തിലിഴമുത്തൊടും കരതലത്തിലസ്ത്രത്തൊടും
കടന്നു ഗുരുവിന്റെ കാൽത്തളിരിലാശു സാഷ്ടാംഗമായ്-
പ്പതിച്ചു സുരവൈരികൾക്കശനിപാണി വൈരോചനി. ■

കന്യാകുമാരിയിലെ സൂര്യോദയം

നിത്യനായുള്ള ഭഗവാനേ, പോറ്റി, നീ
സത്യത്തൂണൊന്നു നടുക്കു നാട്ടി
മുറ്റും നീലാംബരംകൊണ്ടു മേൽക്കെട്ടിയും
ചുറ്റും വെളിയടപ്പട്ടും കെട്ടി
സൂരസുധാകരവൈദ്യുതറാന്തലും
താരകഗ്ലോപ്പും മുകളിൽത്തൂക്കി
ആഴിയാം മാഹേന്ദ്രനീലക്കൽ ചുറ്റിലു-
മൂഴിയാം പച്ചക്കൽ മദ്ധ്യത്തിലും
മേനിയിൽ വച്ചുറപ്പിച്ചു വിളങ്ങുമീ
മാനുഷഗോളമണിക്കൂടാരം
നാലുവഴിക്കും മനോജ്ഞമിരുപത്തി-
നാലും മണിക്കൂറുമേതുനാളും
എങ്കിലുമെൻ വിഭോ നേരം പുലരുമ്പോ-
ളെങ്കരൾത്താമരത്തൂമലരിൽ
ചെങ്കതിരോന്റെ തിരുപ്പുറപ്പാടേകും
വൻകുതുകോന്മദമൊന്നു വേറെ
നിന്തിരുമേനിയെ നേരിട്ടു കണ്ടു ഞാൻ
ബന്ധവിമുക്തനായ്ത്തീരുവോളം
അന്യപ്രകൃതിപ്രദർശനമെന്തെന്നെ-
ദ്ധന്യനാക്കാനുള്ളു തമ്പുരാനേ!

പാരിച്ച വാനിൻനിഴൽപോലെ മൂടിയ
കൂരിരുൾക്കട്ടിക്കരിമ്പടത്തെ
തന്മെയ്യിൽനിന്നു വലിച്ചകലെക്കള-
ഞ്ഞിമ്മഹീമണ്ഡലപ്പൊൻ മണ്ഡപം

മൂരിനിവർന്നെഴുന്നേറ്റൊരു നോക്കതാ
നേരേ കിഴക്കോട്ടു നോക്കിനില്പൂ
അന്തിത്തുടങ്ങി വെളുപ്പോളം കൂത്താട്ടം
പന്തിയിലാടിത്തളർന്ന ചന്ദ്രൻ
തൂനക്ഷത്രങ്ങളാം ചങ്ങാതിമാരോടും
വാനക്കളിത്തട്ടു വിട്ടുപോയി

അങ്ങിങ്ങു താരങ്ങളൊന്നുരണ്ടൊട്ടൊട്ടു-
മങ്ങിത്തിളങ്ങി മയങ്ങിക്കാണ്മൂ
മാതാവായ് വേറിട്ടു മാർഗ്ഗം തിരിയാതെ
ഖേദിക്കും ഖേചരബാലർപോലെ
തെറ്റിത്തറയിൽപ്പതിച്ച വിൺമങ്കത-
ന്നൊറ്റക്കൽമൂക്കുത്തി വൈരംപോലെ
എന്തിന്നു ശങ്കിച്ചു നില്ക്കുന്നു വത്സരേ
പിന്തിരിഞ്ഞങ്ങെങ്ങാനോടിക്കൊൾവിൻ
ജ്യോതിസ്സ്വരൂപനെഴുന്നള്ളുമാറായി
പാതയിൽനിന്നു വിലക്കിക്കൊൾവിൻ

മന്ദാനിലൻ നവമാർജ്ജനിയാൽ തൂത്തും
മന്ദാകിനിപ്പുഴ നീർ തളിച്ചും
മന്ദാരശാഖി മലർനിര വർഷിച്ചും
നന്നായ്വിളങ്ങുമീയഭ്രവീഥി
കുഞ്ജരനേർനടമാരുടെ നർത്തന-
മഞ്ജുളമഞ്ജീരശിഞ്ജിതത്താൽ
മാറ്റൊലികൊള്ളേണ്ട കാലമായ് കൂട്ടരേ
മറ്റൊരു ദിക്കിൽ മറഞ്ഞുകൊൾവിൻ

ചിക്കെന്നു നോക്കുക, ചൊവ്വേ കിഴക്കോട്ടു
ചക്രവാളത്തിന്റെയറ്റത്തായി
മോടിയിൽ സാഗരം വിട്ടു കരയേറി
ക്രീഡിക്കും യാദോനികരംപോലെ
അല്ലെങ്കിലാഴിയിൽ വാനോർ കൃഷിക്കായി-
ത്തല്ലിയുറപ്പിച്ച മുട്ടുപോലെ
പോരെന്നാൽ തൻതല തെല്ലൊന്നുയർത്തിടും
വാരുറ്റ മൈനാകശൈലംപോലെ

നീളെസ്സമുദ്രത്തെത്തൊട്ടുകിടക്കുന്ന
നീലവലാഹകമാലകളിൽ
ഈടെഴും ചീനാശുകത്തിന്റെയറ്റത്തു-
പാടലപ്പട്ടുകസവുപോലെ
തങ്കരേക്കിട്ടു തുടങ്ങി പുലർവേല
മങ്കയാൾ ചുറ്റിലും മന്ദമന്ദം
ചേണാർന്ന നീലക്കൽക്കേമെണത്തിൻ മീതെ
മാണിക്യരത്നം പതിക്കുകയോ
ശാണോപലത്തിൽ തെരുതെരെയോരോ പൊൻ-
നാണയമാറ്ററ നോക്കുകയോ
വൻഗജപംക്തിയെ പ്രാങ്മുഖമായ് നിർത്തി-
ത്തങ്കത്തലക്കെട്ടണിയിക്കയോ
വാരൊളിക്കാർമുകിൽപ്പാത്രത്തിലോമന-
ത്താരത്തനിദ്രവം കാച്ചുകയോ
ഭാവിപ്പതെന്തു നീ? ദേവതേ! കൊണ്ടലിൽ
സ്ക്രൂ വച്ചു മിന്നലുറപ്പിക്കയോ
താപിഞ്ഛകാനനം ചുറ്റിപ്പിടിപ്പോരു
ദാവച്ചെന്തീയോ തഴച്ചു നില്പൂ?
ജ്യോതിസ്സിതിങ്കൽ ജ്വലിക്കുന്നു കാർമുകിൽ
പാതികരിഞ്ഞ ഹവിസ്സുപോലെ

ഈ മഹാമംഗലപ്പണ്ഡികയിൽ പര-
മാമോദോന്മാദപരവശരായ്
കാമം വയസ്യമാർ പ്രാചിതൻമേനിമേൽ
കാശ്മീരഗന്ധദ്രവം തളിപ്പൂ
ഹന്ത! പൂർവാശാനതാംഗിക്കുതൃക്കഴൽ-
പ്പൊൻതളിരിന്നു ചെമ്പഞ്ഞിച്ചാറായ്
ആകാശമധ്യത്തിന്നത്ഭുതമാംപത്മ-
രാഗമലമണിമേഖലയായ്
മാറിടത്തിന്നു പരിമളധോരണി
പാറും പനിനീർപ്പൂ മാലികയായ്
തങ്കക്കവിൾത്തടങ്ങൾക്കു തുടുതുടു-
പ്പങ്കുരിപ്പിച്ചീടും ശോണിതമായ്
തേനൂറും ചുണ്ടിന്നു ശീമച്ചെഞ്ചായമായ്

തൂനെറ്റിക്കൊമനച്ചിത്രകമായ്
ജീമൂതമേചകസീമന്തവീഥിക്കു-
കോമളസിന്ദൂരരേഖയുമായ്
ശശ്വൽ പ്രകൃതീശ്വരി വിതറീടുമീ-
വിശ്വസമ്മോഹനശോണചൂർണ്ണം
ശാതക്രതവദിഗംഗനാമണ്ഡന-
മേതേതെല്ലാമ്മട്ടിയറ്റുന്നീല

സ്മേരയാം പ്രാചീനഭഗവതി!യിപ്പുതു-
വീരവാളിപ്പട്ടണിഞ്ഞ നിന്നെ
ഓരോ ദലവും നിൻ നാഥനാമിന്ദ്രൻത-
ന്നാരോമൽക്കണ്ണിന്നു തുല്യമായി
നീളേ വിരിഞ്ഞു നിറം കലർന്നീടുന്ന
ചേലുറ്റ ചെന്താമരമലരാൽ
നീരന്ധ്രമായുള്ള പൊയ്കയായ്ക്കാണുന്നു
ദൂരത്തു നില്ക്കുമെൻ ചിത്തഭൃംഗം
മാറിത്തുടങ്ങി നിറമതാ,കുങ്കുമ-
ച്ചാറു സൗവർണ്ണദ്രവമായ്ത്തീർന്നു.

ചക്രവാളാഗ്രത്തിൽ പ്രത്യുഗ്രജ്യോതിസ്സിൽ
പ്രക്രമമേതോ പരിസ്ഫുരിപ്പൂ
മഞ്ഞയും ചോപ്പും കറുപ്പും വെളുപ്പുമായ്
രഞ്ജിച്ചു മേവിടുമാ പ്രദേശം
ആകവേ ഹാരിദ്രവാരിയിലാറാടി
ലോകമനോഹരമായ്ലസിപ്പൂ.

അങ്ങോട്ടു നോക്കുവിൻ, ദ്യോവും സമുദ്രവും
ഭംഗിയിൽ മേളിക്കും ദിക്കിൽനിന്നും
പൊന്മയമായൊരു സാധനം പൊന്തുന്നു
കണ്മിഴി രണ്ടും തുടച്ചു കാണ്മിൻ
ആദികൂർമ്മത്തിൻ നടുമുതുകോ ദിവ്യ-
ശ്വേതരക്താംബുരുഹ ബിസമോ
കത്തും കരിങ്ങാലിക്കാതൽച്ചിരട്ടയോ
പുത്തൻ ദീപാരാധനത്തട്ടമോ?

ഓമനക്കല്പകത്തൂമലർച്ചട്ടിയോ
ഹോമബലിക്കല്ലിൽ മേലേത്തട്ടോ
വാനവക്രീഡാവളവരവഞ്ചിയേ
വാരിധിയാടിടും കാവടിയോ
തൃക്കടൽമങ്കതൻ കേളീവ്യജനമോ
ശക്രന്റെ കൊറ്റക്കുടശ്ശീലയോ
വർത്തുളത്തങ്കപ്പുതുത്തുരുത്തോ പരി-
ശുദ്ധപീയൂഷമണികുംഭമോ?

പൊന്തിക്കഴിഞ്ഞു മുഴുവനിത്തേജസ്സു-
സിന്ധുവിൻ പൂർവ്വഭാഗത്തുനിന്നും
ആഴിതൻ വീചീമണിമാളികയിലി-
ത്താഴികപ്പൊൽക്കുടമാരു വച്ചു?

പ്രാണനിശ്വാസമടക്കിജ്ജലസ്തംഭം
കാണിക്കുമീ മഹായോഗിയേവൻ
കാച്ചിയുറച്ച സുരഭിതൻ ദുഗ്ദ്ധത്തിൽ
വാച്ചിടും വെണ്ണയിതാരുരുട്ടി
ചക്രവാളത്തിൻ പ്രഭാതസമാധിക്കു
പുഷ്കലപത്മാസനംകണക്കേ
ചേലുറ്റു മിന്നുമിദ്ദിവ്യമഹസ്സല്ലോ
ബാലദിവാകരദേവബിംബം-
കൈകളുയർത്തുവിൻ, കണ്ഠം കുനിക്കുവിൻ
കൈവല്യമൂർത്തിയെക്കുമ്പിടുവിൻ

ജ്യോതിർന്നേതാവേ സവിതാവേ വിശ്വൈക-
ചൈതന്യദാതാവേ മൽപിതാവേ
സത്യപുമാനേ ഭഗവാനേ ഭാസ്വാനേ
പ്രത്യക്ഷദൈവമേ ലോകബന്ധോ
ദണ്ഡംവെടിഞ്ഞെന്നെക്കാത്തുകൊള്ളേണമേ
ദണ്ഡനമസ്കാരം തമ്പുരാനേ!

അന്തിയിലിന്നലെയയ്യോ മഹാത്മാവേ
നിന്തിരുമേനി നിരസ്തപങ്കൻ
വന്തിരപ്പതിയുയർത്തിയ പശ്ചിമ-
സിന്ധുവാം രാഹുവിൻ വക്ത്രത്തിങ്കൽ

ഹന്ത! പതിക്കവേ ലോകം മുഴുവനു-
മന്ധതാമിസ്രത്തിലാണ്ടുപോയി
കാമിക്കോ പാമ്പിന്നോ കള്ളനോ മൂങ്ങയ്ക്കോ
കാമിതം നൽകിടും രാത്രികാലം
പൂരുഷചര്യ ചരിക്കുന്ന ഞങ്ങൾക്കു
തീരുന്നു വിശ്രമത്തിന്നുമാത്രം

വീണ്ടും തിരുമേനി ഞങ്ങളെപ്പാലിപ്പാൻ
വേണ്ടും ഘടികയിലെത്തിയല്ലോ
എത്രദൂരം ഭവാനൂളിയിട്ടീടണ-
മെത്ര തിരമാല ലംഘിക്കേണം
എത്ര യാദസ്സും ദൃഷത്തും കടക്കണ-
മിത്രവേഗം വന്നിവിടെപ്പറ്റാൻ?

മേക്കുവശത്തു മറഞ്ഞതാം പൊൽപ്പന്തു
ലാക്കിൽക്കിഴക്കുവശത്തേച്ചെപ്പിൽ
മാറ്റിമറിച്ചു പുറത്തുകാട്ടും കാല്യ-
മാഹേന്ദ്രജാലം മഹാവിശേഷം.
ദേവ, ഭവാന്റെ വിയോഗത്തിങ്കൽ ദ്യോവും
ഭൂവും കറുപ്പുടുപ്പാർന്നിരുന്നു
ദുഷ്ടനിയതിച്ചിലന്തി നെടുനീളേ
കെട്ടിയ മാറാലമാലപോലെ
പേർത്തും ത്വൽസുതൻ ഗരുഡാഗ്രജൻ വന്നു
തൂത്തുതുടച്ചു കളകമൂലം
ലേശമിങ്ങെങ്ങും സമക്ഷത്തു കാണ്മീലാ
മൂശേട്ടാതന്നുടെ മൂടുപടം

ബാഡവത്തീയിൽ ഭവാനുരുക്കീടിന
ഹാടകപുണ്യദ്രവപ്പുഴയിൽ
നീരാടിക്കൊള്ളുവാൻ സജ്ജമായ് നിൽക്കുന്നു
പാരായപാരെല്ലാം ഭാനുമാനേ
നീളെഭവാനെ പ്രതീക്ഷിച്ചു നിൽക്കുമീ-
ത്രൈലോക്യത്താരപ്പൂഞ്ചോലയിൽ
ഓമനത്തൃക്കൺകടക്കോണയച്ചാലും
പ്രേമസർവ്വസ്വമണിത്തിടമ്പേ

തന്നുൾക്കളത്തിലേ വാഞ്ഛപോലീ ലോക-
വൃന്ദാവനത്തിൽ വിഹരിക്കുവാൻ
ശീഘ്രമായ്ക്കെട്ടഴിച്ചിങ്ങോട്ടു വിട്ടാലും
ഗോക്കളെയൊക്കെയും ചിൽപ്പുമാനേ
ആനന്ദമാനന്ദം എന്തൊരൊഴുക്കതു
ഭാനുബിംബത്തിൽനിന്നുൾഗളിപ്പൂ
പെട്ടെന്നു മേരുവിൽനിന്ന് ഭൂകമ്പത്താൽ
പൊട്ടിയൊലിക്കും ശിലാദ്രവമോ?

വാനവാരാമത്തിൽ ഗന്ധവാഹശ്രേഷ്ഠി-
വാറ്റിയെടുക്കും മലർത്തൈലമോ
അപ്സരസ്ത്രീകൾ കുളിർമേനിയിൽപ്പൂശും
ശില്പമലയജകർദ്ദമമോ
അശ്വിനീദേവർ കുറുക്കിയരിച്ചിടും
വിശ്വജീവാതുമരുന്നുചാറോ?

ആയിരമല്ല പതിനായിരമല്ല
മായമറ്റംബുജബന്ധുബിംബം
മാറ്റും നിറവും മനസ്സാൽ മതിക്കുവാൻ
മാനുഷർക്കാവതല്ലാത്ത മട്ടിൽ
കോടാനുകോടിക്കണക്കിനുതിർക്കുന്നു
പാടലപ്പൊൽക്കതിർക്കന്ദളങ്ങൾ

നേരറ്റു കത്തീടും വട്ടപ്പൂക്കുറ്റിയോ
കൂരമ്പു തീരാത്ത തൂണീരമോ
ഓരോ കതിരും ഭഗവാൻ മിഹിരന്റെ
ചാരുകരമാണതിങ്ങുനീട്ടി
പ്രാസാദശൃംഗത്തിൽപ്പാരിൻപതിയേയും
പാഴ്ക്കുപ്പപ്പാട്ടിൽപ്പറയനേയും
താനൊന്നുപോലേ തലോടിയീത്തമ്പുരാൻ
ദീനതപോക്കിസ്സുഖിപ്പിക്കുന്നു

ഈസ്സദ്രസായനഭുക്തിയാൽ വൈവശ്യം
വാശ്ശതും നീങ്ങിന ലോകർ വീണ്ടും
വേഗമരയും തലയും മുറുക്കുന്നു
പോകുന്നു ജീവിതപ്പോർക്കളത്തിൽ

അങ്ങനെ പോകുവിൻ കൂട്ടരേ, നിങ്ങൾക്കു
മംഗലം നൽകും മരീചിമാലി
നാഴിക മുപ്പതുണ്ടല്ലോ തരിമ്പതു
പാഴിൽക്കളയായ്‌വിൻ ഭ്രാതാക്കളേ
അങ്ങയാം വാരൊളിക്കൊന്നമലർത്തൊത്താ-
ലെൻകൺ കണികാണ്മതെൻ പിതാവേ
ഭൂവിലെനിക്കെന്തിനീഭയം ധീരനായ്
ജീവിതയാത്രയ്ക്കൊരുങ്ങട്ടെ ഞാൻ
അർണ്ണവഹോമകുണ്ഡത്തിൽനിന്നിക്ഷണം
സ്വർണ്ണമയമായ പാത്രവുമായ്
പൊങ്ങും ഭവാന്റെ കിരണമധുരാന്നം
മംഗലമൂർത്തേ ലഭിക്കമൂലം
ഞാനെൻ ത്രിവിധകരണസന്താനങ്ങ-
ളൂനപ്പെടുകയില്ലെന്നുറച്ചേൻ''

ഏതോ മണിയൊന്നു സത്രാജിത്തിന്നങ്ങു-
ജാതാദരം പണ്ടരുളിപോലും
ഹാഹാ! ദിനമണിയന്തരീക്ഷമണി
ലോകത്തിൻ കണ്മണിയാം ഭഗവാനേ
ഹസ്താമലകമായ്ക്കാണുമെനിക്കിന്നു
മറ്റു മണി ചരൽക്കല്ലുപോലെ

നട്ടുച്ചനേരത്തു യാജ്ഞവൽക്യന്നങ്ങു-
ചട്ടറ്റവേദമുപദേശിച്ചു
യാതൊരുപദേശവും വേണ്ട, താവക
പാദപരിചര്യചെയ്യുകിൽ ഞാൻ
പാകാരിപുത്രനാകായ്കിലും ദ്രോണർക്കൊ-
രേകലവ്യനായ് ക്രമത്തിൽത്തീരും

കർമ്മസാക്ഷിൻ, ഞാൻ ഭവാനെട്ടിനവുമെൻ
കർമ്മമോരോന്നിനും സാക്ഷിയാക്കി
കാലം നയിക്കട്ടെ; കാലാന്തരത്തിങ്കൽ
കാലൻ കയർപ്പതു കണ്ടിടട്ടെ
വേദസ്വരൂപ ഭഗവാനേ യങ്ങയേ
മാതൃകയാക്കി നടന്നിടുകിൽ

ഐഹികപാരത്രികഭയബാധയി-
ദ്ദേഹിയെയെങ്ങനെ തീണ്ടിടുന്നു?

ദേവ, മനുഷ്യകൃമിമാത്രമെങ്കിലും
ഭാവനാദത്തപതത്രനാം ഞാൻ
ഒട്ടൊട്ടു മിന്നിത്തെളിഞ്ഞും ത്വല്പ്രാഭവ-
മൊട്ടൊട്ടു മങ്ങിയൊളിഞ്ഞും കാണ്മൂ
എൻകരൾക്കണ്ണു മുഴുവൻ വിളക്കുവാൻ
നിൻകനിവുണ്ടാകിൽ ഞാൻ ജയിച്ചു

സച്ചിൽസ്വരൂപനേ, തങ്കമണിത്തേരിൽ
പച്ചക്കുതിരകളേഴും പൂട്ടി
ചമ്മട്ടിയുമോങ്ങി നിൽക്കുന്നു സജ്ജനായ്
ത്വന്മനസ്സിന്നിണങ്ങുന്ന സൂതൻ
സാറട്ടെഴുന്നള്ളത്തിന്നു സമയമായ്
പോരും നിറുത്തിനേൻ പാട്ടിതാ ഞാൻ

കാരണപൂരുഷ! കല്യാണവിഗ്രഹ-
കാമിതദാനൈകകല്പശാഖിൻ
ആര്യ, ഭവാന്റെ തുണയാലെൻ ഹൃത്തൊരു-
സൂര്യകാന്തിപ്പൂവായ് വായ്പൂതാക

ആ മലർപ്പൊന്നരിമ്പാലെൻപരിസര-
സീമ നിതാന്തം ലസിപ്പൂതാക
ത്വൽകടാക്ഷശ്രീകളിന്ദജാവീചിയി-
ലിക്കുംഭദാസൻ കളിപ്പൂതാക ■

കപിലവാസ്തുവിലെ കർമ്മയോഗി

ഭാഗീരഥിയും കളിന്ദകുമാരിയു-
മേകീഭവിക്കും പ്രയാഗതന്നിൽ
ആരാധനീയനാം ഭിക്ഷുവൊരാൾ വാഴ്വൂ
നാരായണന്റെ നവാവതാരം

പത്തരമാറ്റൊളിത്തങ്കനേർമേനിയിൽ-
പ്പുത്തൻമഞ്ഞപ്പട്ടുടുപ്പുചാർത്തി
മിന്നുമിപ്പുണ്യവാൻ പാരിലെക്കൂരിരുൾ
വെന്നുവിളങ്ങും വിഭാകരനോ?

ചില്ലികൾ ജോടിയിൽ കാമക്രോധങ്ങളെ
മല്ലിൽമടക്കിയൊരേപൊഴുതിൽ
വെല്ലുവിളിപൂണ്ടു വിശ്രാന്തിനേടിന
വില്ലുകൾപോലെ സമുല്ലസിപ്പൂ

തെല്ലുമഴുക്കുമിളക്കവും തന്നുള്ളി-
നില്ലെന്നു കണ്മിഴിക്കണ്ണാടികൾ
കാണിപ്പൂ കാരുണ്യമൂറുമുറവകൾ
കാന്തിക്കതിർചിന്തും താരകകൾ

കല്ലിലും നെല്ലിലും കാട്ടിലും നാട്ടിലും
ചെല്ലുന്നേടത്തും നിനപ്പേടത്തും
തന്നെയേ കാൺകയാൽദ്ദാന്തന്നു വക്ത്രാബ്ജം
മന്ദഹസിതമരാളരമ്യം

ഇദ്ധന്യനാരെന്നു ചൊല്ലേണമോ സാക്ഷാൽ
ബുദ്ധഭഗവൽപാദങ്ങൾതന്നെ

മൈത്രിയാം ഗായത്രീമന്ത്രത്തിൻ മാഹാത്മ്യം
ധാത്രിയിലോതിജ്ജനത്തിനെല്ലാം

കാപഥം കൈവിടാൻ ദേശികനായ്ത്തീർന്ന
കാപിലവസ്തുവിൻ കർമ്മയോഗി
ഏകാകിയായ് നദീതീരത്തിരിക്കുന്നു
ലോകാഭ്യുപപത്തിബദ്ധദീക്ഷൻ

എത്തിനാനദ്ദിക്കിലപ്പോളൊരു പാപി
പത്തിയുയർത്തിന പാമ്പുപോലെ
തിന്മവിത്തൊന്നേ വിതച്ചിട്ടും കൊയ്തിട്ടും
ജന്മം തുലയ്ക്കുന്ന പാഴ്ക്കൃഷകൻ

തൊള്ളതുറന്നാൽത്തൊഴിയുന്നതിലെല്ലാം
വെള്ളുള്ളിനാറ്റവും വേപ്പിൻകൈപ്പും
അത്തരമുള്ളോരസത്തങ്ങേയറ്റത്തെ
മദ്ധ്യമലോകമഹാകളങ്കം

കൈരണ്ടുമേവർക്കും കാണുമ്പോൾക്കൂമ്പിപ്പോം
കൈവല്യമൂർത്തിതന്നന്തികത്തിൽ
തെല്ലും മടിയാതെ ചെന്നോരോരോ പേവാക്കാം
കല്ലും കൊഴിയുമെറിഞ്ഞുനിന്നാൻ.

ഒട്ടും തലയ്ക്കൊരകം പുറമില്ലാത്ത
നട്ടുച്ചഭ്രാന്തനോ നില്പൂ മുന്നിൽ
തങ്കക്കിരീടം തറയിലെറിഞ്ഞൊരു
വങ്കൻ മികച്ച മരത്തലയൻ

തെണ്ടിത്തിരിയുന്നു തെക്കും വടക്കുമി-
ന്നണ്ടികളഞ്ഞുള്ളോരണ്ണാൻപോലെ
പാരെഴുത്താണിയാൽപ്പാള പിടിക്കുവാൻ
പാരിനുടയോൻ പരണ്ടിക്കൊണ്ടാൽ

അത്തലയെമ്മട്ടരശുമുടി ചൂടും
അട്ടയ്ക്കു പെട്ടതു പൊട്ടക്കുളം
പാതിയുറക്കത്തിൽ ഭാര്യയെക്കൈവിട്ട
പാതകി പച്ചക്കലിക്കോമരം

ലോകം നന്നാക്കുവാൻ ചാടിപ്പുറപ്പെട്ടു
മോഹമേ നിന്നെത്തൊഴുതേപറ്റൂ
കാഷായവസ്ത്രത്താൽ കാപട്യം മൂടിക്കൊ-
ണ്ടാഷാഢഭൂതികൾക്കഗ്രഗണ്യൻ

പാടേ സനാതനധർമ്മസരണിയിൽ
കാടും പടലും കലർത്തിടുന്നു.
പിട്ടുംപിശിട്ടും പിരട്ടുപിണ്ണാക്കുമീ-
മൊട്ടത്തലയൻ പ്രസാദമായി

മട്ടും മതിയും മറന്നണയുമെട്ടും-
പൊട്ടുംതിരിയാത്ത പിള്ളേയ്ക്കേകി
നല്ലൊരു നാട്ടിന്നു നാശംപിടിപ്പിപ്പൂ
പുല്ലോളം പോരാത്ത പുള്ളിക്കാരൻ

ഏതുമറിയാത്തോൻ സർവജ്ഞനായ്ത്തീർന്നു
ബോധം നശിച്ചവൻ ബുദ്ധനായും
കാലം കിടന്നു കരണംമറിയുന്നു
വാലങ്ങുകേറിത്തലയാകുന്നു

മാറ്റിയെക്കണ്ട മഹാപാപം തീരുവാ-
നാറ്റിലിറങ്ങിക്കുളിക്കട്ടേ ഞാൻ.''
അമ്മട്ടുതൻ നാവാമായസച്ചക്കില-
ദ്ധർമ്മരാജർഷിയെക്കൊട്ടയാട്ടി

''അമ്പോ! ഞെളിഞ്ഞവൻ നിന്നാൻ കൃതാർത്ഥനായ്
ശംഭോ! മഹാദേവ ശാന്തം പാപം
കാടിമ്മട്ടോതുമക്കണ്ണറ്റ പാതാള-
ക്കാടിക്കുഴിപ്പാഴ്ക്കെടുനീർക്കീടം

ആകാശഗംഗയിൽത്തത്തിടും ഹംസത്തിൻ
ലോകാതിഗമഹസ്സെന്തുകണ്ടു''
ദുർവാരകോപത്താലേതു മഹർഷിയും
ദുർവാസസ്സാകുമാ വാക്കുകേട്ടാൻ

ക്ഷാന്തിക്കധിഷ്ഠാനദേവതയും ക്രോധ-
ഭ്രാന്തിൽക്കൊടും കൃത്യമായിപ്പോകും

വേകാനപ്പാമരൻ മേന്മേൽവിറകുക-
ളാകാശത്തോളമടുക്കിക്കൂട്ടി

വീശിയുമൂതിയും നോക്കി പണിപ്പെട്ടു
വാശിയിലാവതുമപ്പുറവും.
പാഴീറത്തീപ്പൊരി പാറുന്നീലങ്ങെങ്ങും
കീഴിലെപ്പോലെതാൻ മേലും ബുദ്ധൻ

നിർവാണോപജ്ഞാതൃ നിർദ്വന്ദ്വമാനസം
നിർവാതവിക്രിയരത്നദീപം
ഘോരക്രോധാപസ്മാരത്തെച്ചവിട്ടുന്ന
മാരജേതാവിനാ വാക്കോരോന്നും

മാതൃമുലപ്പാൽ നുകരും മണിക്കുഞ്ഞിൻ
മാഴമഴലമൊഴിയായ്ത്തീർന്നു
പേക്കൂത്തു മുന്നിൽനിന്നോരോന്നു കാണിക്കു-
മാക്കൂളപ്പാപിയെശ്ശാക്യസിംഹൻ

പ്രേമം വഴിയും കടമിഴികൊണ്ടൊന്നു
തൂമയിൽ നോക്കുകമാത്രം ചെയ്താൻ
താനങ്ങോട്ടെത്ര തകർത്താലും ദാന്തനിൽ
മൗനവും മന്ദസ്മിതവുമെന്യേ

കാണാഞ്ഞു മറ്റൊന്നും തെല്ലു പകച്ചാന-
ക്കാറ്റിനെത്താഡിക്കും കൈയുടയോൻ
''മണ്ണുമല്ലിസ്സത്വം ചാണകവുമല്ല
പെണ്ണുമല്ലാണുമല്ലെന്തുകഷ്ടം

പൗരുഷമെന്നതിൻ പേരുമറിയാത്ത
കാരുവിന്നേർപ്പെട്ട ദാരു മാത്രം''
ചൂടുള്ള ചെഞ്ചോരത്തുള്ളിയൊന്നെങ്കിലു-
മോടുന്നീലങ്ങൊരു നാഡിയിലും

അല്ലാഞ്ഞാലാസ്യമൊരല്പം കയർക്കണ്ടേ
മല്ലാടാൻ നാക്കു തരിച്ചിടണ്ടേ?
വച്ചകണക്കിനുതന്നെയിരിക്കുന്നു
പച്ചച്ചിരിയും ചിരിച്ചു പാഴൻ

പോക്കറ്റു പൊട്ടശ്ശവത്തിന്റെ നേർക്കോ ഞാൻ
വാക്കമ്പു മേന്മേൽ വലിച്ചുവിട്ടു?
"ബുദ്ധ മതി നിന്നബദ്ധച്ചിരിയിതെ-
ന്തുത്തരംമുട്ടിയാൽ കൊഞ്ഞനമോ?

വാവാ നമുക്കല്പം വാദിച്ചു നോക്കീടാം
നീ വാ തുറന്നൊന്നു കണ്ടോട്ടെ ഞാൻ"
എന്നായ് മടുത്തൊരെതിരാളിബുദ്ധനോ
നിന്നാൻ ചലിയാതെ മുന്നെപ്പോലെ

ശീതകൃപാമൃതശീകരസേചന-
ചാതുരി വായ്ക്കും കടാക്ഷത്തോടും
മന്നിടം മാരിപൊഴിച്ചു കുളിർപ്പിക്കാൻ
വന്നിടും വാരിദങ്ങൾക്കു തെല്ലും

നെഞ്ചകത്താൾ ഭേദം വായ്പീലവയ്ക്കൊപ്പം
പഞ്ചയും പാഴ്മണൽക്കാടുമല്ലോ
അന്യാനുകൂല്യമാമർത്ഥമുതിർക്കുന്ന
ധന്യാത്മവിശ്വജിദ്യാജികളേ

ഇജ്ജഗന്മംഗലത്തിന്നായ്ജ്ജനിക്കുന്നു
സ്വച്ഛന്ദജന്മാക്കൾയുഷ്മാദൃശർ
പൂഴി പുരളാത്ത പൂമേനി പൂണ്ടുള്ളോ-
രൂഴിക്കനകക്കതിരവരേ!

കൂകട്ടെ ക്രോഷ്ടാക്കൾ മോങ്ങട്ടെ മൂങ്ങകൾ
ലോകത്തെയെന്തക്ക്യമികൾ കണ്ടു
ഉന്മിഷൽകന്മഷദുർമ്മഷിദൂഷിത-
മിമ്മഹീമണ്ഡലമാകമാനം

വെണ്മ മുഴുപ്പിച്ചും നമ തഴപ്പിച്ചും
ജന്മം കൃതാർത്ഥീകരിപ്പൂ നിങ്ങൾ
കായുന്നു ചേതസ്സാം കമ്രാക്ഷയപാത്ര-
മായതിൽനിന്നു മേൽ പൊങ്ങിപ്പൊങ്ങി

തൂയ കനിവുപാൽ പുഞ്ചിരിമെയ്യാർന്നു
പായുന്നു ദേവന്നു മുന്നിലെങ്ങും.

ചാരത്തു നിൽക്കുന്ന സൗഗതാക്രോഷ്ടാവിൻ
കാരൊളിമെയ്യിലാ മന്ദഹാസം

കാമം പതിക്കുന്നു കൗശേയച്ചാർത്തായു-
മോമൽപ്രസാദപ്പൂമാലയായും
തന്മേനിയേതോ പൂതുതാം തണുപ്പാർന്നു
ജന്മസാഫല്യം ലഭിച്ചപോലെ

നിന്നാനവനും വിശുദ്ധിസോപാനത്തി-
നൊന്നാംപടി നോക്കിക്കാലുയർത്തി
സമ്പൂർണ്ണാനുഗ്രഹം ശാക്യമഹർഷിയും
തൻപൂർവനിന്ദകന്നേകിടുവാൻ

പള്ളിരസനയാം വാങ്മയകോശത്തിൽ
വെള്ളിരദനത്തഴുതു നീക്കി
"സ്വാഗതം ഭ്രാതാവേ സ്വാഗതമങ്ങേയ്ക്കും
സ്വീകരിച്ചാലുമെന്നാതിഥേയം

അങ്ങനെക്കാണ്മാനവസരംവന്നതു
മംഗലത്തിന്നൊരു മാർഗ്ഗമായി
മാധവദേവനെപ്പണ്ടു ഭൃഗുപോലെ
ക്രോധത്തിലെന്നെപ്പരീക്ഷിക്കുവാൻ

ആവിർഭവിച്ചുള്ളോരാചാര്യനായങ്ങേ-
ബ്ഭാവിച്ചുകൊണ്ടേൻ ഞാനായുഷ്മാനേ
മാരനൊരിക്കലെൻ രാഗത്തെശ്ശോധിച്ചു
വീരനാമങ്ങിന്നെൻ ദ്വേഷത്തെയും

രണ്ടുമെന്നുള്ളത്തിലില്ലെന്നു സൂക്ഷ്മമായ്-
ക്കണ്ടുകൊണ്ടല്ലോ സഖാക്കൾ നിങ്ങൾ
നല്ലൊരു നാക്കു വെറുതേ കഴച്ചതായ്
തെല്ലോർത്തുമാഴ്കൊല്ലേ തെറ്റായ് സൗമ്യൻ

ആ നികഷത്തിലെന്നുൾപ്പൊന്നുരപെട്ടു
ഹാനിപിണയാതെ മിന്നിയല്ലോ
നന്മയും തിന്മയും ശ്ലാഘയും നിന്ദയു-
മെന്മനസ്സിന്നെല്ലാമേകരൂപം

കല്ലും കരിമുള്ളും മണ്ണും മരത്തുണ്ടും
പുല്ലും പുഴുവുമെൻ സോദരങ്ങൾ
തർക്കമറ്റാകയാലങ്ങു വമിച്ചോരു-
കർക്കശാക്രോശനമെൻ ചെവിയിൽ

തൂകുകയായ് മേന്മേൽ തൂനറും പൂവേരി
കോകിലകാകളീപാകത്തിങ്കൽ
വന്നാലും വത്സ, ഭവാനെൻ സമീപത്തി-
ലെൻനാവിന്നങ്ങയെക്കണ്ടനേരം

മൗനവ്രതത്തിനു പാരണയായുള്ള
മൗഖര്യചര്യയ്ക്കു ഭാവിക്കുന്നു.
വിശ്വജയത്തിന്നു ജിഹ്വ മനുഷ്യന്നു
ശശ്വൽപ്രകൃതിപ്രക്ലിപ്തമായി

വായ്പ്പോരു വാളല്ലോ, കാമിതം സർവവും
കായ്പ്പോരു കല്പകവല്ലിയല്ലോ
ആയതുകൊണ്ടു കഴുത്തറുത്തീടുവാ-
നായിത്തുടങ്ങീടുമാത്മഘാതി

നിർവാണമാകും പുമർത്ഥം ലഭിക്കുവാൻ
നിർവാഹം കാണാത്ത നിത്യബദ്ധൻ
എത്രയ്ക്കു കാഴ്ചയിൽ മൂർച്ച കുറഞ്ഞീടു
മത്രയ്ക്കു കാര്യത്തിൽ മൂർച്ചകൂടും

അങ്ങനെയുള്ളോരീയായുധംകൊണ്ടൊരു-
മങ്ങവതാളത്തിൽ ക്രീഡിക്കൊല്ലേ
നാലാമതാകുമുമിദ്ദിവ്യേന്ദ്രിയത്തിന്നു
നാമം രസജ്ഞയെന്നല്ലീ ബന്ധോ

നഞ്ഞിൽപ്പചിച്ചാൽ നളപാകമാകിലും
രഞ്ജിപ്പീലെന്നതറിയുന്നീലേ?
ആഗന്തുകർക്കായിട്ടർപ്പിക്കുമഭക്ഷ്യം
ലോകരുചികരബാഹ്യമായാൽ

ആയതിൽസ്വാമി ഗൃഹസ്ഥനതെത്രയ്ക്കു-
കായമനഃക്ലേശഹേതുവല്ല?

പോരാ! രസന പൊഴിക്കും ദുർവാക്യങ്ങൾ
ഘോരാഭിചാരജദുർഭൂതങ്ങൾ

നേർക്കുമവ ചെന്നെതിരാളിയോടല്പം
തോൽക്കുമ്പോഴേക്കും തിരിഞ്ഞുകേറും
മാനത്തു തുപ്പിയാലല്പമുയരെപ്പോയ്
നൂനമത്തുപ്പൽ തൻ മാറിൽ വീഴും

കാറ്റിന്നെതിരായെറിയും മണൽത്തരി
യേറ്റുകിടക്കും തൻകണ്ണിൽത്തന്നെ.
വാനാറ്റംകൊണ്ടു വസുധയടക്കുവാൻ
ഹാ, നാം നിനയ്ക്കുവതെത്രമോശം

ലാക്കിന്നുകൊള്ളാൻ കരുത്തക്കണയ്ക്കില്ല
മൂക്കിനെത്തോൽപ്പിക്കാൻ മാത്രം കൊള്ളാം
നന്മയ്ക്കേ തിന്മതൻ നാമ്പടപ്പിക്കാവൂ
വെൺമയ്ക്കേ കൂരിരുൾ വെന്നിടാവൂ

ഉഷ്ണത്തേയുഷ്ണം ശമിപ്പിപ്പീലെന്നത്രെ
ശ്ലക്ഷ്ണസദാചാരവൈദ്യതത്ത്വം
തണ്ണീർതലയ്ക്കാടിത്തീഭ്രാന്തടക്കണ-
മെണ്ണമേലാടിക്കടലിൻ ഭ്രാന്തും

എന്നകണക്കിലരിശപ്പിശാചിനെ
വെന്നിടാൻ ക്ഷാന്തിദേവിക്കേ പറ്റൂ
പാൽക്കതിർ പാരിൽ പരത്തും പനിമതി
നായ്ക്കുരകേട്ടു നടുങ്ങുന്നില്ല;

ശങ്കവിട്ടാ നായ്ക്കു ചാടിക്കളിക്കുവാ-
നങ്കണം വെങ്കളിയിട്ടിടുന്നു
മേഘച്ചെറുചൂൽ വഴിമറച്ചീടട്ടേ
രാഹുവിൻ നാക്കിണ നക്കീടട്ടേ

താനതിലൊന്നും കുലുങ്ങാതേപൊങ്ങുന്ന
വാനത്തേത്തിങ്കൾ നമുക്കാദർശം
എണ്ണമറ്റാകാശവീഥിയിൽ മിന്നുമീ-
യണ്ഡഗോളങ്ങളശേഷമയ്യോ

കാലചക്രക്കറക്കത്തിൽ തെറിക്കുന്ന
ലോലസ്ഫുലിംഗങ്ങൾ മാത്രമല്ലീ?
ആയവയിലൊരണുവാമവനിയിൽ
കായം ഞൊടിക്കാർന്ന മർത്ത്യകീടം

തൻകോപവഹ്നിയിൽ സർവം ദഹിപ്പിപ്പാൻ
സങ്കോചം തേടുന്നീലെത്ര ചിത്രം
എങ്ങു കിടപ്പൂ പുമർത്ഥപ്രാപ്യസ്ഥാനം
എങ്ങു കാമക്രോധകാളഗർത്തം

നേരറ്റതാമിപ്രഹസനത്തിന്നൊരു
ദൂരനമസ്കാരമൊന്നേ വേണ്ടൂ''
എന്നുരചയ്തു നിറുത്തി മഹാമുനി-
യൊന്നുമറിയാത്ത ശ്രാവകനും

കണ്ണിർപ്പുഴയിൽ മുഴുകിന മെയ്യോടും
ദണ്ഡനമസ്കൃതി പൂണ്ടിരുന്നാൻ
കാലീയശീർഷത്തിൽ കാൽത്താരണി ചേർത്ത
ബാലമുരളീധരനെയോർക്കെ

കോൾമയിർപ്പൂമ്പട്ടു ചാർത്തിക്കുതികൊള്ളു-
മോമനക്കാലസഹോദരിയെ
അച്ഛസ്ഫടികനിറംതേച്ചു വാഴിപ്പാ-
നിച്ഛകലരുമലക്കരങ്ങൾ

പേർത്തുമുയർത്തിപ്പെരുത്താശിസ്സേകിനാൾ
ബുദ്ധന്നു ശുദ്ധയാം ഗംഗാദേവി ■

ചിത്രശാല

ഒന്ന്

"ഭാരതക്ഷമേ, നിന്റെ പെണ്മക്കളെടുക്കള-
ക്കാരികൾ, വീടാം കൂട്ടിൽക്കുടുങ്ങും തത്തമ്മകൾ
നരന്നു ഗർഭാധാനപാത്രങ്ങ,ളാജന്മാന്തം
പരതന്ത്രകൾ, പശുപ്രായകളബലകൾ
ആടയും പണ്ടങ്ങളും കൊണ്ടു മെയ്യാകെക്കൂടി
മൂടിന യന്ത്രക്കളിപ്പാവകൾ, വരാകികൾ
എങ്ങവർ പതിതകൾ സഹധർമ്മിണീഗൃഹ-
മംഗലദേവതാദിനാമങ്ങൾക്കനർഹകൾ?

ഭാരതക്ഷമേ! ഹാ! നിൻ ലാളനം തനിക്കുന്നു
പൂരുഷന്മാരിൽ; നീയും സ്ത്രീകൾക്കു മാതാവാമോ?
ഒരു കാൽ നീർക്കെട്ടാർന്നും മറ്റേക്കാൽ മെലിഞ്ഞിട്ടും
മരുവും നിനക്കേതു മാർഗ്ഗത്തിൽപ്പുരോഗതി?
അപരിഷ്കൃത താൻ നീയറിവറ്റവൾ താൻ നീ-
യപഥസ്ഥിത താൻ നീ;യനുകമ്പ്യയും താൻ നീ
നിൽക്കൊല്ലേ സമക്ഷത്തു ലോകരേ,പാപിഷ്ഠയാ-
മിക്കുഷ്ഠരോഗാർത്തയെത്തീണ്ടൊല്ലേ നശിക്കൊല്ലേ"
ഇമ്മട്ടിൽക്കടന്നോതിയിന്നലെ ദ്വിപാത്തായൊ-
രമേരിക്കതൻ വിത്താമമ്മേയോദ്ധ്വരശ്ലിണി
അല്പവും ധരിച്ചോളല്ലമ്മതൻ പരമാർത്ഥ-
മപ്പച്ചപ്പരിഷ്കാരക്കാരിയാം ചട്ടക്കാരി

രണ്ട്

അമ്മതാമ്മതൻ മൊഴിയമ്പുകൾ ഭരതോർവി-
യമ്മതൻ ചെവിക്കുള്ളിലാഞ്ഞാഞ്ഞു തറയ്ക്കയായ്

ഖേദിച്ചാളപാരമായദ്ദേവിയിമ്മട്ടുള്ള
കാതരെറെൻ മേയോവിന്റെ കൈകൊട്ടിക്കളിപ്പാട്ടിൽ
ചിന്തിച്ചാൾ: "എങ്ങോ മേവുമിപ്പുത്തൻപെൺപൂമ്പാറ്റ-
യ്ക്കെന്തിങ്ങു ബന്ധം വരാൻ; എന്നെക്കൊണ്ടോരോന്നോതാൻ?"

മുത്തശ്ശിക്കില്ലേതുമേ സൗന്ദര്യമെന്നിമ്മുഗ്ദ്ധ-
മുത്തണിപ്പോർക്കൊങ്കകൾ തുള്ളിച്ചു ജല്പിക്കുന്നു
കാർമുകിൽ മറച്ചിടും വാനത്തിൽ ജ്യോതിർഗ്ഗണം
കാണ്മതിന്നരിപ്പമെന്നോതുന്നൂ കണ്ണില്ലാത്തോൾ
പങ്കത്തിൽപ്പുരണ്ടതാം പത്മരാഗത്തെപ്പാർത്തു
ശങ്കവിട്ടുരയ്ക്കുന്നൂ മഞ്ചാടിയെന്നിശ്ശിശു
"ബ്രിട്ടനും ഞാനും തമ്മിൽ ബന്ധുക്കൾ; ഞങ്ങൾക്കുണ്ടാ-
മിഷ്ടത്തിൻ വിവർത്തമാം വാക്തർക്കം മിഥഃസ്ഥിതം
അമേരിക്കേ, ഹാ! വെറും മിന്നൽപോലെന്നിൽ പായും
നിന്മക്കൾക്കെന്തിതിങ്കൽ മാധ്യസ്ഥ്യദീക്ഷാന്യായം?
ഹന്ത! ഞാൻ പെണ്മക്കളിൽ പ്രീതിയില്ലാത്തോൾപോലു-
മെന്തബദ്ധമിക്കുട്ടി ധാർഷ്ട്യത്തിൽപ്പുലമ്പിപ്പോയ്
ആനഖാന്തവും പിന്നെയാശിഖാന്തവും വാച്യം
നീ നിന്റെ മുറ്റം തൂത്താലെത്ര നന്നതെൻ വത്സേ
ദുർഭഗള്ളാം വിഷം ചേർന്ന നിൻ സാന്ത്വവാക്യാംഭസ്സാ-
ലല്പവും ശമിക്കുവോന്നല്ലെന്റെയന്തർദ്ദാഹം
പാരിക്കും വിശപ്പിലും ഞാൻ നിന്റെ കരം വീഴ്ത്തും
കാരുണ്യപ്പിച്ചയ്ക്കായിക്കൈക്കുമ്പിൾ കാണിപ്പീല"

മൂന്ന്

ഹിമവൽപർവ്വതത്തിൽ നിവസിക്കുന്നുണ്ടൊരു
സമലോഷ്ടാശ്മജാംബൂനദനാം തപോധനൻ
അരയപ്പെൺപൈതലിൻ മകനായ്പ്പിറന്നു നാ-
ന്മറകൾ പകുക്കുവാൻ സാധിച്ച മഹാഭാഗൻ
പാരിതിൻ നന്മയ്ക്കായിപ്പഞ്ചമം വേദം മഹാ-
ഭാരതം ഗാനം ചെയ്ത ഭഗവാൻ ശുകഗുരു
വേറെയും പുരാണോക്തിപീയൂഷം ധരിത്രിയിൽ
ധാരധാരയായ്പ്പെയ്ത സൗജന്യഘനാഘനം

സംസാരപാരാവാരപാരീണൻ; സാക്ഷാദ്രാജ-
ഹംസാധിരൂഢാംഗനാപാദബ്ജമധുവ്രതം
അന്യനെ സ്നേഹിപ്പതേ പുണ്യമൊന്നവനിയി-
ലന്യനെ ദ്വേഷിപ്പതേ പാപമെന്നരുൾചെയ്തോൻ
അർത്ഥകാമാദിക്കെല്ലാം ബീജമാം ധർമ്മത്തെത്താൻ
മർത്ത്യരേ, സേവിപ്പിനെന്നുച്ചത്തിലുൽഘോഷിച്ചോൻ
കൃത്സ്നമാം പുണ്യത്തിനാൽ ഭാരതാംബയാൾ പെറ്റ
കൃഷ്ണദ്വൈപായനാഖ്യ കൈക്കൊള്ളും കൃപാമൂർത്തി
ക്ഷോണി താൻ കുടുംബമശ്ശോഭനന്നാദ്ധ്യാത്മിക
ജ്ഞാനംതാൻ ഭണ്ഡാഗാരം മുക്തി താൻ സധർമ്മിണി
ലോകാനുഗ്രഹത്തിനായ് വാഴ്കയാണശ്ശൈലത്തി-
ലേകാന്തബ്രഹ്മദ്ധ്യാനനിഷ്ഠനച്ചിരഞ്ജീവി

നാല്

മാതൃഭൂദേവിയാൾതൻ സന്തപ്തദീർഘശ്വാസ-
മാദിക്കൊന്നലയ്ക്കവേ നീഹാരം നീരാവിയായ്
തൽക്ഷണം തപോധനൻ നിർവ്വികല്പമായുള്ള
തത്സമാധിയെക്കണ്ടാൻ ഭഗ്നമായ് - നിവൃത്തമായ്
ആ വികാരത്തിന്നെന്തു ഹേതുവെന്നോർക്കെക്കാണായ്
ദേവിയാമാര്യക്ഷോണി - തന്നമ്മയ്ക്കെഴും താപം
നില്പതും പാർത്താൻ ദൂരെയമ്മെരിക്കയെപ്പേർത്തും
ദർപ്പത്താലാധ്മാതയാം മേയോവിൻ മാതാവിനെ

വേഗേന തൽക്കർണ്ണത്തിൽ സ്വാദുവാം വചസ്സുധ
തൂകിനാൻ സർവ്വഭൂതസൗഭാത്രശിക്ഷാഗുരു
"സ്വാഗതം വിമാതാവേ ശങ്കവിട്ടിങ്ങോട്ടേക്കൊ-
ന്നാഗമി,ച്ചിവൻ കാട്ടും കാഴ്ചകണ്ടാനന്ദിക്കൂ;
അഞ്ജനം വേറേ വേണ്ട; കണ്ണിൽനിന്നഹങ്കാര-
മഞ്ഞച്ചില്ലെടുത്തങ്ങു മാറ്റിയാൽ മാത്രം മതി
നൂനം ത്വൽപുരോഭൂവിൽ സാധ്വിയാമെന്നമ്മയെ
യാനനാവഗുണ്ഠനം നീക്കി ഞാൻ നിർത്തിത്തരാം
കണ്ടിടാമപ്പോൾ തത്ത്വം കണ്ണിന്നു; കൈക്കൊൾകെന്റെ
പണ്ടത്തെച്ചിത്രശാല നൽകുവോരാതിഥ്യത്തെ

മിക്കതും പാർക്കാമങ്ങേക്കന്നേരമെന്നമ്മയ്ക്കു
മക്കളോ മകളാരോ വാത്സല്യം വായ്പോരെന്നായ്''

അഞ്ച്

ആദിയിങ്കൽ മഹർഷിയൊരാലേഖ്യത്തിൻ സമീപത്തിൽ
പ്രീതിപൂണ്ടു നയിച്ചാനപ്പേശലാംഗിയെ
അരുളിച്ചെയ്കയും ചെയ്താൻ; ''അയി കാൺക പടമിതി-
ലൊരു പുമാനേയും നീ തൽഭഗിനിയേയും
മാമലകൾക്കരചന്റെ മക്കളിവരിരുവരു-
മീമഹിളാമണി ഗൗരിയേട്ടൻ മൈനാകം
കലികൊണ്ടുമപ്പടിച്ചു കലഹത്തിന്നമരേന്ദ്രൻ
കലിശവുമുലച്ചുലച്ചണഞ്ഞീടവേ
ശത്രുവിന്റെ മാർത്തടമോ സപ്തസപ്തി മണ്ഡലമോ
ശസ്ത്രമെയ്തു പോർക്കളത്തിൽപ്പിളർന്നീടാതെ
അതിവൃദ്ധൻ ജനകനെത്തുണയ്ക്കാതെ; മഹീഭൃത്തിൻ
സ്വധർമ്മത്തെ സ്വല്പംപോലുമനുഷ്ഠിക്കാതെ
തൽക്ഷണത്തിലിവൻ പാഞ്ഞു സാഗരത്തിനകം ചാടി
പക്ഷലാഭചരിതാർത്ഥൻ പരമഭീരു
അവിടെ നാൾ കഴിക്കയാണടിമയായ്ജ്ജലപതി
ക്കവനതശിരസ്സാമീയധമജന്തു
ഇവനുടെയവരജ ഭഗവതിയപർണ്ണയോ
കുവലയമിഴിമാർക്കു കുലാലങ്കാരം
എത്ര കാമൻ തുണച്ചാലുമേതു കണ പൊഴിച്ചാലു-
മെത്രമാത്രം പരിസരമൊത്തുവന്നാലും
പൂവൽമേനിപ്പുറത്തൊലിപ്പൂച്ചുകണ്ടു മയങ്ങുന്ന
കേവലനാവിടനല്ല ദേവൻ ഗിരീശൻ
എന്നറിഞ്ഞു തനുമദം സന്ത്യജിച്ചു തപസ്സിനാൽ
തന്നകതാർ തനിസ്സത്വസമ്പന്നമാക്കി
ആയതിൽത്തന്നനുകനെയാദരത്തിലണച്ചു ത-
ജ്ജായയായിജ്ജയംപൂണ്ടാൾ ജഗജ്ജനിത്രി
ശൂലിയും തന്മനഃസ്ഥൈര്യം തൂക്കിനോക്കാൻ തുനിഞ്ഞല്ലോ
ശൈലരാജപുത്രിയെന്ന തത്ത്വമോർക്കാതെ

ആ വിഭുവിൻ വാമഭാഗമാത്മശുല്ക്കീഭവിച്ചപ്പോൾ
ദേവിയുമഹൈമവതി നിത്യകല്യാണി.
വാമഭാഗത്തിങ്കലല്ലീ ജീവികൾക്കു ഹൃദയം ഈ-
യോമലാളെയതിന്നീശനീശ്വരിയാക്കി
ലോകയാത്ര ചെയ്കയാണദ്ദമ്പതിമാരിത്തരത്തി,-
ലേകയോഗക്ഷേമമെങ്ങുണ്ടിതിനുമീതേ
പ്രേമമാകും ദിവ്യജ്യോതിസ്സന്തർവേദിപ്രതിഷ്ഠിത-
മാമിഷാശനാശ നൂനം ഹാ! തദാഭാസം''

ആറ്

ഇനിയൊരുപടത്തിങ്കലിരുവരുണ്ടിതാ കാണ്മൂ
പനിമതിമുഖിയൊന്നു, പരൻ പുരുഷൻ
ഇരുവരുമലകടൽ മണികാഞ്ചിയണിയുന്ന
ധരണിതന്നപത്യങ്ങളുടപ്പിറന്നോർ

മൂത്തതിൽമനുജനു,*മിളയതു മഹിളയും
പാർത്തലത്തിൻ വിളക്കി,തതുൽപാതകേതു.
പാതിവ്രത്യത്തിടമ്പെന്നു പാരിടത്തിൽ പ്രഥിതയാം
സീതയിവൾ, നരകാഖ്യദാനവനവൻ
ശങ്കവിട്ടു സതികളിൽപ്പതിനാറായിരംപേരെ-
ത്തങ്കരിങ്കൽത്തുറുങ്കിലിട്ടടച്ച പാപി
അണ്ടർകോനെപ്പോർക്കളത്തിൽക്കൊമ്പുകുത്തിച്ചദിതിതൻ
കുണ്ഡലങ്ങൾ കൂസൽവിട്ടു കൊള്ളചെയ്തവൻ
വരബലമദമത്തൻ, തനതുപേർ ജനനിക്കു-
മരുളിനോരധർമ്മിഷ്ഠകുലപ്പെരുമാൾ

ആ മനുഷ്യകളങ്കത്തെയന്തകന്നു വിരുന്നൂട്ടി
ഭാമ കണ്ടു കൺകുളുർക്കെപ്പാഥോജനാഭൻ
സീതയെത്ര വിഭിന്നയിശ്ശീലഹീനൻ തങ്കൽനിന്നും
സീതയത്രെ ജഗതിതൻ ദിവ്യസന്താനം
തൻ പ്രിയൻപോമടവി താൻ തന്നയോദ്ധ്യാരാജധാനി
തൻപ്രിയൻതൻപുൽക്കുടിൽ താൻ തൻമണിസൗധം;

* വരാഹാവതാരത്താൽ ഭൂമിദേവിക്കു മഹാവിഷ്ണുവിൽ ജനിച്ച പുത്രനാണ് നരകാസുരനെന്ന് ശ്രീമത് ഭാഗവതം.

എന്നു തേറിയിടംവലമേതുമോന്നു തിരിയാതെ
തന്നുടയ സതീവ്രതം ചരിപ്പതിന്നായ്
പരുപരുത്തിരിപ്പൊരു മരവുരിയരുവയർ
തിരുവരമറയുമാറെടുത്തു ചാർത്തി
കായസാദം കരുതാതെ കാനനത്തിപ്പിന്തുടർന്നാൾ
ഛായപോലെ ദയിതനെച്ചാരിത്രധാമം

ഏഴ്

ഇനി വേറിട്ടൊരു ചിത്രമിതിലും കണ്ടിടാമൊരു-
വയിതമാർ മണിയേയും മനുജനേയും
ഉഗ്രസേന ദേവകാഖ്യസോദരർതന്നപത്യങ്ങ-
ളിക്കംസനുമിളയോളിദ്ദേവകിതാനും
എന്നറിഞ്ഞു തൽഭഗിനിതൻ സുതരിലൊരുവനാൽ
തന്നറുതി വരുമെന്നാത്താമസശീലൻ
അന്നുതൊട്ടു മറക്കയായറനെറിമുറയെല്ലാ-
മുന്നമവനൊന്നുമാത്രംസ്വപ്രാണത്രാണം
ഏതുമൊരു കൂസലെന്യേ വാളുലച്ചാൻ വധിക്കുവാൻ
സോദരിയെ-നവോഢയെ-നിതംബിനിയെ
കൂറുവിട്ടു കുടുക്കിനാൻ കൂട്ടിനുള്ളിലവൾ പെറ്റോ-
രാറു പിഞ്ചുകിടാങ്ങളെക്കശാപ്പുചെയ്താൻ

ചക്രവർത്തിക്കൊരു സാധുസ്ത്രീയൊടേതുവിധമെല്ലാ-
മക്രമങ്ങൾ തുടർന്നിടാമവ തുടർന്നാൻ
വിശങ്കമക്ഖലൻതന്നെ വിജയിയെന്നുറയ്ക്കവേ
വിശൃംഖലം വിധിയതിൻ വിഭുതകാട്ടി.
പിറന്നു തൻ മരുമകൻ-പിതൃപതി-ഭഗിനിതൻ
തുറുങ്കിൽ, മറ്റൊരുദിക്കിൽ പറന്നുപോയി

ഊരിലുള്ളോരുണ്ണികളെയൊക്കെയും കൊന്നൊടുക്കീട്ടും
വൈരിയവൻ വളരുന്നു വാട്ടമില്ലാതെ
വരുവതു വരുമെന്നു കരുതീല; വരായ്‌വതി-
ന്നൊരുപരദേവതയോടിരന്നുമില്ല
പൗരുഷംകൊണ്ടെതിർത്തീലാപ്പാപ്പിയേതും നിയതിയെ-
ഭീരുതയിൽ വെറുമുച്ചപ്പിച്ചേതോ കാട്ടി

തൻനിഴലിൽത്താൻ പതറിക്കണ്ണിമ തെല്ലടയാതെ-
യെണ്ണിയെണ്ണി ഞൊടിയോരോന്നവൻ കഴിച്ചു
താൻ പടുത്ത നരകത്തിൽ താൻ വളർത്ത കൊടുന്തീയിൽ
സാമ്പ്രതമദ്രോഹി വീണു ചാകാതെ ചത്തു.
ഭാഗിനേയനരുളിന പഞ്ചതയപ്പാതകിക്കു-
ലോകദൃഷ്ടിയിലുമൊരു മോചനമായി
ശിശുക്കളെ വധിച്ചു തന്നസുക്കളെപ്പുലർത്തുവാൻ
പശുക്കളും കൊതിക്കുമോ പതിതൻ മർത്ത്യൻ
ഭൂവപുസ്സു പുളകമാം ഭൂഷണത്താലണിയിച്ചു
ദേവദേവ ജനയിത്രി ദേവകീദേവി
അവിടത്തെത്തിരുവയറവനിക്കു സമർപ്പിച്ചു
ഭവഭയശമനമാം പരമൗഷധം

കുഞ്ഞുകണ്ണന്നീറ്റുപുര കൽത്തുറുങ്കു; തായ്മുലപ്പാൽ
നഞ്ഞുചാറു;മൃതപ്രായർ മാതാപിതാക്കൾ
മാതുലന്റെ കല്പനയാൽ മർത്യപാശർ ജിഘാംസുക്കൾ-
മാടുപോലും ശ്വസിക്കുന്ന മാരുതൻപോലും
ദേവകൾക്കുമവരിൽത്താൻ സ്നേഹമുള്ളിലെന്നുതോന്നു-
മാവിരിഞ്ചപ്രമുഖർതന്നകൃത്യം കണ്ടാൽ
ആയവർക്കു സകലർക്കും ഹാനിചേർത്തു സുജനങ്ങൾ-
ക്കായർകുലച്ചെറുപൈതലാനന്ദമേകി
പള്ളിയോടക്കുഴൽവഴി പാലമൃതു മഴപെയ്തു
കല്ലിനേയുമലിയിച്ചു കല്യാണമേഘം
സത്തുകൾക്കു മഖത്തിങ്കൽ കാൽകഴുകും; തനിക്കൊരാൾ
ഭക്തനായാലവന്നേതു ദാസ്യവും ചെയ്യും
കേഴുമൊരു സതിക്കേകും പട്ടുസാരി; കൃപണനെ-
യേഴുനിലമാളികയിലേറ്റിപ്പുലർത്തും
ചമ്മട്ടിയും കൈയ്യുമായിധർമ്മക്ഷേത്രപ്പോർക്കളത്തി-
ലമ്മഹാത്മാവർജ്ജുനൻതന്നകം തെളിവാൻ
തേർത്തടത്തിൽ നിന്നുകൊണ്ടു ചെയ്ത ദിവ്യഗാനമിന്നും
പാർത്തലത്തിൽ ദരികളിൽ മാറ്റൊലിക്കൊൾവൂ

നാഥനന്നു നൽകിയോരു നാന്മറപ്പാൽനവനീതം
നാദബ്രഹ്മചൈതന്യത്തിൻ നവാവതാരം
വാനിലേറ്റുമെഴുനൂറു കല്പടവുള്ളൊരു കോണി
മാനസം പോയ് മുഴുകേണ്ടും ജാഹ്നവീതീർത്ഥം

കാര്യസാരം കഥിച്ചോരക്കർമ്മയോഗമാർഗ്ഗദർശി-
യാര്യഭൂമിക്കായുഗാന്തമാചാര്യാചാര്യൻ,
''സത്യധർമ്മപദങ്ങളിൽ സഞ്ചരിച്ചോനിഹത്തിൽ ഞാൻ
കൃത്യലോപം വരുത്താതെ ജീവിച്ചോനെന്നാൽ
എങ്കിടാവു കണ്മിഴിക്കുമിക്ഷണ''മെന്നരുൾചെയ്തു
തങ്കരംകൊണ്ടവനൊന്നു തലോടി നിൽക്കേ
ദ്രൗണിയെങ്ങു തദസ്ത്രത്തിൻജ്വാലയെങ്ങു മൃതിയെങ്ങു
ചേണിയന്ന പ്രീക്ഷിത്തു ജീവിച്ചു വീണ്ടും?
ഗോപൻപോലുമവൻ; ശരി; ഗോക്കൾ മർത്ത്യരവരുടെ
താപശാന്തിക്കവൻ തേടി ധാത്രിയിൽ ജന്മം
ഗോക്കളെയാണവൻ കാത്തതോർമ്മവേണം പോരമർത്ത്യൻ
വ്യാഘ്രമായാൽ ഫണിയായാൽ ഗോമായുവായാൽ
അനൃശംസ്യംകൊണ്ടു വേണം,മാത്മദമംകൊണ്ടുവേണം
മാനുഷരപ്പശുപാലമാഹാത്മ്യം കാണ്മാൻ
മംഗലാത്മാ മഹായോഗി മരതകമണിവർണ്ണൻ
ഞങ്ങളുടെ വാസുദേവൻ ഞങ്ങൾക്കു ദൈവം
തമ്പുരാൻ തന്നരിയ കൈത്താമരതൻ തലോടലി-
കുംഭിനിയാം കുബ്ജയുടെ കൂനു നിവർക്കും
മുത്തെടുത്തു ധരിക്കും നാം ശുക്തികയെ മറക്കാമോ
ദുഗ്ദ്ധമാരു നമുക്കേകും ഗോമാതാവെന്യേ?
ഖ്യാതിയുടെ കലിത്തോപ്പായ്ക്കംസഭിത്തിൻ ജനയിത്രി
ഗീതയുടെ പിതാമഹി ജയിച്ചീടുന്നു.

എട്ട്

കാൺക, വേറിട്ടൊരു ചിത്രമതിലുമുണ്ടൊരുപുള്ളി-
മാങ്കിശോരമിഴിയാളുമൊരു പുമാനും.
കുണ്ഡിനേശൻ ഭീഷ്മകന്തൻ മക്കളിവരേട്ടൻ രുക്മി
കൊണ്ടൽവേണിയിളവൾ രുക്മിണീദേവി.
ആ മഹീശകിശോരകന്നാദിമുതലാത്മമിത്രം
ദാമഘോഷി ശിശുപാലൻ സജ്ജനദ്രോഹി
ഹീനരുമായ് സഹവാസമെത്ര ഹേയം, കടൽതൊടും
വാനവർതൻ പുഴയിലേ വാരിയും ക്ഷാരം

ചേദിപന്നു ഭഗിനിയെ ജ്യേഷ്ഠനാകാൻ നിശ്ചയിച്ചാൻ;
താതനേയും കൊല്ലുമവൻ തന്നോടിടഞ്ഞാൽ
തൃഷ്ണ പണ്ടേ മുകുന്ദനിൽ സ്ത്രീമുടിമുത്തവൾക്ക്കേറി
കൃഷ്ണനുമക്ഖലനുമോ കീരിയും പാമ്പും
കണ്ടതില്ല കഴിവൊന്നും; കണ്ടവന്റെ കൈയിൽ നിന്നും
കണ്ഠപാശം പതിക്കുവാൻ കാലവുമായി
സുന്ദരിക്കു തുണയുണ്ടു രണ്ടുപേരൊന്നലരമ്പൻ

പിന്നെയൊന്നൊരരശരണൻ പൂണുനൂൽക്കാരൻ
പോരുമവർ; കാണികൾതൻ കണ്മിഴികളോടു കട്ടു
തേരിലേറ്റീ ദയിതയെദ്ദേവകീപുത്രൻ
കാപ്പുകെട്ടിയിരുന്നോരു കൈ വയറ്റിൽ വെച്ചുചൈദ്യൻ
ഓപ്പയല്ലേ, പെണ്ണിൻ പിൻപോടി രുക്മിയും
''ഗോരസത്തിൽനിന്നു സാരി, സാരിയിങ്കൽനിന്നു നാരി
ചോരനിവൻ വിളയുന്ന വിളച്ചിൽ കൊള്ളാം
കാലിമേയ്ക്കും ചെറുക്കനെക്കാലനൂരിനയച്ചേ ഞാൻ
കാലു കുത്തു പുരിയി''ലെന്നാണയിട്ടോതി
നർമ്മദതൻ തടത്തിൽ പോയ് നാളീകപ്പേമഴ പെയ്താൻ
നർമ്മരീതിക്കൊരു കണനാഥനുമെയ്താൻ
പൈങ്കിളിനേർമൊഴിയാൾതൻ പ്രാർത്ഥനയാൽ മീശപോക്കീ-
യെങ്കുടുമ്മവെച്ചയച്ചാൻ സ്യാലനെദ്ദേവൻ
ഭീരുന്നു കൃതാർത്ഥമായ് ഭോജകടവാസംകൊണ്ടു
വീരവാദ,മവൻ മാനി; ദൈവവും മാനി

പ്രദ്യുമ്നന്നു നൽകിനാൻ തൻ നന്ദിനിയെഭഗിനിയാൽ
ദത്തമായ ജീവിതത്തിൻനിഷ്കൃതിപോലെ
ചൂതിൽവെച്ചു മുസലിയാൽ തോൽവിവന്ന പൊഴുതിലും
പാതകി താൻ ജയിച്ചതായ്പ്പാഴ്പൊളിയോതി
''മന്നനുമായ്ച്ചൂതിനാശ മാട്ടിടയച്ചെറുക്കന്നു
മണ്ണുതീനിപ്പാമ്പിനാശ വാസുകിയാവാൻ!''

എന്നുരച്ചു ചിരിപ്പളവീറപൂണ്ടോരെതിരാളി
തന്നുലക്കകൊണ്ടു തല തച്ചുപൊളിച്ചു.

ലോലമാംതൻ രസനതാൻ മാരണവാളവന്നെന്നാ-
യാളറിയാക്കളിയാർക്കുമാപത്തുതന്നെ

പതിനാറായിരത്തെട്ടു പരമസുന്ദരിമാരാം
പതിവ്രതാമണിമാർതൻ പതി ഭഗവാൻ
ശീലമലർമാലികയ്ക്കു കെട്ടെപെട്ടു ചെയ്തുപോന്നു
നീലമിഴി രുക്മിണിക്കു നിത്യകൈങ്കര്യം
വില്ലുകൊണ്ടു പയറ്റാനും വിണ്മരത്തെപ്പിഴുക്കാനും
തെല്ലുമവൾക്കൊരു കൊതി ചേതസ്സിലില്ല
ഭാമയൊരു കവിത തൻപ്രാണനാഥന്നരിയോരീ
യോമലാളൊരുപനിഷദ്ദേവതാഭേദം
ആകെയവളിത്തരത്തിലാത്മകാന്തഹൃദയമാ-
മേകച്ഛത്രസാമ്രാജ്യത്തിന്നീശ്വരിയായി
മരവിടുമൊരുനാളിൽ മലർമകൾ മണവാളൻ
ഹരിയുമായ് ശയനീയമണഞ്ഞീടവേ
ഇരുവരുമിരുവർ തൻ തിരുവുടലൊളിയമൃ
തിരുമിഴിമലർകൊണ്ടും നുകർന്നീടവേ
പരിമൃദുവിശറികൊണ്ടരുവയർ തെരുതെരെ-
പ്പരിമളച്ചെറുതെന്നലിളക്കിടവേ
അണിയിളങ്കരതളിർത്തരിവളക്കിലുക്കത്തിൽ
മണിയറ മുഖരമായ് ചമഞ്ഞിടവേ
ഓതി ചിരിച്ചൊരു വാക്യമോഷധീശമുഖിയാമ-
മമാതർകുലമണിയോടു മായാമനുഷ്യൻ

‘‘ദേവി, കേൾക്കൂ മനസിജദിഗ്വിജയപതാകികേ
നീ വിദർഭഖനി പെറ്റ ഹീരകമല്ലേ
ആഴി ചൂഴുമൂഴിവാഴുമായിരം പേർ നിൽക്കെ നീയി
പ്പാഴിടയക്കുരങ്ങന്റെ ഭാര്യയായല്ലോ
കാറെതിർമെയ്യുടയവൻ; കാലി മേച്ചു കിടന്നവൻ
താറുമാറായ് നടന്നവൻ ശൈശവത്തിങ്കൽ
ആയർകുലവധുക്കൾതന്നാടവാരിക്കളിച്ചവൻ
മായ കാട്ടിജ്ജനഹങ്ങളിൽ വ്യാമോഹം ചേർപ്പോൻ
മങ്കയേയും മാട്ടിനേയും മാമനേയും വധിച്ചവൻ
വൻകടലിന്നകം വാഴും ദാശാർഹദാശൻ’’

"ഔചിതിതൻ ഗന്ധമെങ്ങുണ്ടസ്മദീയദാമ്പത്യത്തിൽ?"
"രാജഹംസി ഭവതി; ഞാൻ കൂപമണ്ഡൂകം
വേറെയൊരു ദയിതനെ സ്വീകരിക്കൂ; ജയിക്കട്ടെ
ചാരിതാർത്ഥ്യമിയന്നു നിൻ ദാമ്പത്യധർമ്മം"

ഈ മൊഴിയല്ലിടിത്തീതൻ ഹൃത്തടത്തിന്നകം പാഞ്ഞു
കാമിനിയെക്കഥാശേഷകല്യാണയാക്കി
തയ്യലിന്റെ കൈയിൽ നിന്നു താലവൃന്തം തെറിക്കുന്നു
മയ്യണിഞ്ഞ മിഴിനീരിൽ മഗ്നമാകുന്നു
പൂമൃദുമെയ് വിറയ്ക്കുന്നു; പൂങ്കുഴൽക്കെട്ടഴിയുന്നു
രോമകൂപപരമ്പര വിയർത്തിടുന്നു
കണ്ണുമങ്ങിത്തലചുറ്റിക്കണ്ണനുടെ കഴൽപ്പാട്ടിൽ
ദണ്ഡപാതം പതിക്കുന്നു ദീനയായ് ദേവി
"തെറ്റിയെന്റെ രുക്മിണി നിൻ ദിവ്യത ഞാൻ ധരിച്ചീലാ
ചെറ്റുപോലുമിതേവരെദ്ദൈവതമാനി
നന്മലരിൽത്തടഞ്ഞാലും നൊന്തിടും നിൻ മൃദുമേനി
നർമ്മവാക്യം ശ്രവിച്ചാലും വെന്തിടുമുള്ളം."
ഏവമോതിദ്ദയിതയെ ലബ്ധസംജ്ഞയാക്കി ദേവൻ
കേവലമിസ്സതിയല്ലീ ഗേഹിനീരത്നം

ഒമ്പത്

അടുത്തുകാൺകൊരു പടമതിലുമുണ്ടരിയോരു
മടുത്തൂകും മൊഴിയാളും മനുജൻ താനും
സുബലൻതന്നപത്യങ്ങളിരുവരുമതിലേട്ടൻ
പ്രപഞ്ചത്തിൻ കലിവിത്താം ശകുനി ധൂർത്തൻ
സുതശതജനയിത്രിയിളയവൾ മിഴിയേറ്റ
ധൃതരാഷ്ട്രനൃപതിതൻ കുലവധൂടി
ആരറിയില്ലാതരായി ശകുനിയെ?യവനത്രെ
കൗരവർതൻ കുലത്തിനു കണ്ഠകോടാലി
ഉള്ളങ്കാൽതൊട്ടുച്ചിയിലെ രോമംവരെച്ചതുർമ്മുഖൻ
കള്ളംകൊണ്ടു പണിചെയ്ത കാപഥഗാമി
അമ്പു വില്ലിൽ ശത്രുവിന്റെ മുന്നിൽനിന്നു തൊടുക്കാത്തോ-
നൻപുവിട്ടു പാർഷ്ണിഗ്രാഹപ്രവൃത്തിചെയ്വോൻ

സൂതപുത്രൻ സ്വാമിഭക്തിപാരവശ്യംകൊണ്ടു കെട്ടാൻ
ഭ്രാതൃസ്നേഹമൂർച്ഛകൊണ്ടു ദുശ്ശാസനനും
അമ്മട്ടല്ല മാതുലനാം സൗബലൻതന്നപചാരം
നിർമ്മയൂഖമത്തമിസ്രം നീരന്ധ്രനീലം
മാമനാൽ തൻ മരുമകൻ ജാൽമനായാൽ തൽക്കുടുംബം
നാമമാത്രശേഷമാവാൻ നാളെത്രവേണം
ഹാ! കനത്ത തദക്ഷം താൻ തൻകഴുത്തിൽക്കരിങ്കല്ലായ്
നാഗകേതു കെട്ടിത്തൂക്കിക്കയത്തിൽത്താണു

പാതിവ്രത്യപരിപൂതപ്പാൽപ്പയോധിപ്പൈതലെന്നായ്
ഖ്യാതിപെറ്റാൾ തൽഭഗിനി ഗാന്ധാരീദേവി
ഭർതൃപരിചര്യകൊണ്ടു നിഗ്രഹാനുഗ്രഹങ്ങൾക്കു
ശക്തയായാൾ തപസ്വിനി സൽപഥദീപം
‘‘അടിമലർ തുണയമ്മേയരികളെജ്ജയിക്കുമാ-
റടർനിലം പൂകുമെന്നെയനുഗ്രഹിക്കൂ’’
എന്നുചൊല്ലിക്കഴൽകൂപ്പും തൻ സുതൻ സുയോധനനെ
ക്കണ്ണുനീരാൽക്കഴിവതും കഴുകിനോക്കി
‘‘എങ്ങുധർമ്മമങ്ങു ജയമെന്മകനേ, പരമേതു
ണ്ടിങ്ങു നിന്നാൽ പ്രാർത്ഥ്യമെന്നാൽ ദേയമിതിങ്കൽ?’’
എന്നുമാത്രമുരചെയ്തു യാത്രയാക്കി ഭരതോർവി
തൻ ദുഹിതാവിവളാദ്യംതദംബപിന്നെ
കൂടയുദ്ധം ചെയ്തു കൊന്നാർ പാണ്ഡുപുത്രരവനെയെ
ന്നാടൽപൂണ്ടു ധരിച്ചോരസ്സാധ്വിതൻ നോട്ടം
ചരണങ്ങൾ പണിയുന്ന സമവർത്തിസുതൻതൻ കൈ

വിരൽനഖങ്ങളിലാദ്യം പതിച്ചനേരം
അവ വെന്തുകരിയവേ, യലിവാർന്നു പിൻതിരിച്ചാ-
ളവൾ തൻതീക്കനൽമിഴിയവനിൽനിന്നും
ഭാരതാജി നാടകത്തിൻ സൂത്രധാരൻ, പാർത്ഥസൂതൻ
ഘോരദൈത്യ കാളരാത്രി, ഗോവിന്ദമൂർത്തി
ഭ്രാജമാനഭഗദത്തപാണിമുക്തവൈഷ്ണവാസ്ത്രം
വൈജയന്തീമാലയായ്ത്തൻ മാറിൽ ധരിച്ചോൻ
ധർമ്മസുതപക്ഷപാതി, ശൗരി തപ്തഹൃദയയാ
മമ്മഹതിയരുളിന ശാപം നിമിത്തം

ഏതുമൊരു പരഭംഗമേശിടാത്ത തനിക്കന്തം
വ്യാധനെയ്ത കണകൊണ്ടു വന്നതുകണ്ടാൻ
ആരുകാൺമൂ സതീധർമ്മപാരിജാതദ്രുമബല-
മാരു കാൺമൂ മഹാനസമഹഃപ്രഭാവം?

പത്ത്

വേറെയൊരു പടമിതാ കാൺകതിലുമിരുപേരെ
നാരിമുടിപ്പൂൺ പൊരുവൾ നരനപരൻ
മക്കളിവരിരുവരും മത്സ്യരാജന്നുത്തരാഖ്യ
നഗ്രജന്മാവവരജയുത്തരാദേവി
കീചകനാൽ ജയംനേടി മത്സ്യഭൂവക്കിതവന്നോ
കാശു പോരും കള്ളു പോരും കാമിനിപോരും
പോർമിടുക്കു മകന്റേതെന്നോർത്തു മാനിച്ചവന്നേകി
ഭൂമിഞ്ജയനെന്ന നാമം ഭുജഭവേന്ദ്രൻ
നടുവിടഘടയുടെ നടുവിലപ്പടുവങ്കൻ
കടലാടി കണക്കൊട്ടു കഴിച്ചുകാലം
ദുർമ്മൃതിയെന്നാർന്നു മാമൻ, ദൂരെയെന്നു തന്റെ പുലി-
പ്പൊയ്മുഖം പോയ് മരുംമകൻ പൂച്ചയായ്ത്തീർന്നു
വൻപനാകും തിഗർത്തേശൻ വൈരശുദ്ധിക്കണയവേ
തൻപടയോടെതിർത്തു പോയ്ത്താതനവനെ

ആത്തരത്തിൽ വിരാടന്റെ ഗോധനത്തെ ഹരിക്കയായ്
ധാർത്തരാഷ്ട്രൻ സമസ്താഭിസാരസമ്പന്നൻ
കുന്നുപോലെയുയർന്നുള്ളരാ കോട്ടമതിൽ ചുഴലുന്ന
മന്നനുടെയവരോധമാളികയ്ക്കുള്ളിൽ
തൂണുചാരി,യൊരു മിഴി കതകിലു,മൊരു മിഴി
കാണികളാം കാന്തമാർതൻ മേലും, നടത്തി
തൻപൊടിമേൽമീശയിന്മേൽ കൈവിരൽകൾ ചരിപ്പിച്ചു
വൻപിലോരോ വീരവാദം വൈരാടി പേശി

പടയിലെപ്പകാരത്തിൻ പകുതി കേൾക്കുകിൽപ്പോലും
തുടതുള്ളുമവന്റെയത്തുനിവു കാൺകെ
അമ്മുറിക്കു പുതിയൊരു വെൺകളിച്ചാർത്തണിയിച്ചാൾ
തൻമുറുവൽനിലാവിനാലുത്തരാദേവി

ആരുരുനേർമിഴിയാൾതന്നഗ്രജനെത്തുണച്ചാൻപോയ്
സാരഥിയായ് ബൃഹന്നള, സൗഹാർദ്ദനിഘ്നൻ

ചാരവേ താൻ സാധുകണ്ടാൻ സാഗരത്തിൻ സമതയിൽ
വീരശൂരവിശിഷ്ടമാം വിപക്ഷസൈന്യം
ശാന്തനവൻ ഭാരദ്വാജനശ്വത്ഥാമാവംഗരാജൻ
ശാരദ്വതൻ സുയോധനൻ ദുശ്ശാസനാദ്യർ
ഹസ്തികൾതൻ ബൃംഹിതങ്ങൾ, ഹയങ്ങൾതൻ ഹേഷിതങ്ങൾ
പത്തികൾതൻ ഭയങ്കര സിംഹനാദങ്ങൾ
തേരുരുളുമൊലിയിടി; വാളുലയും പിളർമിന്നൽ
ഘോരചാപനിര തൂകും കൂരമ്പുമാരി
ആക്കുമാരനവയെല്ലാമാദ്യമായ്ക്കണ്ടമ്പരന്നു
ശീഘ്രമായ്ത്തേർ തിരിക്കുവാൻ ജിഷ്ണുവോടോതി
''മാനമില്ലേ നിനക്കെന്റെ മത്സ്യരാജകുമാര, നീ
ഭൂനതാംഗി പുണരുന്ന പുണ്യവാനല്ലേ
ആണവാക്കുമറുത്തു നീയാണത്തംവിട്ടങ്ങു ചെന്നാൽ
പാണികൊട്ടിച്ചിരിക്കില്ലേ ഭാമിനീ ലോകം?''

എന്നുരയ്ക്കും സാരഥിയോടേവമവനോതി; ''നിന-
ക്കെന്നെക്കൊല്ലിച്ചെന്തുവേണമെൻ ബൃഹന്നളേ?
മാനമൊന്നുണ്ടുയരത്തിൽ; വാസവൻതൻ വാസഗേഹം;
മാനവൻ ഞാനിരിപ്പതോ മർത്ത്യലോകത്തിൽ
ആരുവേണം ചിരിക്കട്ടെയാരുവേണം കരയട്ടെ
ആരവരിൽ പ്രതിഭൂവെന്നായുസ്സിന്നാവോ?
ഇത്രനാളും ഭുജിച്ചില്ലേ ഗോരസം ഞാ,നിനിത്തെല്ലു-
ശുദ്ധജലം കുടിച്ചാലും ദോഷമെന്തുള്ളൂ?
മാടു വേണ്ടാ, വീടു വേണ്ടാ, നാടു വേണ്ടാ, നമുക്കൊന്നും
കൂടുവിടും പ്രാണനേക്കാൾ കൂടുതലല്ല
ഭോഗ്യമായിട്ടെത്രകൂട്ടം ഭൂവിലുണ്ടു നപുംസക-
മാക്കഥ നീയറിവോളല്ലാർക്കെന്തുചെയ്യാം?

ദൂഷ്യമില്ലെൻ ജനിത്രിതൻമുന്നിലെന്നെയണയ്ക്കൂ ഞാൻ
കാശ്യപിതന്നഭിസാരം കാമിപ്പോനല്ല''
അപ്പോളോതി ധനഞ്ജയനാരുതാനെന്നതു കേട്ടേ-
യല്പമൊരു ഭയമവന്നകന്നതുള്ളൂ

ആഹവത്തിലരിശ്രേണിക്കാകമാനം സവ്യസാചി
മോഹനാസ്ത്രം പ്രയോഗിച്ചു മൂർച്ഛ നല്കവേ
ഉത്തരമാം ക്ഷണത്തിങ്കലുത്തരൻ ചെന്നവരുടെ-
യുത്തരീയം കട്ടുകൊണ്ടാനൂർജ്ജിതത്തോടെ
അത്തരത്തിലൊരുവളല്ലംഗനമാർക്കണിയലാ
മുത്തരയാവധൂടിതൻ ഗുരു കിരീടി
ചൂതുകളിക്കാരനച്ഛൻ; ദുർവൃത്തർക്കു തൊടുകുറി
മാതുലൻ; തദഭിമതദാത്രി ജനിത്രി
വിഡ്ഢിയേട്ടനിത്ഥമുള്ള തൽകുടുംബമരുവിങ്കൽ
സ്പഷ്ടമവളൊരുവൾതാൻ ശാദ്വലഭൂമി
നൃത്തഗീതകലകളിലഞ്ചുവർഷം വിജയന്നു
ചിത്രസേനമുഖർ ചെയ്ത ശിക്ഷാവിശേഷം
വേരിയൊളിമൊഴിയാളാമായവളിൽച്ചെന്നുചേർന്നു
ചാരിതാർത്ഥ്യമാർന്നു; മാത്സ്യം വാനമായ്ത്തീർന്നു
വാസവൻ തൻ പൗത്രനാകുമഭിമന്യുകുമാരനെ
വാസുദേവഭഗവാൻ തൻ മരുമകനെ
മാലയിട്ടു മഹിതമാം മതിവംശം തഴപ്പിച്ചാ-
ളാലലനാമണി,യാർക്കുമാദരപാത്രം.

പതിനൊന്ന്

കാണുക നീയിനി വേറിട്ടൊരു പടമിതിങ്കിലും
മാനിനിമാർമണിയൊന്നു,മറ്റൊന്നു മർത്യൻ
ദ്വിഷ്ടയമൻ ദ്രുപദൻതൻ മക്കളിവരതിലേട്ടൻ
ധൃഷ്ടദ്യുമ്ന,നിളയവൾ ദ്രൗപദീദേവി
അർഘ്യതാചീഭരദ്വാജതപഃഫലപരിണാമ-
മഗ്നിവേശമഹർഷിതന്നഗ്രിമശിഷ്യൻ
ജാമദഗ്ന്യഭഗവാന്തന്നസ്ത്രധനദാനപാത്രം
ചാപനിഗമാകൂപാരപാരാവരീണൻ
വീരലക്ഷ്മിസ്വയംഗ്രാഹപരിഷ്വംഗചാരിതാർത്ഥൻ.

കൗരവർക്കും പാണ്ഡവർക്കും കളരിയാശാൻ;
ദ്രോണരുടെ രോമമാമഗ്ഘോരസിംഹസടതൊടാ

നാണൊരുവനവനിയിലാരു പിറന്നു?
ആരുമില്ലെന്നിരുന്നാലുമപ്പുമാൻതൻ വധത്തിന്നു
പോരുവോൻ താനെന്നുറച്ചു ഭോഷൻ പാഞ്ചാല്യൻ.
സ്വാർത്ഥമേ നിൻ മറിമായമെന്തുചൊൽവൂ വരുത്തീലേ
ശ്രാദ്ധദേവതനയന്നും സത്യഭംഗം നീ?

വില്ലുകൊണ്ടു ലഭിക്കുവാൻ വിഷമമാം വിജയത്തെ
ക്കല്ലുവെച്ച കള്ളവോതിക്കരസ്ഥമാക്കി
നാലുവിരലവനിയിൽ തടപടത്തേരുരുൾ താഴ്ത്തി
ക്കാലപുത്രൻ നിജഗുരുകാലനായ്ത്തീർന്നു
ധർമ്മജനിൽ വിശ്വാസത്താൽതനയനിൽ വാത്സല്യത്താ-
ലമ്മഹാത്മാവത്തരത്തിലസ്തസത്വനായ്
സാദമുറ്റു യോഗയുക്തൻ തൽക്ഷണത്തിലർക്കബിംബം
ഭേദനം ചെയ്തതിൽ മിന്നി വേറിട്ടോരർക്കൻ
തേർത്തടത്തിൽ കിടക്കുന്ന ജീവനറ്റ തദ്വപുസ്സി-
ലാർത്തണഞ്ഞു കത്തിയോങ്ങിക്കഴുത്തുവെട്ടി
അരുതരുതൊരു വിരുതിതിലില്ലെനിരുപാടും
പൊരുതുവോർ തെരുതെരെ വിലക്കിനിൽക്കെ
ധൃഷ്ടദ്യുമ്നൻ ജിതകാശി തൃപതനായിത്തിരിച്ചെത്തി
പിഷ്ടപേഷകൃതകൃത്യൻ, ബീഭത്സവൃത്തൻ
വൻപിനോടശ്ശ്വത്തിന്റെ മസ്തകത്തിൽക്കഴൽവെച്ചു
തൻപഴയ കുടിപ്പക വീട്ടിനാൻ ജാൽമൻ
കുറ്റമല്ല കൊടുംക്രോധക്കോളിലുള്ളമുലഞ്ഞുല-
ഞ്ഞറ്റക്കൈക്കു നടുരാവിലാശരകല്പൻ
പാദതലാഹതികൊണ്ടപ്പാതകിയെക്കൊലചെയ്‌വാൻ
വീതശങ്കമുറച്ചതു വിഭ്രാന്തൻ ദ്രൗണി
''അരുതിമ്മട്ടപചാരമവിടുന്നെൻ കഥയൊരു-
കരുകൊണ്ടു കഴിക്കുവാൻ കനിയണമേ?''
എന്നിരന്നു കരയുന്ന പാർഷതൻതൻ തനയനെ
ത്തന്നുടയ കഴൽകൊണ്ടു ചവിട്ടി വീണ്ടും
''ഇല്ലയല്ലോ ഗുരുദ്രോഹിക്കേതു ശസ്ത്രക്രിയകൊണ്ടും
നല്ലലോക''മെന്നു ചൊല്ലി ദ്രോണകുമാരൻ
ഉടനടിയടിച്ചിടിച്ചൊടിച്ചുടച്ചവനുടെ
തടി പൊടിതവിടാക്കിത്തകർത്തുവിട്ടു

പാണ്ഡവേയ പതിപ്രാണ, ഭാരതീയപൗരുഷത്തിൻ
താണ്ഡവക്കൂത്തരങ്ങുതാന്ദ്രൗപദീദേവി
പെൺവടിവിലാണ്മവന്നു പൃഥിവിയിൽപ്പിറന്നതാ
ണിമ്മഹിളാമണിയതിന്നീഷലില്ലീഷൽ
പഞ്ചപഞ്ചജനങ്ങൾതൻ ഭാര്യയാകുന്നതിൽഭേദം
പഞ്ചശീർഷപന്നഗത്തിൻ പാണിപീഡനം
ആക്കൊടിയ നിയതിതൻ ശോധനയിൽ ജയംനേടി
ശ്ലാഘ്യമായ്ത്തൻ ദാരധർമ്മം ചരിച്ചാൾ സാധ്വി
സാഹോദര്യം പാണ്ഡവർക്കും സുന്ദോപസുന്ദർക്കും തുല്യം
ഗേഹിനിക്കും മോഹിനിക്കും മാത്രം വിശേഷം.
‘‘മായയേതിൻമരുന്നേതിൻമന്ത്രമേതിൻ മഹിമയാൽ
നീയടക്കിഭരിക്കുന്നു നിൻ പതികളെ?’’
ശോഭനയാമവളോടിച്ചോദ്യമൊരുനാൾ തുടങ്ങി
രൂപവിദ്യാമദമാർന്ന സത്രാജിൽപുത്രി
അരിശത്തീയലിവുനീരിവ രണ്ടുമിടകലർ-
ന്നരുളിന മിഴിക്കടയവളിൽച്ചാർത്തി
ഓതി ദേവം മൊഴിയേവം; ‘‘പാതിവ്രത്യമൊഴിഞ്ഞുണ്ടോ
ഭൂതലത്തിൽ വധുക്കൾക്ക് പൂജ്യമാം വശ്യം
ദൈവതങ്ങളായ് നിനച്ചെൻ നാഥരെ ഞാൻ ഭജിക്കുന്നു
ദേവതയായ് നിനച്ചവരെന്നെയും നിത്യം
പാണിയോടു പാണി ചേർന്നാൽപ്പോരാ, ഹൃത്തു ഹൃത്തിനോടു
ചേണിയന്നു ചേരുകിൽത്താൻ ദമ്പതീഭാവം
സത്യമാമസ്സംബന്ധത്തിൽ ശ്രദ്ധവയ്ക്കൂ സഹോദരി
സത്യഭാമേ, ചതുർവർഗ്ഗ സന്താനത്തിങ്കൽ’’

‘‘ഭാരതപ്പോർ ജയിച്ചതു ഫൽഗുനന്റെ ധനുസ്സല്ല
മാരുതിതൻ മർമ്മഭിത്താം ഗദയുമല്ല
ശൗരിയുടെ ചക്രമല്ല,സ്സാധ്വികൾക്കു മുടിപ്പൂൺപാം
കാറൊളിവാർകുഴലിതൻ കൈശികഖഡ്ഗം’’
ഹാ, ജഗതീധൂമകേതു നാഗകേതുവരുൾചെയ്തു
രാജസൂയജലാർദ്രമാം ദ്രൗപദീകേശം
എന്നു തൊട്ടു തദനുജ,നന്നു വിട്ടു കൗരവരെ
പ്പുണ്യലക്ഷ്മി; കടാക്ഷിച്ചു കാസരവാഹൻ

അന്നഴിഞ്ഞ കബരിക്കു പിന്നെയെണ്ണതടവല
ക്കന്നനുടെ കലർപ്പറ്റ കണ്ഠരക്തത്താൽ
പൂഴിയിങ്കലിഴയുമാക്കാളഭോഗിയുടെ ഭുക്തി
പാഴനാമപ്പാതകിതൻ പ്രാണമരുത്താൽ
ആവധുവിൻ തപശ്ശക്തിയാർക്കുവാഴ്ത്താം വാസുദേവൻ
ഭാവശുദ്ധയവൾക്കെന്നും പ്രത്യക്ഷദാസൻ

തൻദുകൂലമഴിക്കുവാൻ ധാർത്തരാഷ്ട്രൻ തുടങ്ങവേ
തന്തുവായശാലയായി ചൂതുമണ്ഡപം
മുറ്റുമവൾക്കുലകിന്നു കുക്ഷിപൂർത്തി വരുത്തുവാൻ
വറ്റുചീരയിലയൊന്നിൻ വഴങ്ങൽ പോരും
കൈക്കു കേറിപ്പിടിക്കുന്ന കാമുകനെപ്പതിപ്പിക്കാൻ
ദൃക്കിൽനിന്നു തെറിക്കുന്ന തീപ്പൊരിപോരും
എപ്പോളെപ്പോൾ പ്രിയരുടെ ഹൃത്തിടിയു,മുശിർമങ്ങു-
മപ്പോളപ്പോളഴിഞ്ഞ തൻ കൈശികത്തിങ്കൽ
കടമിഴിമുനചേർത്തമ്മടുമൊഴിയൊഴുക്കിനാൾ
ചുടുനിണമവരുടെ സിരകൾതോറും
ആയവൾതന്നകക്കാമ്പിന്നാടൽകൊണ്ടൊരാടലില്ല
തീയിലുണ്ടോ കുരുത്തതു വെയ്ലത്തു വാടൂ?
ദുശ്ശളേശജടാസുരകീചകാദിശലഭങ്ങൾ-
ക്കശ്ശതപത്രായതാക്ഷിയാഗ്നേയഹേതി

ദുർന്നയനാം ദ്രോണപുത്രൻ കൂരിരുട്ടിൽ തച്ചുകൊന്ന
തന്നരിയ കിടാങ്ങൾതൻ ശവങ്ങൾ കാൺകെ
കണ്ണുനീരിൽ കുളിച്ചീല: കൈകൾ മാറത്തലച്ചീല
തൊണ്ണകീറിക്കരഞ്ഞീലദ്ദൂർദ്ദാന്തമൂർത്തി.
ഭീമനെത്തന്നന്തികത്തിലാനയിച്ചു ജഗതിക്കു-
രോമഹർഷമരുളീടും വാക്കേവമോതി
''അങ്ങു മരുൽസുതനെങ്കിലാജിവനസിംഹമെങ്കി-
ലങ്ങയുടെ പാർഷതിതൻ വല്ലഭനെങ്കിൽ
മത്തനയമാരകമാം മത്തമതംഗജത്തിന്റെ
മസ്തകസ്ഥമണീ കത്തിയടർത്തു ശീഘ്രം
അഗ്രജന്റെ മുടിക്കണിയാക്കുക; ഞാൻ കണ്ടിടട്ടെ
കൈക്കലാമോ പുതിയൊരിക്കല്ഹാരപുഷ്പം?''

ഇത്തരത്തിലാർക്കുരയ്ക്കാം കൃഷ്ണ പുകപൊതിഞ്ഞതാം
ശുദ്ധശുചിമഹസ്സുതൻ സൂക്ഷ്മമോർപ്പോളം
ആരുചൊല്ലുമമ്മഹസ്സിന്നരണിയാം ഭരതോർവി-
ഭീരുവെന്നും ദീനയെന്നുമബലയെന്നും?

പന്ത്രണ്ട്

‘‘കണ്ടുവോ നീയിച്ചിത്രമോരോന്നും പോരെന്നാകി
ലുണ്ടെനിക്കേറെപ്പടം വേറെയും കാണിക്കുവാൻ
പെൺകിടാങ്ങളിൽ പ്രീതിയെന്നമ്മയ്ക്കെങ്ങെന്നിനി-
ശ്ശങ്കിയായ്കതിന്നുള്ള സാക്ഷ്യമിച്ചിത്രാവലി,
ഇപ്പടങ്ങളിൽപ്പേർത്തും ജ്യേഷ്ഠരെപ്പശ്ചാൽക്കരി-
ച്ചത്ഭുതം കനിഷ്ഠമാരാദ്യന്തം വിളങ്ങുന്നു
എൻ പുരാണേതിഹാസദുഗ്ദ്ധാബ്ധിമഥനത്തിൽ
ജൃംഭിപ്പൂ നഞ്ഞായനമൃതായ് വധൂടിയും
കണ്ടേക്കാമങ്ങേവശം മറ്റുമട്ടിലും രേഖ
രണ്ടിലും തമ്മിൽഭേദം നാരിയെന്നോർത്താൽ മതി

ഭാരതം പണ്ടേ പരാശക്തിയിൽ പ്രതിഷ്ഠിതം
ഭാരതം സ്ത്രീജാതിയിൽ ദേവതാബുദ്ധിവ്രതം
സർവസൗഭൗഗദാത്രി ഞങ്ങൾക്കു ലക്ഷ്മീദേവി
സർവവിദ്യാധിഷ്ഠാത്രി സാമ്പ്രതം സരസ്വതി
ഋക്കുകൾ ദർശിച്ചവരിന്നാട്ടിൽ പണ്ടേതന്നെ
മൈക്കണ്ണാൾമണികളും പുരുഷന്മാരെപ്പോലെ

കാക്ഷീവാൻതാൻ പുത്രിയാം ഘോഷതൊട്ടേറെ സ്ത്രീകൾ
വീക്ഷിച്ച മന്ത്രങ്ങൾതൻ വൈശിഷ്ട്യം വിശ്വോത്തരം
ഗായത്രിക്കൊപ്പമില്ല ദേവത വേദങ്ങളി-
ലായവൾക്കേതും പുംസ്ത്വാമാപ്തന്മാർ കല്പിച്ചീല

അക്കാലം വധൂടീമാർ നിശ്ശേഷമുപനയ-
സംസ്കാരവിശുദ്ധന്മാർ തത്സഗർഭ്യരെപ്പോലെ
ശിഷ്ടയാം ശ്രുത്യംബയെസ്സേവിച്ച ഗുരുകുല
ക്ലിഷ്ടമാർ തൽസീമന്തനൈപഥ്യസൈരന്ധ്രിമാർ
ഗാർഗ്ഗിതന്നാദ്ധ്യാത്മികപ്രശ്നങ്ങൾ കേൾക്കെക്കേൾക്കെ
ശ്ലാഘ്യനാം യാജ്ഞവൽക്ക്യൻ സന്തോഷബാഷ്പംവാർത്താൻ

ഏതുമമ്മഹാനോടു വേറിട്ടൊന്നിരന്നീല
വേദാന്തവിത്തം വിട്ടു മൈത്രേയി തൽപ്രേയസി

വിലവേറ്റ തത്ത്വമണികൾ ജനകന്നു
സുലഭസുകൃതയാം സുലഭ സമർപ്പിച്ചാൾ
നന്മയിജ്ജഗത്തിനു നൽകിന ചിരന്തന
ബ്രഹ്മവാദിനിമാരേ നിങ്ങൾക്കു നമസ്കാരം
കോമളക്കാൽത്തർകൊണ്ടു പാറയ്ക്കു ജീവൻ നൽകാൻ
രാമന്നു സാധിക്കുമോ രാമയല്ലതെന്നാകിൽ?
ആപത്തും സമ്പത്തെന്നു തോന്നിപോലവിടേക്കു-
താപസി ശബരിതൻ പ്രാഭൃതം ഭക്ഷിക്കവേ
ലാക്ഷയാൽ തീർത്തോരില്ലം വിട്ടപ്പോൾക്കണ്ടാർ പാർത്ഥർ
രാക്ഷസന്മാരിൽപ്പോലും സ്ത്രീപുംസഗുണഭേദം

ഭക്ഷിപ്പാൻ ഹിഡിംബനും രക്ഷിപ്പാൻ ഹിഡിംബിയു-
മക്ഷിക്കുലക്ഷീഭവിച്ചാശ്ചര്യമവർക്കേകി.
സിന്ധുരാജാഭിഭൂതൻ സഞ്ജയന്നുപദേശ-
മെന്തുതാൻ വിദുലാഖ്യ തന്മാതാവരുളീല?
തദ്വാക്യം സ്മരിക്കുകിലിപ്പൊഴും മൃതപ്രായ
നുത്ഥായി ജിതൻ ജിഷ്ണു; സാധ്വസം ശശ്വദ്ധൈര്യം
ഭാരതായോധനത്തിൽ പ്രാരംഭത്തിങ്കൽ കുന്തി
പൗരുഷം പാലിക്കുവാൻ പുത്രനോടരുൾചെയ്താൾ

"വിശ്രുതൻ യുധിഷ്ഠിരൻ സമ്രാട്ടായ് വാഴുംനാളിൽ
ശ്വശ്രുവായ് ഗാന്ധാരിയെക്കൽപ്പിച്ചുകാട്ടിൽപ്പോയാൾ
ഭോഗത്തെ കാംക്ഷിപ്പീല സ്വാധ്വിമാർ പരാർത്ഥമാം
ത്യാഗംതാൻ തദ്ധർമ്മമെന്നോതിനാൾ സ്വചര്യയാൽ.
അപ്രമത്തമാർ സ്ത്രീകൾ; പുരുഷന്മാരല്ലെന്നു
വിപ്രപത്ന്യനുഗ്രഹലീലയാൽ കാട്ടി കൃഷ്ണൻ
അന്തണരനുചാനമാനികൾ; വിശപ്പോർക്കു
ബന്ധുക്കൾ ദയാർദ്രമാം ഹൃത്തെഴും തൽപത്നിമാർ.

ആയിരക്കണക്കിനുണ്ടിമ്മട്ടിലാഖ്യാനങ്ങൾ
മായമറ്റസ്മദ്വധൂമാഹാത്മ്യം സ്ഥാപിക്കുവാൻ.
ഞങ്ങൾക്കു മാതൃ, പ്രിയാ, സോദരീ, ദുഹിതാക്കൾ
മംഗലപ്രതിപാദനോൽകകൾ മാർക്ഷോൽകകൾ

പ്രജ്ഞയും രസജ്ഞയും വാണിയും കവിതയും
വിജ്ഞന്മാർ സ്ത്രീരൂപത്തിൽ പണ്ടേക്കുപണ്ടേ കണ്ടാർ
പ്രസാദമെങ്കിൽ പുമാൻ ഭാമിനി മലർവാടി
കാസാരമെങ്കിൽ പുമാൻ കാമിനി കല്ലോലിനി;
അർക്കനാണെങ്കിൽ പുമാൻ തൽപ്രഭയത്രേ വധു
അഗ്നിയാണെങ്കിൽ പുമാൻ തച്ഛിഖയത്രെ വധു
സ്കന്ധംതാൻ പുമാനെങ്കിൽച്ചെന്തളിർ വധു പുമാൻ
ചെന്തളിരെങ്കിൽ വധു നന്മലർമണംമധു

ചർമ്മവും രസനയും കണ്ഠവും മൃദുലമായ്
നിർമ്മിച്ച ചതുർമ്മുഖൻ ചേതസ്സു കല്ലാക്കുമോ?
ആനനത്തിങ്കൽ വായ്ക്കും രോമങ്ങൾപോലും ചൊല്വൂ
വാനരൻ പുമാനെന്നും ദേവത വധുവെന്നും
ചെയ്യുന്നൂ ധർമ്മം പുമാൻ സ്ത്രീവ്യക്തി വ്യഥാഭീതൻ.
അന്തര്യാമിക്കുപോലുമുൽപഥഭ്രാന്തന്മാരെ
പ്പിന്തിരിപ്പിപ്പാൻ ലജ്ജാദൂതിതാനേകാലംബം.

ആരുതാൻ ത്രയീഗംഗാസാധ്വിമാരല്ലാതെയി
ഭാരതോർവ്വിയെസ്സാക്ഷാൽപ്പുണ്യഭൂവാക്കീടുവോർ?
മാനുഷന്നുയർച്ചയ്ക്കു മാർഗ്ഗമൊന്നുണ്ടെന്നാകിൽ
മാനിനിതാനമ്മാർഗ്ഗം മറ്റൊന്നില്ലവനിയിൽ
ദിഗ്ജയത്തിനായ് ദൈവംതന്ന വാൾകൊണ്ടങ്ങിങ്ങൊ-
രജ്ഞൻ തന്നാത്മഹത്യചെയ്കിലാർക്കതിക്ഷതി?
അഷ്ടിസിദ്ധികൾ വായ്ക്കും യോഗിക്കും പ്രജാനിധി
കിട്ടുവോന്നല്ല നാരീസഹായ്യം ലഭിക്കാഞ്ഞാൽ
ഏതെല്ലാം പരിഷ്കാരമെത്രമേൽ വ്യാപിച്ചാലും
സ്ത്രീതന്നെ വഹിക്കണമമ്മഹാഭാരംഗർഭം

ഈറ്റുനോവനുഭവിച്ചീടണം ശിശുവിനെ-
പ്പോറ്റണം സ്വർത്ഥം തീരെ വിസ്മരിച്ചേകാഗ്രയായ്
അമ്മഹായജ്ഞത്തിന്നു പൂരുഷനപ്രാപ്തനെ-
ന്നുണ്മയിൽ സ്രഷ്ടാവോർത്തു മാതൃത്വം സ്ത്രീക്കേകിനാൻ.

സത്യത്തിൽ തായെന്നൊരാശ്ശബ്ദമാമോങ്കാരത്തിൽ
'തത്ത്വമസ്യാ'ദിവാക്യം സർവ്വവും ലയിക്കുന്നു.

വസുധാവലയമേ! വധുവൊന്നിനാൽ താൻ നീ
മസൃണം, മനോഹരം; മഹിതം; മഹാമൂല്യം

ആ മഹസ്സൊന്നില്ലെങ്കിലക്ഷണം സ്ഥൂലോപലം
പാഴ്മണൽക്കാടന്ധാന്ധു, ഘോരരൗരവഗർത്തം
ബന്ധുക്കൾ മർത്ത്യന്നുണ്ടു രണ്ടുപേർ സംസാരത്തി-
ലന്തരാത്മാവോന്നൊന്നു തൻ പ്രിയപ്രാണേശ്വരി

ആന്തരപുരുഷന്നുമാവാത്തോരുപദേശം
കാന്ത നൽകുന്നൂ; കാന്തൻ കൈക്കൊണ്ടു നന്നാകുന്നു
കാന്തോപദേശത്തെത്താൻ കാവ്യത്തിന്നുപമയായ്
സ്വാന്തത്തിൽ സമീക്ഷിച്ചാർ സാഹിതീവേധസ്സുകൾ
ഐഹികം പാരത്രികം രണ്ടിന്നുമുതകുന്നു
ലോകത്തിൽ പുരുഷന്നു കല്യാണി സധർമ്മിണി

ഏതു രാക്ഷസൻ സ്ത്രീയാൽ ദേവനായ്ത്തീരുന്നതി-
ല്ലേതു താമ്രത്തെ സ്ത്രീക്കു തങ്കമായ് മാറ്റിക്കൂടാ
ജന്മദാത്രികൾ സ്ത്രീകൾ; കർമ്മനേത്രികൾ സ്ത്രീകൾ
ശർമ്മഹേതുക്കൾ സ്ത്രീകൾ; ധർമ്മസേതുക്കൾ സ്ത്രീകൾ
നിങ്ങൾക്കെന്നാരാത്രികം ശക്തിരൂപിണികളേ
നിങ്ങൾക്കെന്നാശിർവാദം മുക്തിദായിനികളേ

പതിമ്മൂന്ന്

ആചാരം, ധർമ്മം, ശൗചം, ശാന്തിയീവിഷയങ്ങ-
ളാശാസ്യങ്ങളെന്നോർപ്പൂ ഭാരതമനാരതം
കർമ്മശൃംഖലകളാൽ ബദ്ധമാം ലോകത്തിന്നു
ജന്മമോക്ഷത്തിൻ മാർഗ്ഗമെന്തെന്നു തിരയുന്നു

കേവലം ധനം ഭോഗമീരണ്ടു ദൈവങ്ങളെ
സ്സേവിച്ചുമത്താടുന്നു പാശ്ചാത്യമഹീതലം
കൈവന്നതൊന്നും പോരാ പിന്നെയും വേണം; മേന്മേ-
ലാവശ്യമേറുംതോറുമാനന്ദമതിന്നുള്ളിൽ

വ്യാധിയെക്കൈക്കൊള്ളുന്നൂ, ഭേഷജം സേവിച്ചതു
ഭേദമാക്കുന്നു; വീണ്ടും തേടുന്നു ഗദാന്തരം

ഭ്രാന്തിലക്കദധ്വാവിൽസ്സഞ്ചരിപ്പവർക്കുണ്ടോ
ശാന്തിയെശ്ശശ്വൽസൗഖ്യദാത്രിയെക്കാണ്മാൻതരം?
ഓതുന്നൂ ചിലർ നിത്യം ഭാരതം പരലോക-
പാഥേയത്തിന്നുവേണ്ടിപ്പട്ടിണി കിടപ്പതായ്
ഓതിടാമതിന്മട്ടു വാരുണി തൻജന്മമ-
പ്പാഥേയസ്മൃതിവിട്ടു ദീപാളികുളിപ്പതായ്
ഐഹികാമുഷ്മികങ്ങളൊപ്പമായ് സാധിക്കുവാൻ
ദേഹിയെദ്ദേഹക്കൂട്ടിലിണക്കി തണ്ടാർമകൻ
ദേഹത്തെ സ്മരിപ്പീല ഭാരതം വേണ്ടുംപോലെ
ദേഹിയൊന്നുണ്ടെന്നതേ വാരുണി ചിന്തിപ്പീല
വ്യക്തിയെപ്പൂഗത്തിങ്കൽ ഭാരതം ബന്ധിക്കുന്നു

വ്യക്തിയെക്കാമചാരിയാക്കുന്നൂ ഹാ! വാരുണി
മാനുഷൻ തുരംഗമം; മാർഗ്ഗമോ നതോന്നതം
വേണം തൽഗതിക്കൊപ്പം രശ്മിയും പ്രതോദവും
സ്ത്രീകളെഗ്ഗർഹിക്കയോ ഭാരതം ശിവ! ശിവ!
ലോകത്തിലെങ്ങുണ്ടിത്ര പാവനം സ്ത്രീസേവനം?

സ്ത്രീകളെദ്ദൈവങ്ങളായ് കല്പിച്ചു തദ്വാസത്തി-
നേകിനാർ സൽക്ഷേത്രങ്ങൾ പൂർവ്വന്മാർ ഗൃഹാഖ്യങ്ങൾ
നേരാരും ഗ്രഹിക്കാതെ തീർന്ന നാളവയ്ക്കുണ്ടായ്
കാരാഗാരത്തിൻ ഛായ കാലത്തിൻ വ്യത്യാസത്താൽ
സ്ത്രീകൾതൻ സംശുദ്ധിയെത്തീവ്രമായ്പ്പാലിക്കുവാൻ
ലോകസംഗ്രഹോൽകരാം തദ്വംശ്യർ തുടങ്ങവേ
വാച്ച തൽപരാശ്രയം മേൽക്കുമേൽ വെളുക്കുവാൻ
തേച്ചപ്പോൾപ്പറ്റിപ്പോയ പാണ്ടെന്ന്യേ മറ്റൊന്നല്ല
ആയതിൻ ദോഷം കാണ്മൂ ഭാരതം പ്രസ്പഷ്ടമായ്
ന്യായമാം പ്രതിക്രിയയ്ക്കാരംഭിക്കയും ചെയ്വു
ഭാരതം തൽസ്ത്രീകളെക്കണ്ടെത്ര മദിക്കേണ്ട
ഇന്നത്തെ സ്ഥാനം രണ്ടുദിക്കിലും നന്നല്ലവർ-
ക്കൊന്നടുക്കളയാണെങ്കിൽ, മറ്റേതു കൂത്തമ്പലം

പാകശാലയും കൊള്ളാം; നൃത്തരംഗവും കൊള്ളാം
പോകട്ടെ രണ്ടിങ്കലും തുല്യമായ് നതാംഗിമാർ

ശ്വഭ്രത്തിൽ കിടപ്പതുമഭ്രത്തിൽ പറപ്പതും
സർപ്പവും പതത്രിയും മധ്യവർത്തിതാൻ മർത്യൻ
പ്രായമിപ്പൊഴും പാർത്താൽ ശൈശവം ലോകത്തിന്നു
തീയിലോ വെള്ളത്തിലോ വീഴുകിൽ കണക്കല്ല

ഭാരതം മാറിടുന്നു; മാറട്ടെ; പക്ഷേ തനി
വാരുണീരൂപത്തെയെന്മാതാവു വരിപ്പീല
ധർമ്മത്തെയർത്ഥത്തിന്നുമർത്ഥത്തെക്കാമത്തിന്നു-
മമ്മയേതാപത്തിലുമാഹുതി കഴിപ്പീല

വസ്ത്രത്തെ മാറുംപോലെ വസ്ത്രദൻ ഭർത്താവിനെ
നിസ്ത്രപം യഥാകാമം മാറുവാൻ കൊതിപ്പീല
സസ്യത്തിൻ ധർമ്മം ഭുക്തി, തിര്യക്കിൻ ധർമ്മം ഭോഗ-
മിസ്സത്യം കിനാവിലും ലേശവും മറപ്പീല

മാനുഷനാത്മാവിനാൽ മാനുഷനെന്നുള്ളോര-
ജ്ഞാനത്തെയൊഴിക്കുള്ളിൽ തള്ളുവാൻ ത്വരിപ്പീല
സ്വാതന്ത്ര്യമാകുന്നീല മര്യാദാവ്യതിക്രമം
ഭൂതലം സ്വൈരിക്കുള്ളോരാഖേടവനമല്ല

പാരിടം ചതുർവർഗ്ഗകേദാരം സസ്യാഢ്യമായ്-
ത്തീരുവാൻ നിർബാധമായ് നീരൊഴുക്കല്ലീ വേണ്ടൂ

സേതുവില്ലാഞ്ഞാലുണ്ടോ വേനലിൽ ജലാഗമം
സേതു പോയ്പോയാൽ കുല്യ പാഴ്മണൽത്തൊണ്ടല്ലയോ

വേലയാലഴകല്ലീ നേടുന്നു കടൽ തള-
കാലിനു കാന്തിക്കല്ലീ കാന്തമാരണിയുന്നു?

“കഴലിൻ വളർച്ചയ്ക്കുസമമായ് മാറും പദ
കടകം നികടമല്ലതിനാൽ ക്ഷതിയില്ല
പുരുഷന്നൊപ്പം സ്ത്രീയും സ്വാതന്ത്ര്യം കൈക്കൊള്ളട്ടെ
പേറട്ടെ സീമാദരം രണ്ടുകൂട്ടരും സമം
അമേരിക്കയുമമ്മക്കാചാര്യതന്നേ; പക്ഷേ-
യമ്മയുമമേരിക്കക്കാചാര്യൈകാചാര്യതാൻ

അമ്മയങ്ങയോടർത്ഥകാമങ്ങൾ ഗ്രഹിക്കട്ടേ
ധർമ്മമോക്ഷങ്ങളങ്ങേക്കോതിയും ജയിക്കട്ടെ
അക്കൊള്ളക്കൊടുക്കയ്ക്കുകാലമൊട്ടടുക്കുന്നു
നിൽക്കുകെൻ വിമാതാവേ നിന്മനം തെളിയട്ടെ
വിസ്മേരയായും ഭൃശം വ്രീഡയ്ക്കു വശയായും
മിസ്മേയോമതാമ്മയിത്തത്ത്വങ്ങൾ ധരിക്കട്ടെ''

വാക്യമിത്തരം ചൊല്ലി വർണ്ണീന്ദ്രൻ മറയവേ
യാക്കനീയസിയായ രാഷ്ട്രദേവത മേന്മേൽ
തൻ തനൂഭവയുടെ ധാർഷ്ട്യത്തിൽത്താപംപൂണ്ടു
ഹന്ത! പോയ്ച്ചേർന്നാൾ വീണ്ടുമാത്മീയധാമത്തിങ്കൽ.

''റാൾഫ്‌വാർഡോ എമെഴ്സണും തോറോയും വില്യം ജേംസും
വാൾട്ഹിറ്റ്മാ,നെല്ലാഹവീലർ വികോക്സും ഭവതിയിൽ
ജാതരായ് ജയിച്ചില്ലേ നവ്യാർദ്ധധാത്രീദേവി
താദൃശം ത്വന്മാഹാത്മ്യം മേൽക്കുമേൽ വർദ്ധിക്കട്ടെ'' ■

ചിത്രോദയം

1

കൈതൊഴാം തൊഴാം ഞങ്ങൾ മാതാവേ, വഞ്ചിക്ഷോണി!
കൈതൊഴാം തൊഴാം ദേവി കാരുണ്യസ്വരൂപിണി!

പാരിലെട്ടിങ്നാരിമാരൊക്കെയും തദ്രാജ്ഞിയാം
ഭാരതാംബതൻ മെയ്യിലർപ്പിക്കും പുകൾപ്പൂക്കൾ
ധന്യങ്ങളായീടുന്നൂ വിശ്രാന്തി കൈക്കൊൾകയാൽ
തന്നലർക്കഴൽപ്പാട്ടിൽതായതൻ തിരുമാറിൽ

പന്തിക്കപ്പുണ്യോർവിയാം ഹസ്തിനി ഭവതിയാം
തൻതുമ്പിക്കരത്തിനാലാഴിനീർകോരിക്കോരി
സന്തതം വീഴിച്ചല്ലീ മുത്തണിജ്ജയോഷ്ണീഷം
ബന്ധിപ്പൂ സർവക്ഷ്മാഭൃൽസമ്രാട്ടിൻ ശിരസ്സിങ്കൽ?

നാകലോകത്തെത്തൊടും സാഗരമൊരു കൈയാൽ
നാകത്തോടുരുമ്മിടും സഹ്യാദ്രി മറ്റേക്കൈയാൽ
തന്മെയ്യോടൊപ്പം രണ്ടും ചേർത്തണച്ചിളകൊള്ളു-
മമ്മയ്ക്കു തുല്യം പാർത്താൽ താഴ്ചയുമുയർച്ചയും

മർത്ത്യർ മായാമോഹമായിടും മായാപ്പങ്ക-
മദദ്വൈതജ്ഞാനാമൃതം വർഷിച്ചു കഴുകുവാൻ
തോലിട്ടൊരുണ്ണിക്കംബ, സാധിച്ചിതവിടുത്തേ
ക്കാലടിപ്പാട്ടിൻ മേന്മ; നന്മുലപ്പാലിൻ വീര്യം

നീളവേ പോർവില്ലോരോ പാടത്തിൽ; കൊടുങ്കണ-
ചോലയിൽ;പ്പാടക്കൊടിയാറ്റിലും നേടാം വേറെ

വെന്നിത്തേർ മാതാവിന്റെ മാമല നല്കീട്ടല്ലീ
കന്ദർപ്പൻ മഹാരഥർക്കഗ്ര്യനായ്ജ്ജയിക്കുന്നു?

പ്രാർത്ഥിച്ചാൽ തൃക്കാരിയൂർക്ഷേത്രത്തിലെത്താമെന്നു
വാഗ്ദത്തം ചെയ്തിട്ടുള്ള കാർത്തവീര്യാരാതിയിൽ
ഭീയൊടും മാതാവിന്നു സന്താപം വളർത്താതെ-
യായിരം കരം കോലുമാദിത്യൻ ചരിക്കുന്നു

തന്നധീശന്നു ശുദ്ധി നൽകിന ഭവതിയിൽ
നന്ദിപൂണ്ടാനന്ദാശ്രു കാർനെടുങ്കണ്ണാൽത്തൂകി
മിക്കനാളിലും വാനമമ്മതൻ പൂമേനിയിൽ
പ്പുൽക്കൊടിപ്പുതുക്കുളിർക്കോൾമയിർ പുലർത്തുന്നു

വേഴ്ചയിൽ സഹ്യൻ നൽകും വെള്ളിക്കാശുരുക്കിന
കാഴ്ചദ്രവ്യംകൊണ്ടു വന്നീടും പുഴകളെ
സ്ഥായിപൂണ്ടല്പം മുന്നിൽ ചെന്നുനിന്നെതിരേല്പൂ
കായൽപ്പേർ കൈക്കൊള്ളുന്ന കടലിൻ മരുമക്കൾ

ലോകമാതാവും വാണീദേവിയും ബ്രഹ്മാവിന്റെ
യാഗശാലയായോരു മാതാവിന്നങ്കത്തിങ്കൽ
പണ്ടേക്കുപണ്ടേ ചെയ്ത സഖ്യത്തെ മാനിച്ചിന്നും
രണ്ടെന്ന ഭാവം വിട്ടു കൈകോർത്തു കളിക്കുന്നു

ഓരോരോ തോപ്പിങ്കലുമമ്മയിൽത്തങ്ങിത്തിങ്ങും
കേരങ്ങൾ ആറാമത്തെ സ്വർവൃക്ഷമതല്ലികൾ-
ശ്രീയാം തൽസ്വസാവിന്നു ജൈത്രയാത്രയിൽപ്പെടു-
മായാസം പച്ചക്കുട പിടിച്ചു തീർത്തീടുന്നു

കൈതൊഴാം തൊഴാം ഞങ്ങൾ മാതാവേ, വഞ്ചിക്ഷോണി!
കൈതൊഴാം തൊഴാം ദേവി! കല്യാണപ്രദായിനി!

രണ്ട്

വന്ദിക്കാം ഭ്രാതാക്കളേ, വന്ദിക്കാം കരം കൂപ്പി
വന്ദ്യങ്ങൾക്കെല്ലാം വന്ദ്യം വഞ്ചീന്ദ്രസിംഹാസനം.

താൻ തുലോം സർവപ്രജാസ്വാന്തമാം ലോഹത്തിനെ-
ക്കാന്തമിക്ഷ്മാഭൃൽപീഠം കർഷണം ചെയ്തീടുന്നു
ഈ യശഃകൈലാസത്തിന്നാധാരമചഞ്ചല-
മീയോജസ്സമേരുവിൻ മാഹാത്മ്യം സനാതനം

ഇബ്ഭദ്രാസനസ്ഥരാം മന്നർക്കു കൂടസ്ഥനായ്
നില്പവൻ കലാനിധി, രാജാവു, ഹിമകരൻ
നാകത്തേക്കിന്ദ്രൻ വരനാർത്ഥിക്കെത്തദ്വംശജൻ
നാഹുഷൻ 'ഞാൻ വാനാക്കുമെൻനാ'ടെന്നുരച്ചവൻ

അന്നന്നീരാജ്യം കാക്കും മന്നവർ യശസ്സിനാൽ
മുന്നോരെ മുന്നോരെക്കാൾ മുൻപരാവതുമൂലം
രൂഢിയിൽപ്പോലെ തന്നെ യോഗത്തിങ്കലുമവർ-
ക്കീടുറ്റു യോജിക്കുന്നൂ കുലശേഖരപദം

ഇക്ഷിതിക്ഷിത്തുകൾക്കു പൂർവഗനൊരു മഹാൻ
ദക്ഷിണാപഥത്തിന്നു ചക്രവർത്തിയായ്ത്തീർന്നോൻ
ചേലാളും തൽക്കീർത്തിയാൽ സൃഷ്ടിച്ചാൻ വിശാലമായ്-
പ്പാലാറ്റിൻ പാർശ്വത്തിങ്കൽ മറ്റൊരു പാലാറ്റിനെ

ആശ്ചര്യം! പണ്ടേക്കാലമാംഗലേയന്മാർ വെറും
വൈശ്യരായ് വാണീടിന നാളിലുമവരുമായ്
ശ്ലാഘ്യമാം സഖ്യമൊന്നു സന്മുഹൂർത്തത്തിൽച്ചെയ്താർ
ദീർഘദർശികളാകുമിന്നാട്ടിൽ പെരുമാക്കൾ

പാരം തൽകുലാദ്രിക്കു സിന്ദൂരതിലകമായ്
വീരമാർത്താണ്ഡാഭിധജ്യോതിസ്സു വിദ്യോതിക്കേ
ആചാരലജാർച്ചനം സത്വരമനുഷ്ഠിച്ചാൾ
രാജോഡുക്കളെക്കൊണ്ടു ഭാർഗ്ഗവോർവിയാം ദ്യോവും

ലന്തതന്നന്തസ്സാരം നിശ്ശേഷം പിഴിഞ്ഞെടു-
ത്തന്തമറ്റാത്മീയൗജസ്സുജ്ജ്വലിപ്പിച്ചോരിവൻ
ഏകഛത്രമാത്രം ശിരസാനമിപ്പിച്ചാൻ സാക്ഷാൽ
ലോകൈകശരണ്യനാം ശാർങ്ഗിതൻ തിരുമുൻപിൽ

പൂമകൾ പുൽകീടിലും മുന്നടിത്തറയ്ക്കായി
വാമനീഭവിച്ചതന്നാഗന്തു തൃപ്തിപ്പെടാൻ

തല്പത്തിൽ വിണ്ണാറ്റിന്റെയുത്തവസ്ഥലത്തിങ്കൽ
ഇബ്ബലി സമർപ്പിച്ചാൻ തൻനേട്ടം സമസ്തവും

അമ്മഹാൻതൻ സ്വസ്രീയൻ ഭാരതീയൈകസ്വത്താം
ധർമ്മത്തിൽ പൂരുഷാർത്ഥമന്ദാരമൂലത്തിങ്കൽ
തൽഭരം ന്യാസംചെയ്തു സർവസിദ്ധിയും നേടി
നിർഭയം വിളങ്ങിനാൻ നിർവൃത്തജന്മോദ്ദേശ്യൻ

മഹിഷാധീശന്നു തന്മുന്നിലമ്മാഹാത്മാവിൻ
മഹിഷി വഞ്ചിക്ഷോണി ദുർഗ്ഗയായ്ക്കാണപ്പെട്ടു;
ഏവർക്കും ക്ഷേമം നൽകാൻ ശക്തമായ് നിവിർത്തൊരര-
ദ്ദേവൻ തൻ കൊറ്റക്കുടപ്പാൽപ്പുൽകർകൾഗ്ഗോവർദ്ധം

വന്ദിക്കാം ഭ്രാതാക്കളേ, വന്ദിക്കാം കരംകൂപ്പി
പ്പുണ്യത്തെപ്പുലർത്തുമിപ്പൂജ്യമാം ഭദ്രാസനം

മൂന്ന്

മംഗളം മഹാപ്രഭോ! മംഗളം ചിത്രാശുക്തി
ഞങ്ങൾക്കായ് പ്രസാദിച്ച മൗക്തികപ്രകാണ്ഡമേ!

കൊല്ലമൊന്നല്ല മൂന്നായങ്ങയെക്കാത്തീവഞ്ചി
കല്യാണപ്പൂമാലയും കൈയുമായ് നിലകൊൾവൂ;
ചേരുന്നൂ വിഭോ, ചെന്നദ്ദിവ്യസ്രക്കിന്നേദ്ദിനം
ചാരുവാം ഭവൽകണ്ഠമൂലത്തിൽ തൽസ്ഥാനത്തിൽ

അങ്ങയാൽ ചാർത്തപ്പെടുമത്യനർഘമാം തിരു-
മംഗല്യം ധരിപ്പതീ മങ്കതൻ മഹാഭാഗ്യം
യജ്ഞത്തിന്നൊരുങ്ങുവിൻ! ഗാർഹസ്ഥ്യം ചരിക്കുവിൻ
യജ്ഞേശൻ ലക്ഷ്മീപതി നിങ്ങൾക്കു നിത്യാതിഥി

യജ്ഞമൊന്നിളാനാഥർക്കന്യാർത്ഥം സുഖത്യാഗം
സജ്ജനപ്രീത്യർപ്പണം സാരമാം ഗൃഹധർമ്മം
അപ്പരാർദ്ധ്യാനുഷ്ഠാനപദ്ധതി യഥാകാല-
മിപ്പള്ളിക്കെട്ടിൻഫലം നൽകിടും പ്രജോദയം

കുലശേഖരന്മാർക്കു കുശലം നൽകുന്നുപോൽ
കുലദൈവതങ്ങളാം ധർമ്മവും ഗോവിന്ദനും
ധർമ്മം താൻ പത്മനാഭൻ; പത്മനാഭൻ താൻ ധർമ്മം
ധർമ്മമെങ്ങങ്ങേ ജയം; ധർമ്മവിഗ്രഹൻ ഹരി

അവന്തിക്കായിപ്പണ്ടു മധുരാപുരിവിട്ടു
ഭുവനാധീശൻ പോയീ പുരുഷൻ പുരാതനൻ
വാണിയെബ്ഭജിക്കുവാൻ; അമ്മട്ടിലവിടുന്നും
സ്യാനന്ദൂരത്തെ വിട്ടു മഹിഷപുരത്തിങ്കൽ

കേരളീയനാമസ്മദാചാര്യൻ പ്രതിഷ്ഠിച്ച
ശാരദാപീഠമിന്നുമന്നാട്ടിൽ വിളങ്ങുന്നു
ആ ദേശം സ്പഷ്ടദൃഷ്ടമാനസനർവാചീന-
വൈദേഹരാജർഷിതൻ വായ്പെഴും വാസസ്ഥാനം

മുന്നാൾ തൽസമാഖ്യനാം തല്പൂർവ്വനൊരു മഹാൻ
വെന്നാൻപോലങ്ങുള്ളോരെപ്പോരാളിക്കൈവാളിനാൽ
സ്വച്ഛന്ദമക്കൂട്ടരെ വെന്നുപോലങ്ങിന്നാളും
ചക്ഷുസ്സാൽ സ്മിതത്തിനാൽ വാക്കിനാൽ ഹൃദയത്താൽ

ക്ഷോണിയിൽപ്പലേടത്തും ഛിന്നമായ്ക്കിടക്കുന്ന
വാണിതൻ വരങ്ങളാം മൗക്തികരത്നങ്ങളെ
ശേമുഷിസൂത്രത്തിൽക്കോർത്തവിടുന്നണിയുന്നു
കാമനീയകം വായ്ക്കും കണ്ഠത്തിലേകാവലി

അമ്മനസ്വിനി വെൽവൂ മേൽക്കുമേലവിടുത്തേ-
യമ്മയാം ശ്രീമൽ സേതുപാർവ്വതീമഹാറാണി
കേരളക്ഷിത്യംബയ്ക്കു രോമാഞ്ചപ്രദായനി
ഭാരതസ്ത്രീലോകത്തിൻ ഭാവുകചിന്താമണി

ധീരയാമദ്ദേവിതൻ സംസ്കാരപൂതം ചിത്തം
ക്ഷീരസാഗരംപോലെ വിശദം വിശങ്കടം
വിഭവം പലേമട്ടിലുലകിൻ നന്മയ്ക്കായി-
വിബുധവ്രജം മേലിലങ്ങുനിന്നാശിക്കുന്നു

ഏവർക്കും ഭാരത്തിനാൽ ചൂടുവാൻ ഭയം തോന്നു-
മീവഞ്ചിക്ഷിതീന്ദ്രർതൻ തൃക്കിരീടാലങ്കാരം
സാരസനാഭാംഘ്രിയിൽ സാരജ്ഞൻ ഭവൽപൂർവ്വൻ
വീരമാർത്താണ്ഡദേവനർപ്പിച്ച പൊൻപ്പൂവല്ലീ?

മാധവൻ താങ്ങായി നില്ക്കും ഭാവൽകവംശത്തിങ്ക-
ലേതിളന്തലയ്ക്കമിപ്പൂമലർ ചുമടല്ല
ചേലെഴും തൃക്കൈയേന്തും ചെങ്കോലുമവിടേക്കു
പീലിക്കെട്ടെന്നേവരൂ വിശ്വത്തെയാവർജ്ജിപ്പാൻ.

അങ്ങേയ്ക്കിന്നെങ്ങും ലോകം ഹർഷാശ്രുഗംഗാംബുവാൽ
മംഗലാഭിഷേകത്തെ മാന്ദ്യംവിട്ടനുഷ്ഠിപ്പൂ
നൂനമച്ചടങ്ങല്ലീ നിർവ്വഹിക്കുന്നൂ വീണ്ടും
പൗനരുക്ത്യത്തിൻ പരിപാടിയിൽ പുരോഹിതർ

മംഗലം മഹാത്മാവേ, വഞ്ചിഭൂമഘാവാവേ
മംഗളം മാഹാരാജമൗലിതൻ മണിപ്പൂൺപേ!

നാല്

പ്രാർത്ഥിക്കാം നമുക്കെല്ലാം പ്രാർത്ഥിക്കാം ദൈവത്തോടി-
പ്പാർത്ഥിവപ്രവേകന്നു സർവ്വാഭീഷ്ടവും നൽകാൻ

ഭിന്നരല്ലല്ലോ മതജാതികൾ മൂലം നാമീ-
മന്നൻതൻ പ്രജകളും സോദരരേകോദരർ
ശ്ലാഘ്യമാം രാജ്യസ്നേഹതന്തുവിൽ കോർക്കപ്പെട്ട
പൂക്കൾ നാം, രാജഭക്തിവാസനയ്ക്കാവാസങ്ങൾ

നമ്മൾക്കും ഭാഗ്യത്തിനാൽ ചൈത്രർത്തുവുദിക്കുന്നു
നമ്മെയും താരാർമണത്തെത്തെന്നലുണർത്തുന്നു
നാടെങ്ങും ജനങ്ങൾക്കിന്നുൾപ്പൂവു വിടരുന്നു
നാടെല്ലാമാശാവല്ലി ചെന്തളിരണിയുന്നു

മെയ്യെങ്ങും പൊൻപൂമ്പൊടിക്കോപ്പണിഞ്ഞാടിപ്പാടി
പ്പയ്യവേ പറക്കുന്നൂ പന്തിയിൽക്കാർവണ്ടുകൾ
സാനന്ദം കുയിൽക്കുലം പ്രകൃതിപ്രതീക്ഷകൾ
ഗാനത്തിൽപ്പകർത്തുന്നൂ ഭാവനാഗതിക്കൊപ്പം.

ലോകത്തിൻ തപശ്ചര്യാവല്ലിതൻ പരീപാക-
മേകമിച്ചൈത്രോത്സവം ഹൃദ്യങ്ങൾക്കെല്ലാം ഹൃദ്യം
ഈക്കണിഫലം നമുക്കേവർക്കും നിസ്സംശയം
ഭാഗ്യലക്ഷ്മിതൻ സ്വയംഗ്രാഹമാം പരിഷ്വംഗം

നോക്കുവിൻ, ബാല്യത്തൊടും ഭോഗത്തെ ത്യജിച്ചൂഴി,
കാക്കുവാൻ തുടങ്ങുമിക്കല്യാണധാമാവിനെ
സ്വാർത്ഥത്തെ പ്രമാർജ്ജിപ്പാനല്ലയോ പതിക്കുന്നു
മൂർദ്ധാവിലിവിടേക്കു രാജ്യാഭിഷേകോദകം?

കേവലം പരാർത്ഥമായല്ലയോ ജീവിക്കുന്നു
മാവേലി തൻ നാട്ടിലിപ്രഹ്ലാദൻ സ്വഭൂപ്രിയൻ
കേടറ്റീ വിശ്വം കാക്കും കേവലാത്മാവിൻ നേർക്കു
കോടിയിൽക്കൂടും കൈകൾ കോരകീഭവിക്കട്ടെ

ഇച്ചിത്രാതാരോത്ഭവൻ ദേവനെപ്പാലിച്ചാലും
സച്ചിദാനന്ദമൂർത്തേ, സർവലോകകാന്തര്യാമിൻ
അൻപതിൽപ്പരം ലക്ഷം സാധുഹൃൽക്ഷേത്രത്തിലി-
ത്തമ്പുരാൻ വാഴ്‌വൂ ഭവൽസന്നിധാനത്തിൽ സ്വാമിൻ

ഞങ്ങൾതന്നാശാങ്കുരം സർവ്വവും ചിത്രോത്ഭവ-
മങ്ങതിന്നധിഷ്ഠാതാവക്ഷയപ്രാണപ്രദൻ.
ഈ വഞ്ചിയങ്ങേവഞ്ചി;യിന്നതിൻ നിയന്താവി-
ദ്ദേവൻ ത്വദ്ദാസൻ; ഞങ്ങളേവരും യാത്രക്കാർ

സേവ്യസേവകർ നിങ്ങൾ; ഞങ്ങളിൽ ഭവാനാരു
സേവ്യധർമ്മോപദേശം ചെയ്യുവാനധികാരി?
മേലും ഹാ! സർവ്വാതീതനങ്ങയെ പ്രാർത്ഥിക്കുവാൻ
കാലദേശാവച്ഛിന്നർ ഞങ്ങൾക്കു കഴിവുണ്ടോ?

ആയുരാരോഗ്യൈശ്വര്യശബ്ദങ്ങൾക്കോരോന്നിനു-
മാശയോടടുക്കുമ്പോളവ്യാപ്തിദോഷംവായ്പൂ
എത്രമേൽ പൂർവ്വക്ഷണം നേർന്നാലുമതൊക്കെയു-
മുത്തരക്ഷണത്തിന്റെ ദൃഷ്ടിയിലപര്യാപ്തം

കരുണാംബുധേ, ഭവന്മണികളേതെല്ലാമെ-
ന്നറിവാനാകുന്നതില്ലലർമാതിനുപോലും

അർത്ഥിതൻ കൈക്കുമ്പിളിന്നാകൃതിയളന്നല്ല
വിത്തവാൻ ചെയ്യേണ്ടതു വിഭവോചിതം ദാനം

'ഓരോരോ നവീനമാമുത്തമപരിഷ്ക്കാരം
പേരോലും വഞ്ചിക്ഷമാദേവിതൻ തിരുമെയ്യിൽ
തൽപ്രിയൻ ചാർത്തീടട്ടേയിന്നൃപൻ വിശിഷ്ടയാ-
മപ്പട്ടമഹിഷിതൻ സ്ഥാനത്തിനൊക്കുംവിധം

ആർജ്ജവം, ശമം, ദമം, കാരുണ്യം, സമഭാവ-
മീച്ചൊന്ന ഗുണങ്ങളാം ഹൃന്നാകതരുക്കളാൽ
ഇദ്ദേവൻ ചൊരിയട്ടെ നിത്യവും ജയംപൂണ്ടു
വർത്തിക്കും വഞ്ചിക്കുമേൽ നന്മപ്പൂമലർമാരി

ഏതുനാൾ നാരായണൻ ഭൂമിജനരകാന്തം
സാധിച്ചു ദീപാവലി പാരെങ്ങും ജ്വലിപ്പിച്ചു
അന്നാളിലവതാരമാർന്നൊരീ വിഷ്ണ്വംശജൻ
മന്നന്നുമക്കാര്യമേ സാധ്യമായ് ഭവിക്കട്ടെ

ഓജസ്സും പ്രസാദവും തുല്യമായ് സൂര്യേന്ദുക്കൾ
യോജിച്ചു ഭൂവിൻദീപ്തിക്കുത്ഭവിച്ചതുപോലെ
രാപകൽഭേദംവെടിഞ്ഞെപ്പോഴും വിളങ്ങട്ടെ-
യപ്പുമാൻ രഥാംഗവും ചെമ്പോത്തും വാഴ്ത്തുംവണ്ണം

സ്വാപദാനത്തിൽ മേന്മകൊണ്ടു തൽപൂർവ്വന്മാരാം
ഭൂപരെ സ്മർത്തവ്യരല്ലെന്നാക്കി നിരന്തരം
ചാർത്തട്ടെ കസ്തൂരിപ്പൊട്ടിന്നൃപൻ തന്നോമന-
ക്കീർത്തിലക്ഷ്മിതൻ തിങ്കൾക്കീറൊളിത്തൂനെറ്റിയിൽ.'

ആഗ്രഹാധികപ്രദനങ്ങയോടിമ്മട്ടോരോ
വാക്യത്താൽ ചെയ്യുന്നീല മൂകതപ്രഖ്യാപനം
ഭൂതഭാവന, വിഭോ, പോറ്റുക ചിത്രക്ഷോണീ-
നാഥനെയങ്ങേശ്ശക്തിക്കൊപ്പവും അതിന്മേലും
പ്രാർത്ഥിക്കാം നമുക്കെല്ലാം പ്രാർത്ഥിക്കാം ദൈവത്തോടി-
പ്പാർത്ഥിവപ്രവേകനെപ്പാലിപ്പാൻ പ്രതിക്ഷണം ■

ബാലകവിതകൾ

ഉള്ളൂരിന്റെ ബാലകവിതകൾ ഏറ്റവും മനോഹരവും ലളിതവും സുന്ദരവുമാണ്. കുഞ്ഞുങ്ങൾക്ക് ചൊല്ലിപ്പഠിക്കാനും ഗുണപാഠങ്ങൾ ഹൃദിസ്ഥമാക്കാനും പറ്റിയ കവിതകളാണിവ. മലയാളഭാഷയുടെ മാധുര്യമുള്ള കവിതകൾ.

പ്രഭാതനക്ഷത്രം

(പ്രഭാതനക്ഷത്രം ഉണരുന്നതോടൊപ്പം ഉണർന്നെണീക്കാൻ കവി പ്രപഞ്ചത്തിലെ ഓരോ ചെറുജീവിയേയും ആഹ്വാനം ചെയ്യുന്ന കവിതയാണിത്.)

ഉണരുവിൻ വേഗമുണരുവിൻ സ്വര-
ഗുണമേലും ചെറുകിളിക്കിടാങ്ങളേ

ഉണർന്നുനോക്കുവിനുലകിതുൾക്കാമ്പിൽ
മണമേലുമോമൽമലർമൊട്ടുകളേ

അണയ്ക്കുമമ്മമാരുടെ ചിറകു വി-
ട്ടുണർന്നു വണ്ണാത്തിക്കിളികൾ, പാടുവിൻ

തണുത്ത നീർശയ്യാഞ്ചലം വിട്ടു തല-
ക്ഷണം പൊക്കിത്തണ്ടാർനിരകളാടുവിൻ

അകലുന്നു തമസ്സടിവാനിൽ വർണ്ണ-
ത്തികവേലും പട്ടുകൊടികൾ പൊങ്ങുന്നു

സകലലോകബാന്ധവൻ കൃപാകരൻ
പകലിൻനായകനെഴുന്നള്ളീടുന്നു

ഒരു രാജ്യം നിങ്ങൾക്കൊരുഭാഷ നിങ്ങൾ-
ക്കൊരു ദേവൻ നിങ്ങൾക്കൊരു സമുദായം

ഒരുമതേടുവിനെഴുന്നള്ളത്തിതു-
വിരഞ്ഞെതിരേൽപിൻ വരിൻ കിടാങ്ങളേ

ഉരയ്ക്കയല്ലിയിങ്ങനെയുദാരമായ്
സ്ഫുരിച്ചു പൊങ്ങുമിപ്രഭാതനക്ഷത്രം

കരത്തിൽ വെള്ളിനൂൽക്കതിരിളംചൂരൽ
ധരിച്ചണഞ്ഞിതു വിളിച്ചോതുകല്ലി?

കാക്കേ കാക്കേ

(ശബ്ദം തിരിച്ചറിയുന്ന കാലം മുതൽ കേരളത്തിലെ ഓരോ കുട്ടിയും സ്വന്തമെന്നപോലെ കേട്ടുപഴകുന്ന ചെറുകവിത യാണിത്.)

കാക്കേ കാക്കേ കൂടെവിടെ
കൂട്ടിനകത്തൊരു കുഞ്ഞുണ്ടോ?
കുഞ്ഞിനു തീറ്റി കൊടുക്കാഞ്ഞാൽ
കുഞ്ഞു കിടന്നു കരഞ്ഞീടും
കുഞ്ഞേ കുഞ്ഞേ നീ തരുമോ
നിന്നുടെ കയ്യിലെ നെയ്യപ്പം?
ഇല്ല, തരില്ലീ നെയ്യപ്പം
അയ്യോ! കാക്കേ പറ്റിച്ചേ!

കുട്ടിയും പ്രാവും

(സംഭാഷണരൂപത്തിൽ എഴുതിയ കവിതയാണ് കുട്ടിയും പ്രാവും. പ്രാവിനെ കാണുമ്പോൾ കുട്ടിക്കുണ്ടാകുന്ന കൗതുകവും സ്നേഹവുമാണ് ഈ കവിത വെളിവാക്കുന്നത്.)

കുട്ടി : പ്രാവേ, പ്രാവേ, പോകരുതേ
വാ വാ കൂട്ടിനകത്താക്കാം
പാലും പഴവും പോരെങ്കിൽ
ചോറും കറിയും ഞാൻ നൽകാം

പ്രാവ് : കൊള്ളാം കുഞ്ഞേ നിന്നിഷ്ടം
തള്ളാൻ പാടില്ലെന്നാലും
ഞാനങ്ങോട്ടേയ്ക്കില്ലിപ്പോൾ
മാനം നോക്കിപ്പോകുന്നു

കുട്ടി : അയ്യോ പ്രാവേ പോകരുതേ
പയ്യും ദാഹവുമുണ്ടാമേ
വേനൽക്കാലത്തുച്ചയ്ക്കോ
മാനം നോക്കിസഞ്ചാരം?

പ്രാവ് : എന്തിനുകുഞ്ഞേ പേടിയെനി-
ക്കീശൻ നൽകിയ ചിറകില്ലേ?
വേണുന്നേടം പോകട്ടെ
കാണും വസ്തു ഭുജിക്കട്ടെ

കുട്ടി : ഭ്രാന്തപ്രാവേ പോകരുതെ
പക്ഷേ വഴി തെറ്റിപ്പോമേ
കൂട്ടിന്നാരു നിനക്കുള്ളൂ
കൂട്ടിൽ ചെന്നു സുഖിക്കരുതോ?

പ്രാവ് : ഭ്രാന്തക്കുഞ്ഞേ സർവേശൻ
പാവങ്ങൾക്കൊരു തുണയില്ലേ
ആ വൃക്ഷക്കൊമ്പെന്നുടെ വീ-
ടായതിലെത്തുവനരഞൊടിയിൽ

രണ്ടപ്പം

അമ്മ രണ്ടപ്പം കൊടുത്തു കയ്യി-
ലമ്മിണിക്കുട്ടന്നു തിന്മാൻ
ചെങ്കതിരോൻ മറയാറായ് വാനിൻ
കുങ്കുമപ്പൊട്ടഴിയാറായ്

ഒന്നവൻ തിന്നു; കളിക്കാൻ വേറി-
ട്ടൊന്നുമായ്ച്ചെന്നു നിരത്തിൽ
കേറിത്തുളച്ചുടൻപാഞ്ഞു കാതിൽ-
ക്കൂരമ്പുപോലൊരു ശബ്ദം

"കണ്ണും കരങ്ങളുമുള്ളോരേ അയ്യോ
പുണ്യം പുലർന്ന മാളോരേ
പൊന്നേജമാന്മാരേ, കാണ്മാൻ കനി-
ഞ്ഞെന്നെപ്പിറവിക്കുരുടൻ

പട്ടിണികൊണ്ടു പൊരിഞ്ഞേ പിച്ച-
ച്ചട്ടിയിൽക്കാശൊന്നുമില്ലേ
വല്ലതുമിട്ടേച്ചുപോണേ തുള്ളി-
ക്കല്ലരിക്കഞ്ഞിനീർ മോന്താൻ"

അയ്യംവിളിയതു കേട്ടു പൈതൽ
നെയ്യപ്പം ചട്ടിയിലിട്ടു
തപ്പിയെടുത്തതു തിന്നു പാവ-
മപ്പൊഴേ കുഞ്ഞിനെ വാഴ്ത്തി

"തമ്പുരാനേ, തരും ദൈവം കൂലി-
യൻപിലിതി"നെന്നു ചൊല്ലി
മാറത്തടിച്ചു കരവൂ ദൂരെ
വേറിട്ടൊരന്ധനുമപ്പോൾ

ഓടിയൊരോട്ടമായ്പ്പാഞ്ഞു കുട്ടൻ
വീടണഞ്ഞമ്മയെത്തേടി
വേരിയെതിർമൊഴിയാൾതൻ പട്ടു-
സാരിപ്പൊൻതുമ്പത്തു തൂങ്ങി

"അമ്മേ, യൊരപ്പമൊരപ്പംകൂടി-
ച്ചെമ്മേ തരൂ" എന്നിരന്നു.
"പോരെയോ രണ്ടെണ്ണമുണ്ണി തീനി-
തേറുകിൽമാന്ത്യമുണ്ടാകും."

''ഒന്നു കളഞ്ഞു നടാടേ; ബാക്കി-
യൊന്നേ ഞാൻ തിന്നുള്ളൂ തായേ
''ഒന്നു നീ തിന്നതു കണ്ടു ഞാൻ; മ-
റ്റൊന്നുകൊണ്ടെന്തോന്നു ചെയ്തു?''

എന്നതിനുത്തരമോതി വത്സൻ:
''തിന്നതല്ലെന്നമ്മ കണ്ടു
ആയതങ്ങെങ്ങോ തുലഞ്ഞു വീണു
വായവഴിക്കെൻ വയറ്റിൽ

പട്ടിണികൊണ്ടു വലഞ്ഞു പള്ള
ചുട്ട കുരുടനൊരുത്തൻ
വാവിട്ടു കേണു; ഞാൻ മറ്റേയപ്പം-
പാവമവന്നു കൊടുത്തു

ഞാൻ തിന്നൊരപ്പമതത്രേ തായേ
മാന്തമതിലുമുണ്ടാമോ
''ജീവനവന്നു കൊടുക്കേയൊരു
ദേവനെന്നെന്നെ ഞാനോർത്തു

ചേലതെന്നോതിയപോലെ തോന്നി
മൂളക്കമാർന്ന മരങ്ങൾ
മാടിവിളിച്ചതുപോലെ തോന്നി
വാടിയിലാടും ചെടികൾ

പുഞ്ചിരിക്കൊണ്ടതുപോലെ തോന്നി
നെഞ്ചലിവേറിന പൂക്കൾ.
ഉള്ളംകുളിർപ്പിച്ചപോലെ തോന്നി
മെല്ലെയണഞ്ഞ തൈത്തെന്നൽ.

ആനന്ദക്കണ്ണുനീർ വീണു മേന്മേൽ
ഞാനറിയാതെയെൻമാറിൽ
തിന്നതുപോലെ ഞാൻ തീർന്നു തായേ
വിണ്ണവർക്കുള്ള തീൻപണ്ടം

എന്നെ വിളിച്ചു കരവൂ വീണ്ടും
കണ്ണറ്റ മറ്റൊരു പാവം
പ്രാണനെക്കാക്കുവാൻ നോക്കാമപ്പം
ഞാനൊന്നവന്നുമിന്നേകി

വീണ്ടുമിനിക്കട്ടെയെൻനാവെന്തു
വേണ്ടുവതുണ്ടതിന്മീതെ?
"പാൽച്ചോറെനിക്കുണ്ടു നൽകാനമ്മ
വാച്ചൊരു കൂറൊടു രാവിൽ;

വറ്റൊന്നവർക്കേതു നക്കാൻ, താങ്ങാ-
യുറ്റവരാരുണ്ടു നിൽക്കാൻ?
ഇല്ലേ കിടാങ്ങളവർക്കും പിഞ്ചു-
പള്ളയിൽത്തീയെങ്ങും കത്തി?

അഷ്ടിയെനിക്കെന്തിനമ്മേ, അവർ
പട്ടിണികൊണ്ടു പിടയ്ക്കേ?"
കോൾമയിർക്കൊണ്ടുപോയ് പൂമെയ്യമ്മ-
യ്ക്കോമനതന്മൊഴി കേൾക്കെ

വണ്ടണിവേണിയാൾ വാക്കൊന്നുടൻ
തൊണ്ടയിടറിക്കൊണ്ടോതി
"എന്മകനെ നീ ജയിച്ചു; നിന്റെ
ജന്മം കൃതാർത്ഥമായ്ത്തീർന്നു

ഒന്നിനു മൂന്നു താൻ നൽകാമപ്പ-
മെന്നുണ്ണിക്കിങ്ങനെ തിന്മാൻ
ചിക്കെന്നെൻ കണ്മണി, വാങ്ങിയവ-
യക്കുരുടർക്കു കൊടുക്കൂ

ഉമ്മയോരോന്നു വിലയാണതീ-
യമ്മയ്ക്കു മുൻകൂട്ടി നൽകൂ"
ഈവണ്ണമോതി മകനെയവൾ
മൂവുരു മേന്മേൽ മുകർന്നു

മൂന്നപ്പം കൈയിൽ കൊടുത്തു ദൈവം
മൂന്നു പൂമർത്ഥവും പോലെ
ആയതവർക്കവൻ നൽകിത്തന്റെ
വായും വയറും നിറച്ചു

സ്വർഗ്ഗമാക്കുന്നില്ലേ ചൊൽവിൻ ക്ഷോണി-
യിക്കണക്കുള്ള കിടാങ്ങൾ? ■

ദീപാവലി

സന്മാർഗ പ്രതിപാദകങ്ങളായ അഞ്ഞൂറു ശ്ലോകങ്ങളടങ്ങിയ ഒരു കൃതിയാകുന്നു 'ദീപാവലി'. ഈ പുസ്തകത്തിലെ പദ്യങ്ങളെല്ലാം അനുഷ്ടുപ്പ് വൃത്തത്തിൽ തന്നെ രചിച്ചിട്ടുള്ളവയാകയാൽ അവ സാക്ഷാൽ ശ്ലോകങ്ങൾ തന്നെയാണ് എന്ന് പറയേണ്ടതില്ലല്ലോ. ഈ വൃത്തത്തിൽ അനവധി സുഭാഷിത പദ്യങ്ങൾ ആദികവിയായ വാല്മീകി മഹർഷിയുടെ കാലം മുതൽക്കുതന്നെ സംസ്കൃത സാഹിത്യത്തിൽ കാവ്യാന്തർഗതങ്ങളായും മുക്തകങ്ങളായും കാണ്മാനുണ്ട്. അവയ്ക്കു ബാലന്മാരെയും ബാലികമാരെയും സന്മാർഗത്തിൽ നയിപ്പിക്കുന്നതിനുള്ള ശക്തി അല്പമൊന്നുമല്ല; പ്രായം ചെന്നവർക്കും അവ മുഖസ്ഥമായാലുണ്ടാകാവുന്ന പ്രയോജനം വളരെയുണ്ട്. അത്തരത്തിലുള്ള പദ്യങ്ങൾക്ക് ഭാരതഭൂമിയിലുള്ള അന്യാദൃശമായ പ്രചാരം തന്നെ അവയുടെ ആകർഷകതയെ പ്രകടമായി തെളിയിക്കുന്നു.

സുഭാഷിതപദ്യങ്ങൾ സംഗ്രഹിക്കുന്ന ശീലം എനിക്ക് വളരെക്കാലമായുണ്ട്. ആ വക പദ്യങ്ങൾ ഉപന്യാസങ്ങളിൽ ധാരാളം ഞാൻ സന്ദർഭോചിതമായി ഉദ്ധരിക്കാറുമുണ്ട്. സംസ്കൃതഭാഷാ പരിചയമില്ലാത്ത പല കേരളീയരും ആ മാതിരിയിലുള്ള കുറെ പദ്യങ്ങൾ മലയാളത്തിൽ സംക്രമിപ്പിക്കുന്നത് അഭിലഷണീയമാണെന്ന് എന്നോടു പ്രസ്താവിച്ചിട്ടുള്ളതിനെ അനുസ്മരിച്ചാണ് ഞാൻ ദീപാവലിയുടെ രചനയ്ക്ക് ഒരുമ്പെട്ടത്. ഇരുപത്തഞ്ചു വിഷയങ്ങൾ തിരഞ്ഞെടുത്ത് ഓരോ വിഷയത്തെ അധികരിച്ച് ഇരുപതീതുപദ്യങ്ങൾ ഞാൻ ഈ പുസ്തകത്തിൽ ഉൾപ്പെടുത്തിയിട്ടുണ്ട്. ഇവയിൽ ചില പദ്യങ്ങൾ തർജ്ജമയായും മറ്റു ചിലവ പൂർവ്വകവികളുടെ ആശയങ്ങളുടെ അനുവാദമായും വേറെ ചിലവ ആ മാതിരി ആശയങ്ങളിൽ ആധുനികമനഃസ്ഥിതി അനുസരിച്ച് ചില മാറ്റങ്ങൾ വരുത്തിയതായും ഇനിയും ചിലവ സ്വകപോലകൽപ്പിതങ്ങളായും മറ്റും വായനക്കാർക്ക് കാണാവുന്നതാണ്. ഇത് ഒരു സ്വതന്ത്രകവിതയാകണമെന്ന് എനിക്ക് ഒന്നുകൊണ്ടും ഉദ്ദേശ്യമില്ലാത്തതിനാൽ പൂർവസൂരികളുടെ ആശയങ്ങൾ സ്വീകരിക്കുന്നതിൽ ഞാൻ അശേഷം വൈമുഖ്യം പ്രദർശിപ്പിച്ചിട്ടില്ല. അധ്യേതാക്കൾക്കു നല്ല ആശയങ്ങളടങ്ങിയ പദ്യങ്ങൾ വേണമെന്നേ ആഗ്രഹമുണ്ടായിരിക്കൂ എന്നെനിക്കറിയാം; ആ ആഗ്രഹം

നിറവേറ്റുവാനല്ലാതെ ഞാൻ മറ്റൊന്നിനും മുതിർന്നിട്ടില്ലാത്തതുകൊണ്ട് ഈ കൃതി ആദ്യന്തം സ്വകപോലകല്പിതമാക്കേണ്ട ആവശ്യവുമില്ല. ദീപാവലിയിലെ ശ്ലോകങ്ങൾ ചെറുതാണെങ്കിലും അവ പ്രായേണ അർത്ഥസമൃദ്ധങ്ങളും അലങ്കാരരുചിരങ്ങളും ധ്വനിപ്രധാനങ്ങളുമാണെന്നു സഹൃദയന്മാർക്കു ഗ്രഹിക്കുവാൻ കഴിയുന്നതാണ്. ഇതു പ്രാധാന്യേന വിദ്യാർത്ഥികളെ അഭിമുഖീകരിക്കേണ്ട ഒരു ഗ്രന്ഥമാകയാൽ ലാളിത്യാദി ഗുണങ്ങളുടെ വിഷയത്തിൽ ഞാൻ പ്രത്യേകം ശ്രദ്ധിച്ചിട്ടുണ്ട്. ഇപ്പോൾ സ്വീകരിച്ചിട്ടുള്ള വിഷയങ്ങളിൽ ഓരോന്നിനെയും പറ്റിത്തന്നെ ഇനിയും അനേകം ശ്ലോകങ്ങൾ തർജ്ജമ ചെയ്തും മറ്റും ചേർക്കേണ്ടതായും ഇനിയും പല പുതിയ വിഷയങ്ങളെപ്പറ്റി ധാരാളം ശ്ലോകങ്ങൾ രചിക്കേണ്ടതായുമുണ്ട്. ഈ പന്ഥാവിൽ എന്റെ ഉപരിപ്രയത്നം ഈ പുസ്തകത്തിനു കേരളീയരിൽ നിന്നു ലഭിക്കുന്ന ലാളനത്തെ ഏറെക്കുറെ ആശ്രയിച്ചിരിക്കും. ഈ പുസ്തകത്തിലുള്ള പല പദ്യങ്ങളും അനേകം കേരളീയർ കാണാതെ പഠിക്കുകയും സദസ്സുകളിലും ലേഖനങ്ങളിലും പ്രയോഗിക്കുകയും ചെയ്യുമെന്നു ഞാൻ പൂർണമായി വിശ്വസിക്കുന്നു.

തിരുവനന്തപുരം
15-1-1110 **ഉള്ളൂർ എസ്. പരമേശ്വര അയ്യർ**

അവതരണ പദ്ധതി

മേഘങ്ങൾക്കിടയിൽത്തങ്ങും മിന്നൽക്കീറിന്നുതുല്യമായ്
ദുഃഖമധ്യത്തിൽ മിന്നുന്നൂ,തുച്ഛം സ്വാർത്ഥപരം സുഖം
ഒരുത്തൻ നേടുമസ്സൗഖ്യമൊട്ടേറെപ്പേർക്കു ദുഃഖദം
അവന്നുമസുഖപ്രായമപായാഗമശങ്കയാൽ

നരലോകത്തെയിമ്മട്ടിൽനാന്മുഖൻ സൃഷ്ടിചെയ്യവേ
കാന്താസഹജമായുള്ളകനിവാർന്നോതി ഭാരതി
''പ്രാണനാഥ! ഭവൽസൃഷ്ടിപാർത്തോളം വികലം തുലോം
പത്നി തീർക്കാനൊരുങ്ങുന്നൂ ഭർത്താവിൻകേടുപാടുകൾ

ധാത്രിയിൽത്തന്നെ മർത്ത്യർക്കുചമയ്ക്കാമുലകൊന്നു ഞാൻ
അപേതശോകവ്യാമോഹമഖണ്ഡാനന്ദസുന്ദരം''
'കാണട്ടെയതു ഞാൻ' എന്നുകമലാസനനോതവേ
വാല്മീകി മുനിതൻ നാവിൽ വാണാൾ പോയ്വാഗധീശ്വരി

അന്നുദിച്ചു സമസ്തർക്കുമന്തർന്നിർവൃതിദായകം
അപരിച്ഛേദ്യമാധുര്യമാദികാവ്യരസായനം

സുഭാഷിതങ്ങളൊട്ടേറെസ്സുരീന്ദ്രരതുനാൾ മുതൽ
ശ്ലോകരൂപത്തിൽ നിർമ്മിച്ചു സുഖിപ്പിക്കുന്നു മർത്ത്യരെ

പാരിന്റെ മർമ്മം കണ്ടോരപ്പരാനുഗ്രഹപണ്ഡിതർ
ശ്ലോകമാം ചിമിഴേകുന്നൂതുലോമർത്ഥസമൃദ്ധമായ്
കാണുവാനില്ല കണ്ണേതും; കണ്ടാലില്ലറിവാൻ മതി
അറിഞ്ഞാലില്ല നാവോതാൻ അഹോ കവികൾ, ദുർല്ലഭർ

നഭോമാർഗ്ഗത്തിലെമ്മട്ടിൽ നക്ഷത്രങ്ങൾ വിളങ്ങുമോ
സുഭാഷിതങ്ങളമ്മട്ടിൽശോഭിപ്പൂ കാവ്യവീഥിയിൽ
മനോഹരങ്ങളായോരീമഹദ്വാക്യങ്ങളെന്നിയേ
മറ്റെന്തുള്ളൂ മനുഷ്യർക്കു മാർഗ്ഗദീപങ്ങളൂഴിയിൽ?

അദ്ദീപാവലി ഞാനല്പമധ്വഗന്മാർക്കു കാട്ടിടാം;
ഏതാണ്ടിടയ്ക്കു കത്തിക്കാമെന്റെയും കൈവിളക്കുകൾ
പാരിൽ മൂന്നുണ്ടു രത്നങ്ങൾപാഥസ്സന്നം, സുഭാഷിതം
പൊട്ടക്കല്ലിന്നു നൽകുന്നൂ ഭോഷൻ താൻ രത്നമെന്നുപേർ

ഭവമാം വേപ്പിൽ മിന്നുന്നൂ ഫലം രണ്ടമൃതോപമം
ഒന്നു സൂക്തിരസാസ്വാദമൊന്നു സജ്ജനസംഗമം
സുഭാഷിതത്തൊടൊത്തോരുസുഹൃത്തില്ലൊരു മർത്ത്യനും
പാതയിൽ സഞ്ചരിപ്പിക്കാൻപ്രാപ്യസ്ഥാനത്തിലാക്കുവാൻ

ധർമ്മാധർമ്മങ്ങളെപ്പേർത്തുംതദ്രൂപത്തിൽ ധരിക്കുവാൻ
സുഭാഷിതത്തിൻ സാഹായ്യം സൂരിക്കും പ്രാർത്ഥനീയമാം
കീർത്തിയും ധർമ്മവും നമ്മൾ സൂക്തിയും സംഗ്രഹിക്കണം
ഇല്ല തെല്ലഴിവെന്നുള്ളതീ മൂന്നിനുമൊരിക്കലും

മുഖം കറുത്തുപോയ് ഹന്ത!മുന്തിരിങ്ങാപ്പഴത്തിനും
സുധയും വാനിലേക്കോടീസൂക്തിയെക്കണ്ടു ഭീതയായ്
അലങ്കരിക്കും ജിഹ്വാഗ്ര,മാവശ്യം നിർവഹിച്ചീടും
ഹരിക്കില്ലന്യരാരും വന്നനർഘം സൂക്തിഭൂഷണം

ശരീരപദ്ധതി

പൂർണ്ണകാരുണ്യനാമീശൻപുരുഷാർത്ഥങ്ങൾ നേടുവാൻ
നമുക്കീവിഗ്രഹം നൽകീനാനാവയവശോഭനം
പ്രപഞ്ചശില്പകാരൻതൻപ്രകൃഷ്ടകരകൗശലം
പ്രത്യംഗം പ്രകടിപ്പിപ്പാൻപ്രഭാവം പൂണ്ടതിത്തനു

ആത്മാവാം സാർവ്വഭൗമൻതൻഹർമ്മ്യം മാനവമാനസം
ഇന്ദ്രിയങ്ങൾ പടുത്വത്തോടിസ്സൗധം കാത്തിടും ഭടർ
ഏകബന്ധു നമുക്കെന്നുമി'ദ്ദേഹം'ലോകയാത്രയിൽ
ഇതിൻ സുസ്ഥിതിയൊന്നിൽത്താനിരിപ്പൂ സർവസിദ്ധിയും

എത്രയ്ക്കെത്രയ്ക്കു സൂക്ഷിക്കുമിതു നാം നിധിപോലവേ
അത്രയ്ക്കത്രയ്ക്കു വർദ്ധിക്കുമായുരാരോഗ്യവൈഭവം
മർത്യർക്കിക്കായമാവോളം വ്യായാമത്താൽപ്പുലർത്തിടാം
തുരുപ്പിടിച്ച യന്ത്രം താൻദുർമ്മേദസ്സുള്ള വിഗ്രഹം

ആക്രമിപ്പതിനാഞ്ഞെത്തുമാമയാണുക്കളാകവേ
മരിച്ചുപോകും വീഴുമ്പോൾവ്യായാമസ്വേദവാരിയിൽ
തന്റെ സർവസ്വവും നൽകുംസമ്രാട്ടാരോഗ്യമാർന്നീടാൻ
തന്നാരോഗ്യം കൊടുക്കില്ല സമ്രാട്ടാവാൻ ദരിദ്രനും

ശരീരസുഖമുള്ളോനു സന്തോഷം സർവദുഃഖവും
ദീനപ്പായിൽക്കിടപ്പോനുതിക്തകം ജീവനാഥയും
മിതഭോഗത്തിൽ നിഷ്കർഷ,മൃദുവാകും മനഃസ്ഥിതി
സൽകർമ്മരതിയിമ്മൂന്നുംസർവർക്കും സൗഖ്യദായകം

തനിക്കു മാത്രമായല്ലിദ്ധാത്രി നിർമ്മിച്ചതീശ്വരൻ
എന്ന തത്ത്വം ഗ്രഹിച്ചീടിലേവനും മിതഭോഗിയാം
പണ്ടേ ചപലമാം ചിത്തംപാനത്താൽ ഭ്രാന്തമാക്കൊലാ
ഏറും കുരങ്ങിന്നേവൻതാനേണിവെച്ചുകൊടുത്തിടും?

മദ്യത്താൽ മത്തനാം മർത്ത്യൻ;മത്തിനാൽപ്പാപിയായിടും
പാപത്താൽ നരകം പൂകും;പാനം സർവവിപല്പ്രദം
ഉഷസ്സിൽക്കോഴി പൊന്തിക്കുമോമൽശംഖൊലി കേൾക്കിലേ
പുണ്യംപ്രതിദിനം നേടൂപുമാൻതൻ ശ്രവണേന്ദ്രിയം

കാലത്തുണർന്നു സൂര്യന്റെകതിർപ്പൊന്നലയാഴിയിൽ
മുങ്ങിക്കുളിച്ചീടുന്നീലേമുറയ്ക്കെന്നെന്നുമിക്ഷിതി
ഉത്ഥാനം ചെയ്യണം നാമുമുഷ്ണരശ്മിയൊടൊപ്പമായ്
പാലിച്ചുകൊൾകയും വേണംപങ്കം പറ്റാതെ നമ്മളെ

കേരളാംബ വിശുദ്ധിക്കുകേളികേട്ട നിതംബിനി
അദ്ദേവിതന്നപത്യങ്ങൾക്കശുചിത്വം നിരക്കുമോ
വർഷത്തിൽ വിധി രണ്ടൂഴംവർഷാകാലത്തെ നൽകവേ
എങ്ങില്ല തെളിനീർ നമ്മൾക്കെന്നും നിർമ്മലരാകുവാൻ?

അശുചിത്വം പെടാത്തോർ താനരോഗദൃഢവിഗ്രഹർ
സത്സംഗമത്തിന്നർഹന്മാർ,സർവർക്കും പ്രിയദർശനർ
ദേഹം, വസന, മാഹാരം,ഗേഹം തൊട്ടുള്ളതൊക്കെയും
മാലിന്യമറ്റിരിപ്പോർക്കേമനസ്സംശുദ്ധി വന്നിടൂ.

സൽഗുണപദ്ധതി

കായത്തിൻ ഭൂഷണം വസ്ത്രം;കയത്തിൻ ഭൂഷണം ജലം
വാനത്തിൻ ഭൂഷണം സൂര്യൻ;മനസ്സിൻ ഭൂഷണം ഗുണം
ഗുണമില്ലാത്ത നരനും മണമില്ലാത്ത പുഷ്പവും
തിരക്കുകൂട്ടി നിൽക്കുന്നുതൃണത്തിൻ കിട നേടുവാൻ

ദേഹമാമിഗ്ഗൃഹത്തിങ്കൽച്ചേതസ്സാം സ്വർണ്ണസമ്പുടം
ഗുണരത്നങ്ങൾ സൂക്ഷിപ്പാൻകൂറാർന്നേകി നമുക്കജൻ
നരൻ തൻ സാഹചര്യത്താൽനാനാപക്ഷിമൃഗാദികൾ
ജീവിപ്പീലേ ഗുണം നേടി?ജ്ജന്മനാ ഗുണി താനവൻ

ഗുണത്തെയേവൻ ഹൃത്തിങ്കൽക്കുടിവെയ്ക്കാതിരിക്കുമോ
അവന്നനർത്ഥബീജങ്ങളായുർവിത്തബലാദികൾ
ഗുണത്തിനത്രേ മാഹാത്മ്യംകുലത്തിന്നല്ല കേവലം
പൂവിൽച്ചിലപ്പോൾ കാണ്മീലേപുഴുപോലും ജനിപ്പതായ്?

ഗുണത്തിനത്രേ സൗന്ദര്യം, കോലത്തിന്നല്ല നിശ്ചയം
മെയ്മെഴുപ്പുള്ള പാമ്പിന്റെ വേഴ്ചയ്ക്കേവൻ കൊതിച്ചീടും
സൽഗുണത്തിന്നുതാൻമെച്ചംസ്ഥാനത്തിന്നല്ല തെല്ലുമേ
കമ്പത്തിന്മേലിരുന്നാലും കാകൻ ഗരുഡനാകുമോ?

നേടണം നാം ഗുണംതന്നെനിഷ്ഫലം ഗളഗർജ്ജനം
കണ്ഠഘണ്ട കൊതിച്ചാരുകറവപ്പശു വാങ്ങിടും
സൽഗുണത്തിൻ മുഖംവെച്ചു സഞ്ചരിക്കുന്ന ദുർഗ്ഗുണം
ആചര്യകൊണ്ടതിൻ മേന്മയറിയിക്കുന്നതത്ഭുതം

ആത്മാവിൻമുന്നിൽ നാണംകൊണ്ടധോവദനനാകുവോൻ
വാനംമുട്ടെ ഞെളിഞ്ഞാലുംവാമനൻ; മശകം; കൃമി
ശ്രദ്ധയെപ്പിൻതുടർന്നീടും വിദ്യ; ദാനത്തിനെപ്പുകൾ
സമുദ്യമത്തെസ്സമ്പത്തു;സൽഗുണത്തെ പ്രമോദവും

തന്നെഭരിക്കുവാൻവേണ്ടശക്തിയില്ലാതിരിപ്പവൻ
വാച്യനും ശോച്യനും തന്നെവസുധാനാഥനാകിലും

പഞ്ചേന്ദ്രിയങ്ങൾ നമ്മൾക്കുപരിചാരകരാകവേ
അവയ്ക്കു ദാസ്യം നാം ചെയ്താൽഹാസ്യമെന്തതിനപ്പുറം?

കാമം സാധുവിനർത്ഥത്തിൻ കൈങ്കര്യത്തിൽക്കഴിഞ്ഞീടും
കാൽക്കീഴമർത്തിടും ധർമ്മംകാമാർത്ഥങ്ങളെ നിത്യവും
വിത്തമെങ്ങോ കിടക്കട്ടെവൃത്തത്തെക്കാത്തുകൊള്ളണം
വിത്തം പോയാൽ വരും വീണ്ടും;വൃത്തം പോയതു പോയതാം

മേധ വേണം പഠിച്ചീടാൻ മെയ്ക്കരുത്തടരാടുവാൻ;
അർത്ഥം ഭോഗം ഭുജിച്ചീടാൻ;ആർക്കും ഗുണികളായിടാം
ഗുണമാകുന്ന പോർച്ചട്ട ഗുണിതൻ മേനി കാത്തിടും
പാവങ്ങൾക്കഭയം നൽകും പാഴർക്കാടൽ വളർത്തിടും

ചെവിക്കു ചെവിയായ് ലോകം ശ്രവിക്കും ഗുണിതൻഗുണം
കാറ്റിൻവഴിക്കു പാഞ്ഞീടും കൈതപ്പൂമണമെങ്ങുമേ
മറ്റുള്ള നേട്ടം യാതൊന്നും മരിച്ചാൽക്കൂടെ വന്നിടാ
വാരുറ്റ സൽഗുണം മാത്രംവാസനാരൂപമായ്വരും

ഉദ്യമപദ്ധതി

ആശിച്ചാൽപ്പോരാ യാതൊന്നുമാർജ്ജിപ്പാനുദ്യമിക്കണം
കൂർക്കം വലിച്ചിടും സിംഹം കൊമ്പനെത്തിന്മതെങ്ങനെ?
ഉറുമ്പും മെല്ലവേ പോയാലൊട്ടേറെ വഴി പോയിടും
അനങ്ങിടാഞ്ഞാൽത്താർക്ഷ്യന്നുമക്കിടപ്പിൽക്കിടക്കണം
ഉദ്യമിപ്പവനെത്താങ്ങുമോടിവന്നലർമങ്കയാൾ
ചെറ്റനങ്ങാതിരിപ്പോനെച്ചെറ്റയിൽച്ചേട്ട ചേർത്തിടും

ഊണിന്നു രുചിയുണ്ടാവില്ലുറക്കം ദൂരെ വിട്ടുപോം
അകാലമൃത്യുവശനാമലസൻ ഹതജീവിതൻ
വിധിക്കു നരനോടില്ലവീര്യം കാട്ടീടുവാൻ തരം
സത്വം ഹരിപ്പാൻ മുൻകൂട്ടിത്തന്ദ്രിയെത്താതിരിക്കുകിൽ

ദാരിദ്ര്യമാം പിശാചിന്റെ സദനദ്വാരമേവനും
തന്ദ്രിതൻകൈയിലുള്ളോരു താക്കോൽകൊണ്ടേ തുറന്നിടൂ
ബലമറ്റ ശരീരത്തെപ്പേർത്തും രോഗം ഗ്രസിച്ചിടും
ആലസ്യത്തിലമിഴ്ന്നോനെയാപത്തടിമയാക്കിടും

പ്രതിഭയ്ക്കും ഭയം തീർന്നുപാദം മുന്നോട്ടു വയ്ക്കുവാൻ
അഭ്യാസത്തിന്റെ സഹായമാവശ്യം വേണമന്വഹം

വേലയ്ക്കായ് വിധി നൽകുന്നൂവെളിച്ചമിയലും പകൽ
ഇടയ്ക്കു വിശ്രമിച്ചീടാനിരുട്ടുള്ളോരു രാത്രിയും

അശുഭാഗമനത്രസ്തന്നഹസ്സെന്നും തമിസ്രയാം
ശുഭാപ്തി കാത്തിരിപ്പോനോസൂര്യനുണ്ടേതുരാവിലും
മുറയ്ക്കു ലാക്കിൽപ്പാഞ്ഞെത്താം മുന്നോട്ടേക്കുകുതിക്കുകിൽ
കൈകെട്ടിനിന്നാൽ നിന്നീടാം; കാലം വന്നവഴിക്കുപോം

ആരു കണ്ടൂ ജയം നമ്മൾക്കടുത്ത നിമിഷം വരാം
അല്ലെങ്കിലായുരന്തത്തിലാകട്ടേ; ഹാനിയെന്തതിൽ
തന്നെത്താനുദ്ധരിക്കേണം; തന്നെത്താഴ്ത്തരുതാരുമേ
താൻതന്നെയാർക്കും തൻബന്ധു; താൻ തന്നെ പരിപന്ഥിയും

ഉത്സാഹം രിപുവാം മിത്ര മാലസ്യം മിത്രമാം രിപൂ
വിദ്യ നഞ്ഞാകുമമൃതം, തൃഷ്ണ പീയുഷമാം വിഷം
ഉണർന്നെഴുന്നേറ്റോജസ്സോടുദ്യമിക്കുന്നവൻ പുമാൻ
ശ്വസിക്കുന്ന ശവം മാത്രം സ്വപ്നംകണ്ടു കിടപ്പവൻ

സ്രഷ്ടാവുചെയ്തുതൻ കൃത്യം ദേഹം നമ്മൾക്കു നല്കവേ
ഉരുളയ്ക്കുരുളയ്ക്കൂട്ടാനുഴറുന്നീല തൽകരം
പൗരുഷം സേചനം ചെയ്തേഫലിക്കൂ ദൈവമാം ദ്രുമം
ഒറ്റച്ചക്രക്കറക്കത്തിലോടുന്നീലൊരുവണ്ടിയും

ദൈവത്തെക്കാത്തിരിക്കാതെ തേടണം നാം സമുദ്യമം
വേലചെയ്യാം നമു,ക്കീശൻ വേണമെങ്കിൽ ഫലം തരും
ഏതുഭാരം വഹിപ്പാൻ നാം യത്നിക്കുന്നു യഥാർത്ഥമായ്
അബ്ഭാരത്തോടു താങ്ങീടുമായിരം ദേവർ നമ്മളെ

ഊതിപ്പറത്താം വിഘ്നങ്ങ,ളുൾക്കരുത്തോടുയർന്നിടാം
ഉത്സാഹിയൊരുനാൾ സ്വാമിയൂഴിക്കും ത്രിദിവത്തിനും

ധനാർജ്ജനപദ്ധതി

നാലുണ്ടുപുരുഷാർത്ഥങ്ങൾ നമ്മൾക്കാർജ്ജിച്ചിടേണ്ടതായ്
ആമേടതന്നടിത്തട്ടാണർത്ഥം സർവ്വപ്രയോജനം
ആർക്കു വേണ്ടെന്നു വെച്ചീടാമന്നവസ്ത്രഗൃഹാദികൾ?
അർത്ഥം കൂടാതെ ജീവിപ്പാനജൻ തീർത്തീല മർത്ത്യരെ

അർത്ഥവൃക്ഷം തഴയ്ക്കാനുമർത്ഥബീജം മുളയ്ക്കണം
ധർമ്മകാമാർജ്ജനം പിന്നെദ്ധനമില്ലായ്കിലെങ്ങനെ?

വായുവിൽപ്പോയ് ലയിക്കുന്ന വാക്കുമർത്ഥം ഭജിക്കവേ
വർഷം നൂറു കഴിക്കേണ്ട മനുഷ്യന്നതു വേണ്ടയോ?

പരോക്ഷമാകും നരകം പ്രത്യേകം കണ്ടിടേണ്ട നാം
പ്രത്യക്ഷമതു വായ്പീലേ പാരിൽദ്ദാരിദ്ര്യരൂപമായ്
പൂ വിരിപ്പൂ ധനാഢ്യന്നുഭൂമി രഥ്യയിലെങ്ങുമേ
മുടക്കി നില്പൂ നിസ്സ്വന്നുമുൾനിരത്തിപ്പുരോഗതി

വനം ഗ്രസിക്കും വഹ്നിക്കുബാഹ്യപ്രാണൻ സമീരണൻ
കൃതാന്തൻ കൈവിളക്കിന്നു; കൃശനോടാർക്കു സൗഹൃദം
സിദ്ധിയൊന്നരുളുന്നുണ്ടു സേവിക്കുന്നോർക്കു ദുർഗ്ഗതി
അവർക്കഖിലരും ദൃശ്യ;രദൃശ്യരവരാർക്കുമേ

ആശക്കിടാങ്ങളോരോന്നായന്തരിക്കെ, യകിഞ്ചനർ
അവയ്ക്കണയ്പൂ കണ്ണീരാലൗർദ്ധ്വദേഹികമാം ബലി
'കെടാതെ ഞാനായ്ത്തീരൊല്ലേകൊടുത്തങ്ങായ് ഭവിക്കണേ'
ദരിദ്രൻ ധനിയോടോതും ദേഹിക്കർത്ഥമിതാം ദൃഢം

ഭൂതിയെന്തിന്നു മർത്ത്യന്നു? പുമാനായ്ത്തലപൊക്കുവാൻ
കണ്ടവന്റെ പടിക്കൽപ്പോയ്ക്കൈമലർത്താതിരിക്കുവാൻ
കമലേ! ഭവതിക്കേവൻകടാക്ഷാതിഥിയാകുവോൻ
അശേഷജനജിഹ്വയ്ക്കുമവൻ സർവ്വഗുണാന്വിതൻ

ഹിരണ്യഗർഭൻ വേധസ്സു; ലക്ഷ്മീശൻ പുരുഷോത്തമൻ
മേരുചാപൻ ശിവൻ; വാഴ്വൂമൂർത്തിത്രയവുമിങ്ങനേ
വിത്തവാനെബ്ഭജിക്കാത്ത വിദ്വാനേവൻ ധരിത്രിയിൽ
സർവ്വജ്ഞനേയും കാൺമൂ നാംധനദോപാന്തസേവിയായ്

കപാലി തലയിൽത്താങ്ങും ഗംഗരത്നാകരത്തിനെ
തേടിപ്പോകുന്നു, ധനിതാൻദേവതൗഘത്തിനും പ്രിയൻ
നരന്നടിമയല്ലേതും നരൻ തുല്യവപുർദ്ധരൻ
സ്വാമിയും ദാസനും മന്നിൽ സ്വാപതേയപ്രകല്പിതർ

അധർമ്മമായ് ധനം നേടൊ,ല്ലടക്കൊല്ലതനന്തമായ്
തത്ത്വമീരണ്ടുമോർമ്മിപ്പാൻധനം നിന്ദിപ്പൂ സത്തുകൾ
അഴകുണ്ടാം ശരീരത്തിന്നാഹ്ലാദം ഹൃത്തിനേറിടും
അന്തസ്സു വായ്ക്കും വംശത്തി,ന്നർത്ഥവാനെന്തലഭ്യമായ്?

ദൈവോപഹതരാമാരും തേങ്ങിത്തേങ്ങിക്കരഞ്ഞിടും
കണ്ണീരു തനിയേ തോരും കാശെണ്ണിപ്പെട്ടിപൂട്ടിയാൽ
തനിയേ വന്നു വീഴില്ല ധനം നമ്മുടെ പാണിയിൽ
വിലയായ് നൽകണം മെയ്തൻ വേർപ്പുമുത്തുകൾ മേൽക്കുമേൽ

ധനോപഭോഗപദ്ധതി

ധനിക്കു മാത്രമായൂഴി ചമയ്പാൻ വിധിയോർക്കുകിൽ
വളരെദ്ദുർഗ്ഗതർക്കെന്തേവായും വയറുമേകുവാൻ
ധൂർത്തടിച്ചു തുലയ്ക്കൊല്ലേ ദുർല്ലഭം വിത്തസഞ്ചയം
കറവപ്പശുവിന്നേവൻ കഴുത്തിൽക്കത്തിവെച്ചീടും?

ഋണവാനാവതിൽബ്ഭേദമിരക്കാൻ പാള കുത്തിടാം
അവന്നതേന്താനില്ലേ രണ്ടാമം വെയ്ക്കാത്ത പാണികൾ
ചൊട്ടച്ചാൺ നീണ്ടവയറിൽച്ചോറെത്രയ്ക്കു ചെലുത്തിടാം
ആറടിപ്പൊക്കമാം മെയ്യിലാടയെത്രയ്ക്കു ചുറ്റിടാം?

കീഴ്പോട്ടേയ്ക്കു പതിക്കാതെഗേഹമെത്രയ്ക്കുയർത്തിടാം
ഭാര്യതൻ മേലലങ്കാരഭാരമെത്രയ്ക്കു കേറ്റിടാം
ആത്മഭോഗത്തിനാഢ്യർക്കുമപാകമധികം ധനം
അഗ്നിക്കേകുന്നു നിർവാണമാവശ്യാതീതമിന്ധനം

പിശുക്കു നല്ലതല്ലാർക്കും, പേർത്തും ദീപാളിവെയ്ക്കലും
രണ്ടറ്റത്തും സുഖം പോരാ;രഥ്യതൻ മധ്യമേ ശുഭം
മൃത്യു ചാടി ഗ്രസിപ്പീലമിതാഹാരന്റെ വിഗ്രഹം
വെടിയുന്നീല താർമങ്കമിതവ്യയനികേതനം

മിതഭോഗത്തിനായ് വേണ്ടു വിത്തംമാത്രം സുധോപമം
അപ്പുറം വ്യർത്ഥമായ്ത്തങ്ങുമർത്ഥം കാകോളസന്നിഭം
നിതാന്തം മോഹവും ഭീയും നിദ്രാനാശവുമാർത്തിയും
ഏകുമർത്ഥമനർത്ഥം താൻഹൃദയത്തിൻ മഹാമയം

ഇന്ദ്രിയങ്ങൾ മുകൾക്കൊള്ളു,മിഷ്ടർ മാറ്റലരായിടും
ചോരൻ തുരങ്കം വെച്ചീടും;സുതനും പിതൃഘാതിയാം
ചാടിപ്പറന്നു പാഞ്ഞീടും താരാർമാതെന്ന തത്തയെ
ഗുണബന്ധത്തിനാൽ വേണംകൂട്ടിലാക്കിയിണക്കുവാൻ

മലക്കറി, ഖലപ്രീതി,വാനിലെക്കൊണ്ടലിൻ നിഴൽ
യൗവനം ധനമീയഞ്ചുമെത്രകാലം ഭുജിച്ചിടാം
ശൗര്യമത്തന്നു കൈ കാണാം;രൂപമത്തന്നു ദർപ്പണം
വിദ്യാമത്തന്നു ജിഹ്വാഗ്രം; ജാത്യന്ധൻ വിത്തഗർവിതൻ

ആക്കടുത്ത ഗദം നീങ്ങിയവന്നക്ഷി തെളിഞ്ഞിടാൻ
ദൈവം കനിഞ്ഞു ചെയ്യേണം ദാരിദ്ര്യാഞ്ജനലേപനം
കാരുണ്യബാഷ്പം വീഴ്ത്തില്ലകദര്യനൊരുനേരവും
അതിന്റെ കണമോരോന്നുമവന്നുൽകൃഷ്ടമൗക്തികം

പിശുക്കൻ രാവിലെണ്ണുന്നുപെട്ടിയിൽപ്പെട്ട ചില്ലികൾ
നക്ഷത്രാഖ്യങ്ങളാം തങ്കനാണയങ്ങൾ ദരിദ്രനും
പെട്ടിയിൽപ്പെട്ടിടും കാശാൽപ്പിശുക്കൻ ധനിയാകുകിൽ
മേരുവാലതിലും ധന്യൻമേദിനീവാസി ദുർഗ്ഗതൻ

കാലധർമ്മത്തിൽ മർത്ത്യന്നുകാശൊന്നും കൂടെ വന്നിടാ
വെറുകൈയൊടവൻചെന്നുവീണിടേണം ചിതാഗ്നിയിൽ
താൻ വിട്ടുപോയ സമ്പത്തുസന്താനങ്ങൾ തുലയ്ക്കവേ
പരലോകത്തിൽ നിന്നശ്രുപാഴിൽ വീഴ്ത്തും മിതംപചൻ

ദാനപദ്ധതി

അർത്ഥവാൻ തന്റെയർത്ഥത്തിലല്പാംശത്തിന്നു താൻപതി;
ചെമ്മേ കാക്കുന്നു നിസ്വർക്കായ്ശേഷം, ന്യാസം കണക്കവൻ
നല്ലകാലത്തിലർത്ഥം നാം നൽകിയാൽ നഷ്ടമെന്തതിൽ
ദുഷ്ക്കാലമാകിലോ പിന്നെച്ചോദിക്കേണ്ടതു നല്കുവാൻ

താൻ പണിപ്പെട്ടു നേടീട്ടും തനിക്കനനുഭോഗ്യമായ്
അന്യർക്കുമുതകാതുള്ളോരർത്ഥം കൊണ്ടാർക്കു താൻ ഫലം?
നിധി കാക്കുന്ന ഭൂതങ്ങൾ, ഖജനാവിന്റെ ഗാട്ടുകാർ
കേദാരചഞ്ചാരൂപങ്ങൾ, കൃപണന്മാർ നരാധമർ

ഉടഞ്ഞുപോകും മറ്റുള്ളോരുണ്ടികക്കടയൊക്കെയും
നീണാൾ വഹിക്കും നിക്ഷേപം നിസ്വന്റെ കരസമ്പുടം
വേർപെട്ടുതന്നെ പോകേണം വിത്തമെപ്പൊഴുതെങ്കിലും
നഷ്ടമെന്തതു നാം പിന്നെനമ്മട്ടിൽച്ചെലവാക്കിയാൽ?

പാത്രത്തെ നോക്കിത്താൻ വേണംപ്രതിപാദിക്കുവാൻധനം
അരോഗന്നല്ല നല്കേണ്ടതാതുരന്നുള്ളൊരൗഷധം
ക്ഷുത്തു മുന്നോട്ടു പായിപ്പൂ ലജ്ജ പിന്നോട്ടുമങ്ങനെ
നടുക്കങ്ങിങ്ങുഴന്നയ്യോ! നരകിക്കുന്നു ദുർഗ്ഗതൻ

ദേഹി'യെന്നോതിടുന്നോന്റെ ദൈന്യദുഃഖം ധരിക്കുകിൽ
ഹൃത്തുള്ളോർവിത്തമോ സാരം ഏകം പ്രാണങ്ങൾകൂടിയും
ദേഹിയാം വാക്കൊടൊന്നിച്ചു ദീനന്നുയിർവെളിക്കുപോം
കർണ്ണം വഴി തിരിച്ചെത്തും കാശിന്റെയൊലി കേൾക്കുകിൽ

സ്വയമുത്തമനേകുന്നു ചോദിച്ചേകുന്നു മധ്യമൻ
ചോദിച്ചീടിലുമേകാത്തോൻക്ഷുദ്രൻ മനുജഗർദ്ദഭം
നമസ്കാരം! നിനക്കെന്റെനാവേ! കാലകരത്തിൽ നീ
നരകോൽഘാടനത്തിന്നുനാസ്തികുഞ്ചിക നല്കൊലാ

താൻ, തൻകുടുംബം ബന്ധുക്കൾ,-സഖാക്കളനുയായികൾ
ഇവർക്കുപോയ് ബാക്കി വിത്തമിരപ്പോർക്കെന്തു നൽകിയാൽ?
ഉച്ചപ്പട്ടിണി വായ്പോനൊരുരുളച്ചോറു നൽകുവാൻ
മേരുവാകണമോ മർത്ത്യൻ? വിത്തംപോലെ വിസർജ്ജനം

ധീരന്നു വശമാം ലക്ഷ്മി;ശൂരന്നു വശമാം ജയം
ജ്ഞാനിക്കു വശമാം മോക്ഷം, ത്യാഗിക്കു വശമാം പുകൾ
കോഴിക്കും മല്ലുതട്ടീടാം;കുരുവിക്കും പഠിച്ചിടാം
അന്യന്നു ധനമാരേകുമവൻ ശൂര,നവൻ ബുധൻ

തരക്കേടുകളെന്തെല്ലാം ദാതാവിൽക്കുടികൊൾകിലും
ദാനാംബുവിൻ പ്രവാഹത്തിൽത്തനിയേ മാഞ്ഞുപോയിടും
ദാതാവിൻ മുന്നിൽ വീഴുന്ന ദരിദ്രന്റെ മുദശ്രുവാൽ
കുളിർക്കുന്നു തപിക്കുന്നകുംഭിനിക്കു ഹൃദന്തരം

സർവ്വസ്വവും സന്ത്യജിച്ചു ചാകും ലുബ്ധൻ ബഹുപ്രദൻ
വാനിലും ചെ,ന്നതോടാത്തു വാഴും ത്യാഗി മിതംപചൻ.
പ്രഥ ദാനത്തിനാൽ നേടീ പയ്യും കല്ലും മരങ്ങളും
ദാതാവിനത്രേ മാന്യത്വം; ദാനം ചെയ്യുക ചെയ്യുക

വിദ്യാപദ്ധതി

വിത്തമെന്തിനു മർത്ത്യന്നുവിദ്യ കൈവശമാകുകിൽ
വെണ്ണയുണ്ടെങ്കിൽ നറുനെയ് വേറിട്ടു കരുതേണമോ

വിദ്യ വിട്ടു നരന്നാമോ വിശ്വംഭരയിൽ വാഴുവാൻ
ആയുധം കയ്യിലേറാത്തോനടരാടുന്നതെങ്ങനെ?

വിദ്യയാം പ്രാണനേവന്നു വേർപെട്ടു നിലകൊള്ളുമോ
സമ്പത്തും മറ്റുമവനു ശവം ചാർത്തിന മാലകൾ
അജ്ഞനായ് ജീവിതംപോക്കാനാർക്കു ധാർഷ്ട്യമുദിച്ചിടും
വാലും കൊമ്പും വെടിഞ്ഞുള്ള മഹിഷം തന്നെയപ്പുമാൻ

കാണേണ്ടതൊന്നും കണ്ടീടാ; കേൾക്കേണ്ടുന്നതു കേട്ടിടാ
ഓതേണ്ടതോതിടാ; മേവുമജ്ഞനന്ധൈഡമൂകനായ്
മേനിയെത്ര തടിച്ചാലും വിദ്യാഹീനൻ വെറും തൃണം
മറിച്ചതു ചടച്ചാലും മനീഷിയമൃതാശനൻ

മണിയും ചരലും കല്ലും മർത്ത്യർ വിജ്ഞനുമജ്ഞനും
ഔജ്ജ്വല്യത്തിൻ പ്രഭവത്താലറിവൂ വേർതിരിച്ചു നാം
പുറങ്കണ്ണു തുറപ്പിപ്പൂ പുലർവേളയിലംശുമാൻ
അകക്കുണ്ണു തുറപ്പിക്കാനാശാൻ ബാല്യത്തിലെത്തണം

അന്നമേകുന്നവൻ മോദമപ്പോൾ മാത്രമണച്ചിടും
ആജീവനാന്തമാനന്ദമരുളും വിദ്യനല്കുവോൻ
കൊണ്ടുപോകില്ല ചോരന്മാർ കൊടുക്കുന്തോറുമേറിടും
മേന്മ നൽകും മരിച്ചാലും വിദ്യതന്നെ മഹാധനം

അമ്മയ്ക്കൊപ്പം വളർത്തീടുമച്ഛന്നൊപ്പം ഹിതം തരും
വേളിക്കൊപ്പം സുഖിപ്പിക്കും; വിദ്യ സർവ്വാർത്ഥസാധകം
തൻവീട്ടിലജ്ഞനും പൂജ്യൻ;തൻനാട്ടിലരചാളുവോൻ
വിദ്യാസമ്പന്നനാരാധ്യൻ വിശ്വത്തിങ്കലശേഷവും

പഠിക്കണം നാമോരോന്നുബാല്യംതൊട്ടു നിരന്തരം
പഠിത്തം മതിയാക്കീടാം പ്രാണൻ മേനി വിടുന്ന നാൾ
പിശുക്കാൽപ്പിഴുകും ലക്ഷ്മി; പേർത്തും ഗർവാൽ സമുന്നതി
അനഭ്യാസത്തിനാൽ വിദ്യയമർഷത്താൽ വിവേകവും

ബാലൻതൻ വിദ്യയാലൊറ്റബ്ഭവനത്തിന്നിരുട്ടുപോം
ബാലതൻ വിദ്യയാൽ വായ്ക്കും പ്രകാശം പലവീട്ടിലും
വൈരമില്ലാകരം തോറും; മൗക്തികം ശുക്തിയേതിലും
ചന്ദനം കാനനം നീളെ; സ്സംഖ്യാവാനേതു ദിക്കിലും

വിദ്യതന്നെപരം നേത്രം; ബുദ്ധിതന്നെ പരം ധനം
ദയതന്നെ പരം പുണ്യം; ശമംതന്നെ പരം സുഖം
വിശേഷബുദ്ധിയെന്തിന്നു വിരിഞ്ചൻ മർത്ത്യനേകിനാൻ?
വിദ്യയാൽ ജ്ഞാനമാർജ്ജിപ്പാൻ ജ്ഞാനത്താൽ മുക്തിനേടുവാൻ

അനന്തം വിദ്യയാം സിന്ധുവായുസ്സത്യന്തഭങ്ഗുരം
പാരത്തിലെത്തണം താനുംപ്രാപിപ്പാൻ പരമം പദം
അപവർഗ്ഗദമിത്തീർത്ഥമാവോളം സേവ ചെയ്തിടാം
ഒക്കുംമട്ടിസ്സമുദ്രത്തിലോടിക്കാം കപ്പലെപ്പൊഴും

പുസ്തകപദ്ധതി

പണ്ടുള്ള പണ്ഡിതശ്രേഷ്ഠർപരലോകം ഗമിക്കിലും
പുസ്തകാകൃതി പൂണ്ടിന്നും ഭൂഷിപ്പിക്കുന്നു ഭൂതലം

കാലം കബളമാക്കീട്ടുംകനിഞ്ഞു രഘുവീരനെ
വാല്മീകിയിന്നും വാഴിപ്പൂമഹാരാജാധിരാജനായ്
ഒരൊറ്റയുപകർത്താവാരൂഴിക്കെന്നുരചെയ്യുവാൻ
ലേശവും സംശയം വേണ്ട;ലിപികണ്ടുപിടിച്ചവൻ

വെളുത്ത കടലാസോടുകറുത്ത മഷി ചേരവേ
പാരിടത്തിന്നു വന്നല്ലോ ഭാഗധേയം നമസ്തവും
മരങ്ങളഞ്ചുതാൻ നില്പൂവാനിൽക്കാമിതമേകുവാൻ
സംഖ്യയറ്റൂഴിമേൽക്കാണ്മൂസൽഗ്രന്ഥാമരശാഖികൾ

മറയ്പ്പീല പയോദങ്ങൾ;വായ്ക്കൊൾവീല വിധുന്തദൻ
ഇജ്ജ്യോതിസ്സുകളാകല്പം വിദ്യോതിക്കുന്നു രാപകൽ
പേർത്തും ശൃംഗാരചാരുത്വം ബീഭത്സത്തിന്നുമേകുവാൻ
കല്യരീരസസിദ്ധന്മാർ,കൈപ്പും മധുരമാക്കുവാൻ

ഗ്രന്ഥശാലയ്ക്കകത്തൊന്നു കേറിയാൽ വാഴ്കയായി നാം
ആനന്ത്യത്തിൻ മടിത്തട്ടിലാനന്ദത്തിൻ തലോടലിൽ
നമ്മൾതൻ ഹൃദയം വിട്ടുനാമങ്ങെത്തുകിലോടിടും
ഷഡ്വർഗ്ഗസുതരോടൊത്തുതന്ദ്രീജാഡ്യവധൂധവർ

ഖലനജ്ഞൻ തുടങ്ങീട്ടുകാണ്മു ലോകത്തിലൊട്ടുപേർ
വരിഷ്ഠഗുണർമാത്രം താൻവായ്പൂ പുസ്തകശാലയിൽ

കാലത്തിൻ കൈമുറം പാറ്റിക്കളഞ്ഞു പതിരൊക്കെയും
തന്നിരിക്കുന്നു നമ്മൾക്കിദ്ധാന്യം സർവാംഗപോഷകം

ഓടിച്ചുമാത്രം വായിച്ചാലുള്ളിൽത്തങ്ങില്ലൊരെണ്ണവും
എന്നും പിഴുതുനട്ടീടിലേതു വള്ളി തഴച്ചിടും
ഗ്രന്ഥതല്ലജമോരോന്നുംക്ലേശിച്ചു വശമാക്കണം
കണ്ടീല കടലിൻ താഴ്ച ഹനുമാൻ; കണ്ടു മന്ദരം

പൂഴിയിൽച്ചിതറും കാശാൽപുസ്തകം വാങ്ങിനോക്കിയാൽ
കലാശാല നമുകൊന്നുകൈക്കലാമവിളംബിതം
ഒരൊറ്റപ്പുസ്തകം കൈയിലോമനിപ്പതിനുള്ളവൻ
ഏതു സാമ്രാട്ടിനെക്കാളുമെന്നാളും ഭാഗ്യമാർന്നവൻ

വിജ്ഞരാവാനുപാദ്ധ്യായർ, വിനോദിപ്പാൻ സുഹൃത്തുക്കൾ
അന്തഃകരണബന്ധുക്കളാത്മാർത്ഥാവേദനപ്രിയർ
വിളിച്ചാൽപ്പാട്ടിൽവന്നീടും വേണ്ടെന്നാൽ ദൂരെനിന്നിടും
ചോദ്യത്തിന്നുത്തരം മാത്രംചൊല്ലും സൂനൃതരീതിയിൽ
(യുഗ്മകം)

വിശങ്കമിവർ നൽകുന്ന വിമാനങ്ങളിലേറിയാൽ
പായാം യഥേച്ഛം നമ്മൾക്കുപതിന്നാലുലകത്തിലും
തെല്ലൊന്നു വേഴ്ചയായാലിദ്ദിവ്യമംഗളവിഗ്രഹർ
സ്മൃതിസത്മത്തിൽ വാഴുന്നൂസിദ്ധി രാപകലേകുവാൻ
ഇവരെസ്സേവ ചെയ്യാം നാ, മിവർതൻ വാക്കു കേട്ടിടാം
ഇവർ കാട്ടും വഴിക്കെത്താമീശസന്നിധിയിൽ ക്രമാൽ

സത്യപ്രവൃത്തി

മനസ്സിലും നാം യാഥാർത്ഥ്യം വാക്കിലും വദനത്തിലും
പ്രവൃത്തിയിലുമെന്നാളും പരിപാലിച്ചിടേണ്ടവർ
അർത്ഥങ്ങൾക്കൊക്കെയും സത്യമഗ്രസ്ഥാനത്തിൽ നിൽക്കയാൽ
പണ്ടേ മുതൽക്കതിന്നേകീപരമാർത്ഥാഖ്യ പണ്ഡിതർ

നേരേ ലക്ഷ്യത്തിലെത്തീടും നേരുംപകഴിയും സമം
വളവും പുളവും ചേരുംവ്യാളവും വ്യാജവും സമം
ഉള്ളതുള്ളവിധം മാത്രമോതിയാലതു സത്യമാം
പൊടിപ്പും തൊങ്ങലും മറ്റും പുനസ്യഷ്ടിക്കു ഭൂഷണം

അനന്തനല്ല താങ്ങുന്നതാദികച്ഛപമൂർത്തിയും
സത്യദേവത താങ്ങുന്നൂ താണുപോകാതെ ഭൂമിയെ
സഞ്ചരിപ്പൂ ജഗത്പ്രാണൻ; തപിപ്പൂ ലോകബാന്ധവൻ
തണ്ണീർപൊഴിപ്പൂ പർജ്ജന്യൻ; സത്യദാസർ മഘാശനർ

സാഗരം മന്നിൽ നിൽക്കുന്നൂസത്യം കല്പിച്ച രേഖയിൽ
താരങ്ങൾ വാനിൽത്തൂങ്ങുന്നൂസത്യം തൂക്കിന രീതിയിൽ
വാക്കെന്നുമൊരുപോലോതിവാഴ്‌വൂ പക്ഷിമൃഗാദികൾ
വിശ്വത്തെക്കബളിപ്പൂവിവിധോക്തിധനൻ നരൻ

അകമേ സാക്ഷിയായ് നിത്യമന്തരാത്മാവിരിക്കവേ
അറിയില്ലന്യരെന്നോർത്താർക്കസത്യം ചൊല്ലിനിന്നീടാം?
ദ്വിജിഹ്വാകൃതിയിൽപ്പോലുംദൈവം തീർത്തീല മർത്ത്യരെ
അനന്തജിഹ്വരായാലുമസത്യോക്തി സുദുഷ്കരം

ആദായകരമായാലുമസത്യത്തെ വെറുക്കണം;
ആശ്ലേഷണത്തിന്നണഞ്ഞാലുമകറ്റേണം പിശാചിനെ
വാണിസത്യസ്ഥയാം ദേവി വാണീടും രസനാഞ്ചലം
അസത്യമോതിയാൽ, ക്ഷ്വേളമമൃതാംശു വമിക്കണം

ത്യാഗമില്ലാത്തതാം ഭൂതി കാന്തനില്ലാത്ത കാമിനി
ശമമില്ലാത്തതാം വിദ്യസത്യമില്ലാത്ത ഭാരതി
സത്യം നൽകുന്ന ഭിക്ഷാന്നം സത്തുക്കൾക്കുത്തമോത്തമം
അസത്യമേകും സാമ്രാജ്യമേധ്യമധമാധമം

സർവ്വലോകരിൽനിന്നും നാം സത്യത്തെത്താൻ കൊതിക്കവേ
അതന്യർ നമ്മിൽനിന്നും തെല്ലാശിച്ചാൽ കുറ്റമെന്തതിൽ?
സർവ്വസ്വവും വെടിഞ്ഞാലുംസത്യത്തെ വെടിയായ്കയാൽ
ഹരിച്ചു വാസവസ്വാന്തം ഹരിശ്ചന്ദ്രനൃപൻ മഹാൻ
മഹി സർവ്വംസഹയ്ക്കില്ല മറ്റുഭാരങ്ങളാൽ ക്ലമം

അഹോ!ദുസ്സഹനദ്ദേവിക്കളീകോക്തിപരൻ നരൻ
അന്യന്റെ വിത്തം തല്ലക്ഷ്മിയദ്ദേവിയെ മനസ്സിനാൽ
ആശിച്ചാൽക്കൂടിയും പാപം; ഹരിച്ചാൽച്ചൊല്ലിടേണമോ
ശീലിപ്പു നല്ലോർ ഭാഷിപ്പാൻ ശിലാരേഖയ്ക്കു തുല്യമായ്
വരം പുമാന്നസുത്യാഗം; വർജ്യം വാഗ്ദത്തലംഘനം
ഋജുവാം പാതതാൻ ശീഘ്രമീശോപാന്തമണച്ചിടും
മായതൻ കൂട്ടുകൈവിട്ടാൽ മാനവൻ ജ്ഞാനിയായിടും

വചനപദ്ധതി

സത്യം ചൊല്ലാം, പ്രിയം നമ്മൾ; സത്യം ചൊല്ലരുതപ്രിയം
അസത്യം പ്രിയവും ചൊല്ലൊലതത്രേ ധർമ്മശാസനം
സത്യം നാമെന്തിനോതേണം?സർവഭൂതഹിതത്തിനായ്
പരദ്രോഹഫലം സത്യം ഭാഷിച്ചാലതു പാതകം

മിതമായ്, മൃദുവായ്, സത്തായ് ഹിതമായ്, പ്രീതിഹേതുവായ്
കേൾപ്പോർക്കു മധുരിക്കുന്ന ഗീരോതുന്നു മനീഷികൾ
ഉമിനീരിൻ മലത്തോടീയൂഴിപൂകും സരസ്വതി
സ്മിതാമൃതത്തിൽ മുങ്ങാഞ്ഞാൽത്തെല്ലും സംശുദ്ധയാകുമോ

ആർദ്രയായ് വിലസും ജിഹ്വയതിന്നനുരൂപമായ്
പാരുഷ്യശുഷ്കമാം വാക്യം പ്രസവിക്കുന്നതെങ്ങനെ
നല്ല നാവിങ്കൽനിന്നൂറു'മില്ല'പോലും രാസോത്തരം
ഒല്ലാത്ത നാക്കുതുപ്പുന്നൊരൂഴിയും പൂഴിയും സമം

നല്ലവാക്കുരചെയ്വോന്റെ നാവുവിട്ടൊരുദിക്കിലും
വാണീലക്ഷ്മികൊളൊന്നിച്ചുവാഴുന്നീല ധരിത്രിയിൽ
പാവതൻ മെയ്യിലും ചാർത്താം പണ്ടവും പട്ടുവസ്ത്രവും
മർത്ത്യന്നുനാവിൽ മിന്നുന്നവാണിയാമണിതാനണി

തണ്ണീരൊരല്പം നൽകീടാംതണലത്തൊട്ടിരുത്തിടാം
നല്ലവാക്കൊന്നുരച്ചീടാം, നമ്മൾക്കാരൊടുമെപ്പൊഴും
ആർക്കില്ല ഭാവനാബന്ധമാർക്കില്ലാശയസന്തതി?
അതെല്ലാം വാഗ്മിയല്ലാത്തോന്നലസും ഗർഭമല്ലയോ?

ഊമപ്പിറവി വന്നീടാമുണ്ടാകാം വാഗ്യതവ്രതം
വരൊല്ലാർക്കും സദസ്സിങ്കൽ വാക്സ്തംഭം മറ്റു രീതിയിൽ
കുറ്റിപോലെയിരിക്കുന്നൂ ഗോഷ്ഠിയിങ്കൽക്കുബേരനും
എടുത്തമ്മാനമാടുന്നൂയഥേഷ്ടം വാഗ്മി സഭ്യരെ

ആകർഷകം താൻ മധുരമർത്ഥമില്ലാത്ത ശബ്ദവും
വീണാക്വണത്തിലെന്തുള്ളു വിചാരസഹമാം രസം?
നിറമില്ലനുരഞ്ജിക്കാൻസ്വരമാകുന്നു കാരണം
കറുത്ത കുയിൽ നമ്മൾക്കു ഗാനത്താൽ രമ്യമേറ്റവും

മണ്ഡൂകമൊന്നും കട്ടീല; മൈന തന്നീല പിന്നെയോ
വാക്കാലൊന്നു വെറുപ്പിപ്പൂമറ്റൊന്നുത്സവമേകവേ
വറ്റൊന്നും കൈക്കലാവില്ല വാമൂടിപ്പിച്ച തെണ്ടിയാൽ
പാടുന്ന യാചകനെന്നുംപാത്രം ഭിക്ഷാന്നപൂർണ്ണമാം

കടിക്കുന്നോരു പാമ്പിന്നും കരയുന്നോരു കുഞ്ഞിനും
സന്തോഷം മാനസത്തിങ്കൽസാന്ത്വനത്താൽ വരുത്തിടാം
അച്ഛസ്ഫടികപാത്രത്തിലൗഷധം കൈപ്പതെങ്കിലും
അല്പം തേൻ ചേർത്തു നൽകീടിലാസ്വദിക്കുമതാതുരൻ

കാലത്തിനാലുണങ്ങീടും കണകൊണ്ടുളവാം ക്ഷതം;
ആജീവനാന്തം നിന്നീടുമാർദ്രമായ് വാഗ്വിഷവ്രണം
ഓതുന്നു സാമം നീതിജ്ഞരൊന്നാമത്തെയുപായമായ്
സാമഗന്മാർക്കു നൽകുന്നൂ സർവ്വാർത്ഥങ്ങളുമീശ്വരൻ

സമയപദ്ധതി

വിധി മർത്യർക്കു നൽകുന്ന വിവിധാനുഗ്രഹങ്ങളിൽ
അതിമാത്രം വിലപ്പെട്ടതായുഷ്കാലമസംശയം
അന്തമുണ്ടതിനെന്നുള്ളതാർക്കും ബോധ്യമനാരതം
അതെപ്പോളെന്നുമാത്രം താനറിവീലാരുമേതുമേ

ഏറെ നീണ്ടാലുമിജ്ജന്മമെത്രനാളേക്കു നീണ്ടിടും
ആർക്കു നൂറ്റാണ്ടു ജീവിക്കാമരോഗദൃഢഗാത്രനായ്
പാതിപോം വിശ്രമത്തിങ്കൽ; പ്പാതിപിന്നെയുമുള്ളതിൽ
ബാല്യ,വാർദ്ധക്യരോഗങ്ങൾ ഭാഗത്തിന്നവകാശികൾ

ശേഷിച്ച സമയംകൊണ്ടു ശേമുഷിക്കൊത്തരീതിയിൽ
ധർമ്മാർത്ഥകാമമോക്ഷങ്ങൾ സാധിക്കേണ്ടവർ മാനവർ
ആയുരാരോഗ്യഭാഗ്യങ്ങളടുത്ത നിമിഷത്തിലും
പാലിക്കുവാൻ നമുക്കേവൻ പ്രതിഭൂവായി നിന്നിടും?

സ്നേഹിപ്പാൻ മാത്രമേകുന്നൂദൈവം മർത്ത്യന്നു ജീവിതം
ദ്വേഷിപ്പാൻ കൂടിയില്ലല്ലോ ദീർഘത്വമതിനേതുമേ.
ചെലവാക്കാൻ മടിപ്പൂ നാം ജീവിതാർത്ഥം യഥാർത്ഥമായ്
കവർച്ചയ്ക്കു തരം പാർത്തു കാലൻ പാതയിൽ നില്ക്കവേ

കൃതകൃത്യനൊരാളന്യൻക്രീഡാമാത്രപരായണൻ
സമവർത്തിക്കു തെല്ലില്ലിത്താരതമ്യ വിവേചനം
ശരീരമാം ഘടത്തിങ്കൽത്തങ്ങിടും സ്വല്പജീവനം,
പായുന്ന ദിനരാത്രങ്ങൾപാനം ചെയ്യുന്നു നിത്യവും

സമയത്തിന്റെ മൂല്യത്തിൻസാക്ഷാദ്രൂപം ധരിക്കുവാൻ
കണ്ഠസ്ഥപ്രാണനായോന്റെ കണ്ണീർക്കണ്ണാടി നോക്കണം
വേലയ്ക്കുവേണ്ടതാം കാലം വിനോദം കൈക്കലാക്കുകിൽ
ഓദനത്തിൻ പദത്തിങ്കലുപദംശം കടക്കയായ്

"ഇത്രയ്ക്കു നീട്ടി ഞങ്ങൾക്കെന്തേകുവാൻ ജീവിതം ഭവാൻ?"
എന്നു പൃച്ഛിപ്പൂദൈവത്തെയെന്നാളും വ്യർത്ഥജീവിതർ
അന്നുന്നു മുന്നിൽ വന്നെത്തുമഹസ്സാമതിഥിക്കു നാം
അയ്യോ! പൂജനടത്തുന്നതതിൻ ചിത്രവധത്തിനാൽ

മറ്റുള്ളോർക്കുള്ള മൂവെട്ടുമണിക്കൂറുകളെന്നിയേ
ധാതാവു നൽകീലെന്നാളുംശങ്കരാദ്യർക്കു കൂടിയും
"ഇന്നെന്തു സുകൃതം ചെയ്തേ,നിന്നെന്തറിവു നേടിനേൻ
ഇന്നെത്ര പോന്നേൻ മുന്നോട്ടേക്കിന്നലത്തേതിൽനിന്നു ഞാൻ?"

ചോദിക്കണം നാം രാവായാൽച്ചോദ്യമാത്മാവൊടിത്തരം
പ്രതികൂലോത്തരം കേട്ടാൽ പശ്ചാത്താപാശ്രു വാർക്കണം
അടുത്തനാളിലാത്മാവിന്നാനുകൂല്യത്തെ നേടുവാൻ
ശപഥം ചെയ്യണം; പിന്നെശ്ശാന്തന്മാരായുറങ്ങണം
(സന്ദാനിതകം)

ഭൂതം വീഴട്ടെ ഭൂതത്തിൽ; ഭാവി തങ്ങട്ടെ ഭാവിയിൽ
വരം തരട്ടെ നമ്മൾക്കു വർത്തമാനം പുരഃസ്ഥിതം
നാളെച്ചെയ്യേണ്ടകൃത്യങ്ങൾനാമിന്നേ ചെയ്തു തീർക്കുകിൽ
ചരിതാർത്ഥർ നമുക്കെന്നുംശ്രാദ്ധദേവൻ പ്രിയാതിഥി

ക്ഷമാപദ്ധതി

ആശിച്ചതു ലഭിക്കാത്തോനരിശത്തിന്നധീനനാം;
കാരണത്തെ നശിപ്പിച്ചാൽ ക്കാര്യം താനേ നശിച്ചുപോം
അശക്തന്നു ബലം ക്ഷാന്തി ശക്തന്നതു വിഭൂഷണം
തെറ്റുണ്ടെങ്കിൽ ക്ഷമിക്കേണം; തെറ്റില്ലെങ്കിൽ ക്ഷമിച്ചിടാം

അവിധേയനൊടാർക്കുണ്ടാമരിശത്താൽ പ്രയോജനം
വിധേയനോടുള്ളരിശം ;വിഭുവിന്നു വിളങ്ങുമോ
ദാരിദ്രബാധിതൻ ത്യാഗി; തരുണൻ വിജിതേന്ദ്രിയൻ
ബലവാൻ ക്ഷാന്തൻ; ഈ മൂന്നു പേരും വാഴ്ത്തപ്പെടേണ്ടവർ

ക്ഷമയാം ചട്ട പൂണ്ടോനു ജയിക്കാമേതുലോകവും
തണ്ണീരിൽ വീഴും തീക്കൊള്ളി തണുത്തേ മതിയായിടൂ
കോമരത്തുള്ളൽ തുള്ളൊല്ലേ കോപബാധക്കൊരുത്തനും
ദർശിക്കുവോർ ചിറിക്കുന്ന ദേഹായാസമതിൻ ഫലം

ക്രോധം കോപത്തെ വെന്നീടാ; കൂരിരുട്ടിരുൾ മാറ്റിടാ
ക്ഷാന്തിയാലരിശം നീങ്ങും ; തമസ്സമ്പിളിയാൽ കെടും
സ്വാധീനമാം പുണ്യതീർത്ഥം, ധനം വേണ്ടാത്തതാം ക്രതു,
ക്ലേശമറ്റ തപസ്സും താൻ ക്ഷമാശീലം ശുഭാവഹം.

എത്രയോ സുന്ദരം നമ്മൾക്കീശൻ നല്കിയൊരാനനം
അരിശം കൊണ്ടു വൈരൂപ്യ മതിനെന്തിനണയ്പു നാം
ദംഷ്ട്രയും തീക്കനൽക്കണ്ണും നീണ്ടനാക്കുമലർച്ചയും
കാട്ടിലെങ്ങോ കിടക്കേണ്ട കടുവയ്ക്കേകി നാന്മുഖൻ

പിണി യാതൊന്നുമില്ലാതെ പിച്ചും പേയും പുലമ്പിടും
മദ്യമുള്ളിൽ കടക്കാതെ മത്താടും കോപബാധിതൻ
കൊള്ളിവയ്ക്കും ഗൃഹത്തിന്നു; കൂട്ടക്കൊല നടത്തിടും
ആത്മഘാതിയുമായ്ത്തീരുമരിശം പൂണ്ട പാതകി

ഇടിയും മിന്നലും മുഞ്ഞിയിരുണ്ട മുകിലാർന്നിടും
കാലം തെല്ലു കഴിഞ്ഞീടിൽക്കണ്ണീർ തൂകുമനല്പ്പമായ്
കോപിക്കൊലാ നാമാരോടും കോപിക്കാൻ തീർച്ചയാക്കുകിൽ
കോപത്തോടാട്ടെയക്കോപം; ഘോരാരാതിയതല്ലയോ?

വിശുദ്ധമീ മനഃക്ഷേത്രം വിവേകത്തിൻ പ്രതിഷ്ഠയാൽ
ഈറപ്പിശാചഴിഞ്ഞാടാ നിതാർ പാഴ്ക്കളമാക്കിടും
മാറിടത്തിൽച്ചവിട്ടീട്ടും മാധവൻ ക്ഷാന്തനാകയാൽ
പുരുഷോത്തമനെന്നോതി പൂജിച്ചദ്ദേവനെബ്ഭൃഗു

ക്ഷമാദേവതയെക്കാണ്മിൻ ജഗൽപുണ്യപതാകയെ
പാഞ്ഞെത്തുമരിശപ്പാമ്പിൻ പത്തിതാഴ്ത്തും വിഭൂതിയെ

കനിവിൻ നീരുറന്നീടും കൺകൊണ്ടൂഴിയെ നോക്കുവോൾ
പുഞ്ചിരിപ്പുണ്ഡരീകപ്പൂ പുരോഭൂവിൽ വിരിക്കുവോൾ

മൗർഖ്യമാക്രോശനം ചെയ്താൽ മൗനവൃത്തി ഭജിക്കുവോൾ
വികാരക്കെടുതീക്കുള്ളം വിറകാക്കാതെ വാഴുവോൾ
പ്രസന്നയായ്, മധുരയായ്, പ്രൗഢയായ്പ്പരിശുദ്ധയായ്
മേവുമിദ്ദേവിയെക്കൂപ്പാം മേന്മേൽപ്പാപം ശമിക്കുവാൻ
(സന്ദാനിതകം)

സന്തുഷ്ടിപദ്ധതി

തനിക്കുള്ളതുകൊണ്ടുള്ളിൽ സന്തോഷമിയലുന്നവൻ
സുരർക്കും ലഭ്യമല്ലാത്ത സുധ നിത്യമശിക്കുവോൻ
വരാൻ വിളിച്ചിട്ടല്ലല്ലോ വരുന്നതഴൽ ആവിധം
വരും വരുമ്പോൾ സുഖവും മദ്ധ്യത്തിൽ ദൈന്യമെന്തിനോ?

സാധിക്കുന്നതു സാധിക്കും സമ്യക്കാമുദ്യമത്തിനാൽ
പ്രാണൻ കളവതെന്തിന്നായ് പ്രാപ്യമല്ലാത്തതിന്നു നാം
സന്തുഷ്ടഹൃദയന്മാർക്കു സമ്പത്തുണ്ടെവിടത്തിലും
ചെരിപ്പിട്ടു നടപ്പോർക്കു ദിക്കെല്ലാം തോൽവിരിച്ചതാം

ദുഃഖമാർക്കും കൊടാതെയും ദുഷ്ടനെക്കുമ്പിടാതെയും
സന്മാർഗ്ഗം വെടിയാതെയും; സാധിക്കും തരിയും ഗിരി
കാറ്റിനാൽപ്പാമ്പു ജീവിപ്പൂ; കാട്ടാന ചെറുപുല്ലിനാൽ
തപോധനൻ കിഴങ്ങാലും സന്തുഷ്ടിക്കാർക്കുതാൻ പണി?

ആറുലോകങ്ങൾ മീതേയു മാറിനോടൊന്നു താഴെയും
ചമച്ചു ഭൂമിയോടോതീ സന്തോഷിച്ചിടുവാൻ വിധി.
അല്പായുസ്സിൽ മരിക്കുന്നോ,രംഗഹീനത വായ്ക്കുവോർ
പിണിതൻ വായിൽ വീഴുന്നോർ; പിച്ചച്ചട്ടിയെടുക്കുവോർ

സാധുക്കളെത്രെയില്ലേവം സാമാന്യർക്കും ദയാർഹരായ്?
അവരെക്കാൺകിലും നമ്മ ളാശ്വസിക്കാത്തതത്ഭുതം
(യുഗ്മകം)

കടുക്ക ദൈവം നൽകട്ടേ; കല്ക്കണ്ടെന്നു നിനച്ചു നാം
കടിച്ചിറക്കിയാൽത്തീർന്നു കാര്യം; തോറ്റോടി തന്നവൻ

ആശ്ചര്യമാം വിലങ്ങൊന്നുണ്ടാശയാം പേരിലൂഴിയിൽ
തൽബദ്ധൻ ധാവനം ചെയ്വൂ തന്മുക്തൻ നില്പു നിശ്ചലം

ചുളുക്കു വീണൂ വക്ത്രത്തിൽ;ത്തൂവെള്ളിവടിവായ് മൂടി
എല്ലെടുത്തു വപു,സ്സാശയ്ക്കെന്നിട്ടും നവയൗവനം

പാശം യമൻ ഗളത്തിങ്കൽപ്പതിപ്പിക്കും ക്ഷണത്തിലും
പാരെല്ലാം സ്വന്തമാക്കീടാൻ പരക്കം പാഞ്ഞീടുന്നു നാം
എങ്ങും, വിഭവമാമാജ്യമെത്രയ്ക്കെത്രയ്ക്കു വീണിടും
ആശയാമഗ്നിതൻജ്വാല യത്രയ്ക്കത്രയ്ക്കുയർന്നിടും

കുഴിച്ചുമൂടും നാണത്തെ, ക്കുരങ്ങാടിച്ചു നിർത്തിടും
കാനൽവെള്ളം കുടിപ്പിക്കും; കടുപ്പം തൃഷ്ണതൻ ചതി
ശൂന്യമാം മനമെന്നുള്ള ചുടലക്കാട്ടിലെന്നിയേ
തൃഷ്ണാപിശാചിക്കാടീടാൻ തീർത്തിട്ടില്ല കളം വിധി

സന്തുഷ്ടിയെന്ന്യേ മറ്റില്ല ശാശ്വതം ധനസഞ്ചയം
ദുരയല്ലാതെ ലോകത്തിൽ സ്ഥൂലമാമൃണഭാരവും

ലഭിക്കുവോളമായാസം, ലഭിച്ചാലപ്പുറം മദം,
ദുഃഖം പൊയ്പോകിൽ; മറ്റെന്തും; സുഖം സന്തോഷമൊന്നുതാൻ;
സ്വർഗ്ഗം മന്നോടടുപ്പിക്കും ദൂരദർശിനിപോലവേ;
സ്വല്പത്തെ വലുതായ്ക്കാട്ടും സൂക്ഷ്മദർശിനിപോലെയും.
(യുഗ്മകം)

ആരോഗ്യമേകുമാഹാര മാധിതീർക്കുന്ന ഭേഷജം;
അന്തസ്സന്തോഷ,മതുവിട്ടാശയ്ക്കെന്തർഹമൂഴിയിൽ?

വിനയപദ്ധതി

വിനയം വാച്ചിടുന്നോനു വിശ്വവും വശ്യമായ്വരും
ശരത്തിൽ വെള്ളം താഴുമ്പോൾ സ്നാനത്തിന്നർഹമാം നദി
പാരായിടും നമുക്കുള്ള പണ്ടത്തേത്തറവാടിതിൽ
താണുതന്നെ നടക്കേണം തലമുട്ടാതിരിക്കുവാൻ

താണുതാണുയരത്തേക്കു തത്ത്വവേദികൾ കേറവേ
പൊങ്ങിപ്പൊങ്ങിക്കിഴുപ്പോട്ടു പോരുന്നൂ പടുവിഡ്ഢികൾ
പാരം മൗലി കുനിക്കുന്നൂ ഫലം തിങ്ങിന പാദപം
അപ്രാപ്യമല്ല തന്നർത്ഥമാർക്കുമെന്നറിയിക്കുവാൻ

പക്ഷിക്കു വാനിൽപ്പാഞ്ഞീടാൻ പത്രം നൽകിന നാന്മുഖൻ
തറയിൽത്താൻ നടന്നീടാൻ ചരണം മർത്ത്യനേകിനാൻ

മാതാപിതാക്കളാചാര്യൻ മഹീശൻ മുതലെത്രപേർ
വലിയോരില്ല നമ്മൾക്കു വന്ദ്യരായ്പ്പലരീതിയിൽ?

താന്തോന്നിയാവതല്ലേതും സ്വാതന്ത്ര്യത്തിന്റെ ലക്ഷണം
നിയമത്തിന്നു കീഴ്പ്പെട്ടു നൽപൂനിശ്ശേഷസൃഷ്ടിയും
വായ്പിപ്പുപൊക്കം മേനിക്കു വാമനന്മാർ ഞെളിച്ചിലാൽ
പ്രാംശുക്കൾ കുനിവൂ തങ്ങൾ പരരോടൊപ്പമാകുവാൻ

അറിയുംതോറുമാർക്കുംതന്നറിവില്ലായ്മ ബോദ്ധ്യമാം
നിറയുന്ന കുടത്തിങ്കൽ നീരു തുള്ളിത്തുളുമ്പുമോ
കടൽക്കരയിൽനിന്നേതോ കക്കമാത്രം പെറുക്കുവോൻ
താനെന്നുരച്ചുപോൽ ന്യൂട്ടൺ സർവ്വശാസ്ത്രാബ്ധിപാരഗൻ

വംശം, വിദ്യ, ധനം, രൂപം, വദാന്യത്വം, പരാക്രമം,
ആറുമട്ടിത്തരം ലോകർക്കകതാരിൽ വരും മദം
മുറ്റുമോരോ കുലത്തിന്നും മൂലം നമ്മൾ തിരക്കുകിൽ
പത്മത്തിന്നൊപ്പമടിയിൽ പ്പങ്കം വായ്പതു കണ്ടിടാം

വിനയം വിട്ടു വിജ്ഞർക്കു വിദ്യ ദർപ്പം വരുത്തുകിൽ
സ്തന്യം വിട്ടതു മക്കൾക്കു തായ നഞ്ഞൂട്ടിടുന്നതാം
ഒരുകാറ്റിലുരുക്കൂടു മൊരിടത്തർത്ഥസഞ്ചയം
അടുത്തകാറ്റിൽച്ചിതറി യങ്ങിങ്ങാകെപ്പറന്നുപോം

ഇന്നലെശ്ശിശുവായ് വാണോനിന്നു യൗവനഗർവിതൻ
നാളെജ്ജരാതുരൻ; ഹന്ത! മറ്റന്നാൾശ്ശ്മനാതിഥി
ഫലാഭിസന്ധി കൈവിട്ടും, പരർ കേട്ടറിയാതെയും
ചെയ്യുന്ന ദാനമേ ദാനം; ശേഷം കച്ചവടക്രമം

തിര്യക്കുകൾക്കും മെയ്യൂക്കു ദൈവം നൽകിയിരിക്കവേ
ഘോരൻ താനെന്നുവെച്ചേവൻ കൊമ്പൻമീശ പിരിച്ചിടും?
നല്ലോരെക്കണ്ടിടുന്നേരം നമ്രമാകും ശിരസ്സുതാൻ
ആഭിജാത്യാദിസമ്പന്നർക്കടയാളം ധരിത്രിയിൽ

മദമാമാനമേലേറും മഘവാവിനെയും ദ്രുതം
പൂഴിക്കുള്ളിൽപ്പതിപ്പിക്കും പൂജ്യപൂജാവ്യതിക്രമം
ഏതു താമസമായുള്ള ഹൃത്തും വിനയമേന്തുകിൽ
ശോഭിക്കും പനിനീർപ്പുഷ്പം ചൂടും കാർകുഴൽപോലവേ

സൗജന്യപദ്ധതി

സൗജന്യം ചുമലിൽത്താങ്ങും ധന്യൻതന്നെയുയർന്നവൻ
സൗകര്യത്തിൽ ഗ്രഹിക്കുന്നൂ സൗഖ്യദ്രുഫലമപ്പുമാൻ
ഗുണം കുറഞ്ഞോനന്യന്റെ ഗുണോൽകൃഷ്ടത കാണവേ
മലിനീഭൂതമാകുന്നു മാത്സര്യപ്പുകയാൽ മനം

പരന്റെ കീർത്തിയും ശ്രീയും പാർക്കിലും കേൾക്കിലും ഖലൻ
ഉമിത്തീയിലമിഴ്ത്തിത്തന്നുള്ളംനീറ്റുന്നു രാപകൽ
സാപ്പാടും നിദ്രയും നീങ്ങും; ചടയ്ക്കും മേനി മേൽക്കുമേൽ
ചികിത്സിക്കാവതല്ലാർക്കും ജീവിതാന്തദമഗ്ഗദം
ഏതും ഫലത്തിലാർന്നിടൊല്ലീർഷ്യ; ഹേതുവിലാർന്നിടാം
പരിശ്രമിക്കാം നമ്മൾക്കും പലരെപ്പോലെയാകുവാൻ

മനുഷ്യന്നുയരാൻ മാത്രം മാത്സര്യമുതകീടുകിൽ
അതെത്രമെച്ച, മീയൂഴിയതിനാൽത്തന്നെ നാകമാം
അക്ഷാന്തി പക്ഷേ വേഗത്തിലസൂയാരൂപമാർന്നിടും
തൻനിലയ്ക്കുന്നതന്മാരെത്താഴ്ത്തുവാൻ കൈയുയർത്തിടും
ദാതാക്കൾക്കു യശഃകാംക്ഷ; ദാന്തന്മാർക്കു ബകവ്രതം
തന്റേടക്കാർക്കഹംഭാവം ശാലീനകല്പശേമുകി
ഓരോ ഗുണിക്കുമിമ്മട്ടിലോരോ ദോഷമുരച്ചിടും
ചേറുവാരിയെറിഞ്ഞീടും തിഗ്മാംശുവിനെ നോക്കിയും
(സന്ദാനിതകം)

ശാപശക്തി സമാർജിച്ച ശമിയല്ലീയസൂയകൻ
അതിനാൽ തൽപരീവാദമാദ്യന്തം വന്ധ്യജീവിതം
കൈക്കൊള്ളണം നാം ഗ്രാഹ്യാംശം കണ്ടാലാക്ഷേപവാക്കിലും
ആചാര്യനാകാം രിപുവുമൗഷധം നഞ്ഞുമൂഴിയിൽ

അമൂലമാണാവാക്കെങ്കിലതിനാലും കൃതാർത്ഥർ നാം
കൈനഷ്ടമൊന്നും കൂടാതെ കണ്ടോർക്കാനന്ദമേകുവോർ
സ്തുതിയും നിന്ദയും കേട്ടു തുഷ്ടിയും മാലുമേന്തൊലാ
ഒന്നു വെള്ളത്തിൽ മുക്കീടുമൊന്നു തീയിലെരിച്ചിടും

ആത്മശ്ലാഘോദ്യതന്മാരുമാത്മഘ്ലാതികളും സമം
വ്യഞ്ജിക്കും സ്വഗുണംതന്നേ വേറിട്ടുള്ളോരെ വാഴ്ത്തിയാൽ
സാധുവിന്നെന്തുവാൻ ഹാനി സാസൂയൻ പഴി ചൊല്ലുകിൽ
ക്ഷതിയെന്തമ്പിളിക്കുള്ളൂ ചെറ്റപ്പട്ടി കുരയ്ക്കുകിൽ?

ചേർത്തുതാൻ ഗുണദോഷങ്ങൾ തീർപ്പൂ മർത്ത്യരെ നാന്മുഖൻ
ഏറ്റക്കുറച്ചിലുണ്ടാകാമിവതൻ യോഗരീതിയിൽ
വെരുകിൽപ്പുഴുകുണ്ടാകാം; പാമ്പിൻ തലയിലും മണി
കീടത്തിലും പട്ടസൂത്രം; ചേറിലും സരസീരുഹം

അധികാരികളോ നമ്മളന്യർതൻ ദോഷമോതുവാൻ?
അന്ധൻ കാണുന്നു കല്പിക്കുമപവാദം നിരക്കുമോ?
ദോഷമാം കടലിന്നുള്ളിൽ സൂക്ഷിച്ചാൽ ഗുണമൗക്തികം
കാണാം, മുങ്ങിയതോരോന്നു കൈക്കൊൾവൂ പുണ്യശാലികൾ
അന്യന്റെ സൽഗുണം കാണുമക്ഷിതാൻ സഫലോദയം
നാലുപേരൊടതോതുന്ന നാവുതാൻ ചരിതാർത്ഥവും

അഹിംസാപദ്ധതി

അനേകമുണ്ടു ധർമ്മം നാമനുഷ്ഠിക്കേണ്ടതെങ്കിലും
അഹിംസതാനവയ്ക്കെല്ലാമസന്ദേഹമധീശ്വരി
ഹിംസാപിശാചിതൻ വേഴ്ചയ്ക്കേവനുത്സുകനായിടും
അവന്നു മക്കളായുണ്ടാമഘങ്ങൾ പലമാതിരി

നമുക്കപ്രിയമാമൊന്നും നാം ചെയ്യൊല്ലാർക്കുമെന്നുമേ
പ്രിയമാമേതുമേവർക്കും പേർത്തും ചെയ്യേണമെപ്പൊഴും
ചേതസ്സിനാലും വാക്കാലും ചെയ്തിയാലുമൊരുത്തനും
ജന്തുഹിംസക്കൊരുമ്പെട്ടു ജന്മം പാഴിൽത്തുലയ്ക്കൊലാ

അണുജീവിക്കുമാനന്ദ മാത്മജീവിതമൂഴിയിൽ
അധികാരികളോ നമ്മളതിന്നറുതി ചേർക്കുവാൻ
ദൈവം കൊടുത്തതാം ജീവൻ ദൈവം വേണമെടുക്കുവാൻ
നാഥന്റെ ചെങ്കോൽ കീടങ്ങൾ നാമോ തട്ടിപ്പറിക്കുവാൻ?

വരുത്തൊല്ലഴലുൾത്തട്ടിൽ; വാർപ്പിക്കൊല്ലശ്രുവാർക്കുമേ;
അടിക്കൊല്ല കളിക്കായും ഹനനം പിന്നെയല്ലയോ
സാപ്പാടുമോടിയാക്കേണ്ട, സാമ്രാജ്യം നേടിടേണ്ട നാം
വാനിലും കയറീടേണ്ട, വധിച്ചിതരജീവിയെ

കൊന്നുതിന്മാൻ വളർത്തുന്ന കോഴികൾക്കൊപ്പമായ് നൃപർ
പിണ്ഡം ഭടർക്കു നൽകുന്നൂ പീരങ്കിക്കിരയാക്കുവാൻ
മർത്ത്യഘ്നാതികളാം മന്നർ മഹാന്മാരെന്നു വാഴ്ത്തവേ
ചരിത്രകൃത്തിൻ പേനയ്ക്കു ചാരിത്രം മൺമറഞ്ഞുപോയ്

ജഗത്തിന്നഴൽ വായ്പിച്ചു ജയഭേരി മുഴക്കുവോൻ
പുരുഷാദൻ മഹാനെങ്കിൽ ഭൂകമ്പം മഹദഗ്രിമം
മനുജവ്യാഘ്രസംജ്ഞയ്ക്കു മാറ്റു നൽകും കവീശ്വരർ
മനുഷ്യരാക്ഷസാഭിഖ്യ മാനിച്ചീടാത്തതത്ഭുതം

അമ്പേറ്റു വീണുകേണീടു മന്നത്തിൻ മെയ്തലോടവേ
അതൂരിത്തന്റെ ദേഹത്തിലാഞ്ഞുകുത്തീ ജിനൻ ശിശു;
മെയ്മുറിഞ്ഞു; മനംനൊന്തു; മേന്മേൽ വഴികയായ് നിണം
തൽക്ഷണം മഗ്നനായ് ദേവൻ സർവ്വസത്വാനുകമ്പയിൽ
(യുഗ്മകം)

ചണ്ഡാശോകനൃപന്നെന്നു ധർമ്മാശോകാഖ്യ ലബ്ധമായ്
ആരാധ്യനായ് ജഗത്തിന്നന്നഹിംസാപരനമ്മഹാൻ
പരവിത്തം ഗരളമായ്പ്പരസ്ത്രീജനയിത്രിയായ്
പരാർത്തിയാത്മവ്യഥയായ്പ്പരികല്പിപ്പു സത്തുക്കൾ

ഉണ്ടേതു ദേഹിതൻ മേനിക്കുള്ളിലും ജഗദീശ്വരൻ
മുക്താഹാരത്തിലോരോരോ മുത്തിലും നൂലിനൊപ്പമായ്
മാതാവൂഴി, പിതാവീശൻ മന്നവന്നുമുറുമ്പിനും
എല്ലാ പ്രാണികളും നൂനമേകോദരസഹോദരർ

ഹിംസമൂലം പ്രസാദിക്കില്ലീശ്വരൻ കരുണാനിധി
പ്രാണിപീഡാരസം കോലുംപാപിയല്ലജ്ജഗല്പ്രഭു
ആരാധിക്കുവതെന്നോ നാമഹിംസാപുഷ്പമാലയാൽ
സമ്മോദമന്നുതാനേന്തും സച്ചിദാനന്ദവിഗ്രഹൻ

പരോപകാരപദ്ധതി

ചൊല്ലുവൻ ധർമ്മസർവസ്വം ശ്ലോകാർദ്ധത്തിൽച്ചുരുക്കി ഞാൻ
പരോപകാരം താൻ പുണ്യം; പാതകം പരപീഡനം
ശ്വസിച്ചിടുന്നില്ലേവൻതാൻ സ്വർത്ഥമാത്രകൃതാർത്ഥനായ്
കുക്ഷി വീർപ്പിപ്പു കാറ്റുണ്ടുകൊല്ലന്റെയുലകൂടിയും

പാരിൽപ്പാമ്പുകളും കൂടിബ്ഭാര്യാപുത്രോപകാരികൾ
ജന്മം പരാർത്ഥമർപ്പിച്ചു ജീവിക്കുന്ന പുമാൻ പുമാൻ
ചർമ്മവും മറ്റുമേകുന്നു ചത്താലും മറ്റു ജീവികൾ
കൊള്ളില്ല തെല്ലും മർത്തന്റെ കുണപം മാത്രമൊന്നിനും

തണ്ണീർക്കുമിളതൻമട്ടിൽ ത്തങ്ങിടും നരജീവിതം-
ആശാഗരളസമ്മിശ്രമാധിവ്യാധിപരിപ്ലുതം
ആദ്യന്തമതിവൈരസ്യമാർക്കും നല്കുമതിങ്കലും
ഗുണമുണ്ടൊ,ന്നൊന്നുമാത്രം, കുബ്ജയിൽ ഭക്തിപോലവേ;

ഉടൽ വെൺചാമ്പലാകുംമുൻ പുതകിക്കാമതേവനും
എങ്ങാനുമെന്നാളെന്നാലുമേതുജന്തുവിനെങ്കിലും
എന്നെങ്കിലും തനുത്യാഗമേവർക്കും വിധികല്പിതം
അതു പിന്നെ ത്യജിച്ചാലെ തന്യർക്കൊരുപകാരമായ്
(സന്ദാനിതകം)

പാലു നമ്മൾക്കു നല്കുന്ന പശുവിൻ ഗ്രാസമാകവേ
ജീവിതത്തെ നിനയ്ക്കുന്നൂ തൃണവും ചരിതാർത്ഥമായ്
സർവവും ലംഘനം ചെയ്യാം തൻകാര്യത്തിന്നുവേണ്ടുകിൽ
ജാതിയായ് മതമായ് നാടായ് ജാല്മർക്കന്യാർത്ഥചിന്തയിൽ

മരുപ്പരപ്പായ്ക്കാണ്മോരീമഹിയിങ്കലുമീശ്വരൻ
മർത്ത്യർക്കു നൽകീടുന്നുണ്ടുമന്ദാരങ്ങളപൂർവ്വമായ്
പടുനഞ്ഞു വമിക്കുന്ന പാമ്പുകൾക്കും ശുഭം വരാൻ
താർക്ഷ്യന്നു നൽകീ തീനിന്നായ്ത്തന്മെയ് ജീമൂതവാഹനൻ

കൃഷീവലസ്ത്രീ വാഴ്ത്തുന്ന ഗീതംകേട്ടു കൃതാർത്ഥമായ്
ജന്മം ത്യജിപ്പൂ ജീമൂതം ജഗതീജീവനൗഷധം
മാതാവിൻ കുക്ഷിയിൽപ്പെട്ടാൽ മരിക്കും സമയംവരെ
ഇല്ലൊറ്റനിമിഷംപോലുമീശൻ കാക്കാതെ നമ്മളെ

സർവപ്രാണിഗണത്തിന്നും സമ്രാട്ടായുള്ള മാനുഷൻ
ഏവനും പരമോച്ചസ്ഥനെത്രമേൽത്താണിരിക്കിലും
ആർക്കില്ലവസരം മന്നിലന്യർക്കുപകരിക്കുവാൻ?
മനസ്സു മാത്രമേ വേണ്ടൂ; മറ്റെല്ലാം തനിയേവരും

അധഃപതിച്ചൊരീയൂഴി യാദികൂർമ്മമുയർത്തിപോൽ
ആമട്ടതാവാം നമ്മൾക്കും; അണ്ണാനും സേതുബന്ധനം
പരന്റെ തപ്തഹൃത്തിങ്കൽപ്പനിനീരു തളിക്കുവോൻ
തൽസ്മേരവദനം കാണ്മൂ ചന്ദ്രൻ വെള്ളാമ്പൽപോലവേ

വിവേകംതന്നെ സമ്പത്തു; വിദ്യതന്നെ വിലോചനം
സത്യംതന്നെ മഹാമന്ത്രം; ദയതന്നെ പരം തപം

വളയാലല്ല, ദാനത്താൽ മാത്രം പാണി വിളങ്ങണം
ഉടലും ചന്ദനത്താലല്ലുലകിൻ പരിചര്യയാൽ

ധൈര്യപദ്ധതി

വിപത്തിലും സ്വഭാവത്തെ വിടുവോരല്ല നല്ലവർ
നീഹാരമാവതില്ലഗ്നി നിർവാണസമയത്തിലും
ഉഷ്ണാംശുരക്തൻ താനൊപ്പ മുദയാസ്തമയങ്ങളിൽ
ഏറ്റുംവിധമിറങ്ങീടു മേകഭാവർ മനസ്വികൾ

മറിച്ചിട്ടാലെഴുന്നേൽപ്പൂ മാർജ്ജാരം കൂടിയും ദ്രുതം
താഴെവീണാൽ മനുഷ്യന്നു സമുത്ഥാനം പ്രയാസമോ
ഭൂകമ്പത്തിൽ കുലുങ്ങുന്നൂ പുരഗ്രാമങ്ങൾ കൂടിയും
ദൈവോപരോധം വന്നാലും ധീരൻ നിശ്ചലമാനസൻ

എതിരിൽപ്പാതമുട്ടിപ്പാനേതുവിഘ്നങ്ങൾ നിൽക്കിലും
അവയെത്തട്ടിനീക്കീടാ മധ്വനീനന്നു വേണ്ടുകിൽ
അദ്രി മൺപുറ്റൊടൊത്തീടു മാഴി നീർച്ചാലൊടൊത്തിടും
ഉറച്ചൊന്നിന്നിറങ്ങുന്നോനൂഴി മുറ്റത്തൊടൊത്തിടും

വാഴ്ത്തിടാം, താഴ്ത്തിടാം, ലോകർ; വരാം ലക്ഷ്മി, വരാതെയാം
ചാകാമിക്ഷണമോ മേലോ; സന്മാർഗ്ഗം ധീരർ കൈവിടാ

തേരിന്നൊരൊറ്റച്ചക്രം താൻ; തേരാളി തുടയറ്റവൻ
എങ്കിലും വാനിലാദിത്യ നെന്നും യാത്ര സുഖാവഹം
പേടിച്ചീലല്പവും നഞ്ഞാൽ; ഭ്രമിച്ചീലലർമങ്കയാൽ
ആഴിവീണ്ടും മഥിച്ചാർപോലമൃതം നേടുവാൻ സുരർ

പൂവിന്റെ ധർമ്മം മാത്രംതാൻ പുലർത്തുന്നു മനസ്വികൾ
മർത്ത്യതൻ മുടിയിൽച്ചേരും; വാടി,യല്ലെങ്കിൽ വീണിടും
യാചനാവാണി മാനിക്കു നാവിൽനിന്നു പുറപ്പെടാൻ
മുറയ്ക്കു പഞ്ചപ്രാണങ്ങൾ മുന്നകമ്പടി പോകണം
(യുഗ്മകം)

പരന്റെ പടി തേടാത്ത പങ്ഗുതാൻ ഭവ്യമാർന്നവൻ
അവന്റെ വക്ത്രം കാണാത്തോരന്ധൻ താൻ ഹന്ത! നിർവൃതൻ
മുറ്റും ഖലരെ വാഴ്ത്താത്ത മൂകൻതാൻ മുക്തപാതകൻ
പേർത്തും തദുക്തി കേൾക്കാത്ത ബധിരൻതാൻ സുഖാന്വിതൻ

ദൂരസ്ഥമാം ഭയം കണ്ടു തുടതുള്ളേണ്ട മാനുഷൻ
മുന്നിൽ വന്നതു നിന്നാലോ മൂർദ്ധാവിൽ പ്രഹരിക്കണം
ബാഹുക്കൾതൻ പരീവാദം പേടിക്കേണ്ടവർ തന്നെനാം
ആത്മാവുമവരോടൊന്നി ച്ചാക്രോശിപ്പാനൊരുങ്ങുകിൽ

ഒരൊറ്റ ഞൊടിവാണാലുമോജസ്സോടൊത്തുവാഴണം
ശതായുസ്സാകിലും ഹന്ത! ശവംതാൻ ഭീരു സന്തതം
ഉമി തീകത്തുകിൽപ്പാഴിലൊട്ടുനേരം പുകഞ്ഞിടും
കാൽവിനാഴികയായാലും കർപ്പൂരം നിന്നെരിഞ്ഞിടും

ധനമിച്ഛിക്കുമധമൻ; ധനമാനങ്ങൾ മധ്യമൻ
മാനമുത്തമനും; മന്നിൽ മാനൈകവിഭവൻ മഹാൻ.
പ്രാണൻ പോകുന്ന കാലത്തും ഭയം ധീരനിയന്നിടാ
കൽത്തൂണു പൊട്ടിയാൽപ്പൊട്ടും ഘനം താങ്ങി; വളഞ്ഞിടാ
വിത്തവും ഭാഗ്യവും മറ്റും വേർപെടും സമയത്തിലും
ഭർത്താവിനെസ്സുഖിപ്പിക്കും പ്രാണപ്രേയസിയാം ധൃതി

സജ്ജനപദ്ധതി

മണ്ണും കല്ലും നിറഞ്ഞോരീ മന്നിലങ്ങിങ്ങപൂർവ്വമായ്
സ്വർണ്ണവും രത്നവും കാണാം സൂക്ഷിച്ചടിയിൽനോക്കിയാൽ
കടൽപണ്ടു ജനിപ്പിച്ചു കാളകൂടാമൃതങ്ങളെ
ക്ഷോണിയിന്നും ജനിപ്പിപ്പൂ ദുഷ്ടസാധുജങ്ങളെ

സജ്ജനങ്ങൾക്കു വേണ്ടിത്താൻ സഹസ്രാംശുവുദിപ്പതും
വായു വീശുവതും, മന്നിൽ വാരിദം മഴ പെയ്വതും
ധനം മാത്രം ഹരിക്കുന്നൂ തസ്കരന്മാരടുക്കുകിൽ
കക്കുന്നു ദൂരെ വാണാലും കണ്ണും കരളുമുത്തമർ

അപകാരിക്കുമേകീടുമഭയം സജ്ജനം പരം
വറ്റിക്കും ബഡവാഗ്നിക്കും വാസമേകുന്നു വാരിധി
മനോവാക്കായകർമ്മങ്ങൾ മഹാന്മാർക്കെന്നുമൊന്നുതാൻ
മുടക്കംവിട്ടതന്യർക്കോ മൂന്നും മൂന്നുവിധത്തിലാം

ഗോവിന്റെപാൽ കറന്നിട്ടു കുറെച്ചെന്നാൽപ്പിരിഞ്ഞുപോം
പാലാഴിതൻ പാലെന്നാളും പാലായ്ത്തന്നെയിരുന്നിടും
പ്രളയത്തിങ്കൽ മര്യാദ പാരാവാരം ത്യജിച്ചിടും
അതെന്നും കൈവിടുന്നോരല്ലതിഗംഭീരർ സത്തുകൾ

ഖലന്റെ നാവാം പാമ്പിന്റെ കടിതൻ ദുഷ്ടു മാറുവാൻ
സാധുക്കൾ സേവ ചെയ്യുന്നു ശമമാം പരമൗഷധം
താപം തീർക്കും തുഷാരാംശു; ദൈന്യം തീർക്കും സുരദ്രുമം
താപവും ദൈന്യവും തീർക്കും സാധു സാന്ത്വധനങ്ങളാൽ

വാരിദം ക്ഷാരനീരുണ്ടാൽ വർഷിക്കും മധുരോദകം
ദുർവാക്കു കേട്ടാൽ സാധുക്കൾ സുനൃതോത്തരമോതിടും
മുളയ്ക്കില്ല; മുളച്ചാലും കരിയും കരിയായ്കിലും
കായ്ക്കില്ല നല്ലോർതൻ കോപം ഖലർതൻ ദയപോലവേ

സുജനത്തിന്നുമാചാരം വ്യജനത്തിന്നുമൊന്നുതാൻ
പരിഭ്രമിച്ചിടും രണ്ടും പരതാപമകറ്റുവാൻ
ആത്മതാപത്തിൽമാത്രംതാനലിവൂ വെണ്ണകൂടിയും
അന്യന്റെ താപം കേട്ടാലുമലിയും സാധുവിൻ മനം

അധമന്നു ഭയം ക്ഷുത്തു;മധ്യമന്നു ഭയം മൃതി
പാതകം മാത്രമെന്നാളും;ഭയമുത്തമന്നൂഴിയിൽ
തുടങ്ങില്ലൊന്നുമധമൻ; വിടും മധ്യത്തിൽ മധ്യമൻ
ഫലം വരെ പ്രയത്നിക്കും പ്രാണനുണ്ടെങ്കിലുത്തമൻ

മഹാന്മാർ വീഴുകിൽപ്പന്തിൽ മട്ടിൽ വീണ്ടുമുയർന്നിടും
മറ്റുള്ളോർ പൊടിയായ്പ്പോകും മണ്ണാങ്കട്ടയ്ക്കു തുല്യമായ്
സത്തിങ്കൽച്ചീത്തയും നന്നു ദുഷ്ടങ്കൽ ചീത്ത നല്ലതും
പശു പാലാക്കിടും പുല്ലു; പാമ്പു പാൽ വിഷമാക്കിടും

പരസ്ത്രീദർശനാന്ധന്മാർ, പരാക്ഷേപകഥാജഡർ
പരാർത്ഥഹൃതിപംഗുക്കൾ, പരമാർത്ഥത്തിലുത്തമർ
തലയ്ക്കുമേലാരേറ്റില്ല സാധുദൈവതവിഗ്രഹം
ആരോഹിപ്പാനുമാർക്കർഹമയ്യോ! ഖര(ല)കളേബരം?

ദുർജ്ജനപദ്ധതി

കാളകൂടം ഗ്രസിച്ചീല കണ്ഠത്തിൽപ്പാർവതീപതി
ധാരാളമതുകൊണ്ടിന്നും ചമയ്പ്പൂ വിധി മർത്ത്യരെ
ഖലന്റെ മനവും നാവും കരവും തീർത്ത നാന്മുഖൻ
ശസ്ത്രവും വിഷവും തീയ്യും ചമച്ചൂ പുനരുക്തമായ്

സുജനോപദ്രവം ചെയ്വൂ ദുഷ്ടൻ തൻ നിത്യകർമ്മമായ്
അവശ്യകരണീയത്തിന്നാരപേക്ഷിപ്പു കാരണം?

ദോഷമില്ല തനിക്കെന്നു തോഷിച്ചീടേണ്ട സജ്ജനം
അതത്രേ വലുതാം ദോഷ മസത്തിൻ സൂക്ഷ്മദൃഷ്ടിയിൽ

തപോബലത്താൽക്കാണുന്നു സർവം തന്മയമായ് ഖലൻ
സത്തുക്കളേയുമല്ലെങ്കിൽ ദുഷ്ടരെന്നവനോതുമോ
തക്കം കാണ്മാൻ സഹസ്രാക്ഷർ; താഡിപ്പാൻ ബാണഹൈഹയർ
അധിക്ഷേപിക്കുവാൻ ശേഷരാർക്കും ഭീകരർതാൻ ഖലർ

പരാപവാദം സംക്രീഡ പരസന്താപമുത്സവം
പരദോഷകണാലോകം പാപിക്കു നിധി ദർശനം
പാമ്പു ദുഷ്ടം ഖലൻ ദുഷ്ടൻ പാമ്പിൽ ദുഷ്ടതരൻ ഖലൻ
പാമ്പു വല്ലപ്പൊഴും കൊത്തും പകലും രാത്രിയും ഖലൻ

വ്യാളത്തിന്നു വിഷം ദന്തം മക്ഷികത്തിനു മസ്തകം
തേളിന്നു പുച്ഛം ദുഷ്ടന്നോ ദേഹമാനഖമാശിഖം
ഖലന്റെ രസനപ്പാമ്പു കാട്ടും ചേഷ്ടിതമത്ഭുതം
അന്യന്റെ കർണ്ണം ദംശിക്കുമന്യൻ പ്രാണവിഹീനനാം

വദനം പുഞ്ചിരിക്കൊള്ളും വചസ്സമൃതൊഴുക്കിടും
കൊടുന്തീ കത്തുമുള്ളത്തിൽ; ഘോരം ദുർജ്ജനവിഗ്രഹം
ഇണങ്ങട്ടെ, പിണങ്ങട്ടെ; യിങ്ങുമങ്ങും ഖലൻ ഖലൻ,
കത്തുന്ന തീയിൽ കൈപൊള്ളും കരിയിൽക്കൈകറുത്തിടും

സ്തുതിച്ചാലും പഴിച്ചാലും ദുഷ്ടനസ്വാസ്ഥ്യമേകിടും
നക്കിയാലും കടിച്ചാലും നല്കും പ്രാണഭയം ഫണി
മൂർച്ചകൂടുന്നു വാളിന്നു മുറ്റും സ്നേഹം പുരട്ടുകിൽ
ദഹിപ്പാൻ ശക്തിയേറുന്നൂ ചെന്തീക്കായതു ചേരുകിൽ

മരത്തിൻ തണലിൽത്തങ്ങി മാറിപ്പോകുന്ന വേളയിൽ
അതിൻ കടപുഴക്കീടുമാനയും ഖലനും സമം
ആരാൽ താൻ പുഷ്ടനായ്; ദുഷ്ടനവനെക്കൊല്ലുമക്ഷണം
താൻ ജനിച്ച മരം തന്നെ ദാവാഗ്നിക്കാദ്യ ഭക്ഷണം

പഠിത്തം വാച്ചിടും തോറും പാപി പാപിഷ്ഠനായിടും
ജലം പൊങ്ങിവരും തോറും തീരം പുഴയുടച്ചിടും
പരദ്രോഹഫലംതന്നെ പാപിതൻ പുണ്യകർമ്മവും
പാഴാം വ്യാഘ്രോപവാസത്തിൻ പാരണം പശുമാരണം

ഖലന്നും മുള്ളിനും രണ്ടേ കാണ്മൂ നാം മറുകൈകളായ്
ജോടുകൊണ്ടുചവിട്ടേണം; ദൂരത്തല്ലെങ്കിൽ മാറണം
അധനത്വം പൊറുത്തീടാ മാധിയും വ്യാധിയും വിധേ
അകാലമൃത്യുവും കൂടിയസഹ്യം ഖലദർശനം

സംസർഗ്ഗപദ്ധതി

സത്സംഗമം വരിക്കേണം, സദാലാപം ശ്രവിക്കണം
സന്മാർഗ്ഗത്തിൽച്ചരിക്കേണം സൽസമ്മതി ലഭിക്കണം
സമീപിക്കാമെളുപ്പത്തിൽ; ഛായയും ഫലവും തരും
മറ്റുള്ളവർക്കായ് ജീവിപ്പൂ മഹാനും മാർഗ്ഗശാഖിയും

തണുപ്പും വെണ്മയും ചേരും സാധുസംഗമഗംഗയിൽ
സ്നാതനാവോൻ വിശുദ്ധൻതാൻ തപസ്സിൻക്ലേശമെന്നിയേ
വിജ്ഞസംസർഗ്ഗവൃക്ഷത്തിൽ വിവേകാഭിധമാം സുമം
വിരിഞ്ഞു നമ്മൾക്കേകുന്നൂ വിജയാഭിഖ്യമാം മധു

ചന്ദനം ശീതമെന്നാളും; ചന്ദ്രൻ ശീതനതിന്നുമേൽ
ചന്ദ്രന്നുമേലും ശീതം താൻ സർവർക്കും സാധുസംഗമം
സത്സംഗമം ലഭിച്ചോനു ശത്രുപോലും സഹോദരൻ
മരുപോലും മലർക്കാർവു; മരണം പോലുമുത്സവം

തുച്ഛർക്കുമുളവാം മേന്മ സുമനസ്സംശ്രയത്തിനാൽ
നാരിതൻ കൂന്തലിൽച്ചേരും നാരിതിന്നു നിദർശനം
കൈവിടില്ലാശ്രയിച്ചോനെക്കാലം മാറുകിലും മഹാൻ
ഓഷധീശന്നു തന്നങ്കമൊപ്പം വൃദ്ധിക്ഷയങ്ങളിൽ

പുഴയിൽക്കഴിനീർ ചേർന്നാൽപ്പൂതമാം മധുരോദകം
കടലിൽപ്പുഴനീർ ചേർന്നാൽക്കശ്മലം ലവണോദകം
ജലം മൗക്തികമാകുന്നൂ ചിപ്പിക്കുള്ളിൽപ്പതിക്കുകിൽ;
കൺമറഞ്ഞാവിയാകുന്നൂകത്തും ചെന്തീയിൽ വീഴുകിൽ;

പൂവോടു ചേരും മണ്ണിന്നുപൂവിൻ ഗന്ധമുദിച്ചിടും
മറിച്ചാവില്ല, തിന്മട്ടാം മഹൽക്ഷുദ്രസമാഗമം
തമസ്സകറ്റും തിഗ്മാംശുതാപം തീർക്കും സദാഗതി
അഘംപോക്കുന്ന ഗായത്രി, യാശ നല്കും സുരദ്രുമം
(യുഗ്മകം)

മങ്ങാത്ത പദവീദീപം; വാടാത്ത മലർമാലയും
മറ്റുമായ്ക്കാത്തുകൊള്ളുന്നൂമർത്ത്യരെസ്സാധുസംഗമം
താങ്ങില്ല മധ്യമന്മാരെത്താണോരുത്തമർപോലവേ
അദ്രിതൻ താപമാറ്റുന്നീലഭ്രത്തിന്നൊപ്പമായ് നദി

കല്യാണഹരിണത്തിന്നു കാട്ടുതീ ഖലസംഗമം
ധർമ്മശാഖിക്കു മത്തേഭം ജ്ഞാനദീപത്തിനാശുഗം
വിരിഞ്ഞു മേന്മേൽക്കൃശമായ് വെണ്മയറ്റു വളഞ്ഞതായ്
കൂർത്തൊരഗ്രമെഴും പോത്തിൻകൊമ്പുതാൻ ദുഷ്ടസൗഹൃദം
(യുഗ്മകം)

വക്ത്രം വൈരൂപ്യമാർന്നീടാൻ ശ്വിത്രമെത്ര പരക്കണം
ഭോജനം ദുഷ്ടമായീടാൻ പുഴുവെത്ര കിടക്കണം?
വിപിന്നത വരാൻ മർത്ത്യൻ വിഷമെത്ര കുടിക്കണം?
അല്പംപോരും പതിച്ചീടാനാർക്കും ദുർജ്ജനസംഗമം

എത്രമേൽ നീരൊഴിച്ചാലുമേതും പാറ വളർന്നിടാ
സമുത്ഥാനേച്ഛയുള്ളോരു ശാഖി വാച്ചു തഴച്ചിടും
നാകത്തിൽ നമ്മെയേറ്റീടും നൽക്കോവണികൾ സത്തുകൾ
നിരയത്തിലിറക്കീടും നീശ്രേണികളസത്തുകൾ

മിത്രപദ്ധതി

യഥാർത്ഥാനന്ദമേവർക്കുമേകുവാനീശദത്തമായ്
മിത്രമെന്നുണ്ടൊരുൽകൃഷ്ടരത്നമീ രത്നഗർഭയിൽ
ഓരോന്നു കട്ടുകൊണ്ടോടാനൊട്ടേറെപ്പേർ വയസ്യരാം
ആ മിത്രമുഖരാം മാറ്റാരവശ്യം ത്യാജ്യരാർക്കുമേ

വെള്ളത്തുള്ളിയൊടൊത്താലും വിഴുങ്ങീടൊല്ല പാരദം
ലളിതാവേഷമാർന്നാലും ലാളിച്ചീടൊല്ല യക്ഷിയെ
വേണ്ടപോലെ പരീക്ഷിച്ചു വിശ്വാസം വന്നതിന്നുമേൽ
മിത്രമായ് സ്വീകരിച്ചീടാംവിവേകിക്കു വിശിഷ്ടനെ

സൂക്ഷിച്ചുവേണം കൈകൊൾവാൻ സുഹൃദ്വിപ്രവധുക്കളെ
കൈക്കൊണ്ടാലില്ല വേർപാടു കാലധർമ്മത്തിലെന്നിയേ
ഉടലോടുയിർചേരുമ്പോളുദിച്ചീടുന്നു ജീവിതം
ഉയിരോടുയിർ ചേരുമ്പോളുത്ഭവിക്കുന്നു സൗഹൃദം

കാണേണ്ട കേൾക്കയും വേണ്ട; കരൾകൊണ്ടോർത്തിടുമ്പൊഴും
അന്തരംഗം ദ്രവിച്ചീടിലതുതാൻ സ്നേഹലക്ഷണം
തിന്മവിട്ടു കരേറ്റണം; നന്മയിങ്കൽ നയിക്കണം
വെടിയൊല്ലേതുകാലത്തും;മിത്രത്തിൻ ശൈലിയിത്തരം

ഉറപ്പേറീടുമാപത്താമുരകല്ലിലുരയ്ക്കവേ ചെറ്റെങ്ങാൻ
പൊന്നിൽച്ചെമ്പുണ്ടെങ്കിൽത്തെളിഞ്ഞിടും
ശൂരൻ വെളിപ്പെടും പോരിൽ ശുചിയേകാകിയാകുകിൽ
സാധ്വി ഭർത്താവിരന്നീടിൽ സന്മിശ്രം ഭാഗ്യഹാനിയിൽ

തോളൊന്നുവിട്ടു മറ്റൊന്നിൽച്ചുമലും ചുമടിൻപടി
ദുഃഖിക്കു ദുഃഖം നീങ്ങുന്നൂ സുഹൃത്തിൻ ഹൃത്തിൽ വീഴവേ
വ്യാധികൊണ്ടുള്ള വൈരൂപ്യമാധികൊണ്ടുള്ള കാർശ്യവും
മിത്രദൃക്കഴകായ്ക്കാണ്മൂ വിപത്താം ദർശരാത്രിയിൽ

കരങ്ങൾപോലെ മേനിക്കു,കണ്ണിന്നിമകൾ പോലെയും
കാവലായ് നില്പു നമ്മൾക്കു കാംക്ഷവിട്ട സുഹൃത്തുകൾ
ഒന്നിച്ചിരിക്കുവാനുണ്ണാനോരോ കാര്യമുരയ്ക്കുവാൻ
ഈ മൂന്നിനും സുഹൃത്തുള്ളോർക്കിളതാൻ ത്രിദശാലയം

ഒറ്റയ്ക്കു നാം ഭുജിക്കേണ്ടതൊന്നു താൻ - ഉടലിൻ ഗദം
മറ്റുള്ളതൊക്കെയും മേന്മേൽ മധുരിക്കും സജഗദ്ധിയിൽ
പേർത്തും കാട്ടേണ്ട നാമുള്ളം പിതൃഭ്രാതൃവധുക്കളെ
അധികാരികളക്കാഴ്ചയ്ക്കന്തരാത്മാവുമിഷ്ടനും

ദർപ്പണം വസ്തുവിൻ രൂപം ദർശിപ്പിക്കുന്ന രീതിയിൽ
സുഹൃത്തിൻ സുഖദുഃഖങ്ങൾ സുഹൃത്തിൻ മേനി കാട്ടിടും
രണ്ടിഷ്ടർക്കേതുമോതിടാം, രഹസ്യം നിർവിശങ്കമായ്
മൂന്നാമനരികിൽച്ചെന്നാൽമുടിഞ്ഞൂ സങ്കഥാസുഖം

താനും സുഹൃത്തുമൊന്നെന്ന തത്ത്വം ഞാനെന്നുമോർക്കണം;
പുകളെൻ മിത്രമാർന്നീടിൽപുളകം ഞാൻ വഹിക്കണം
പഴകുംതോറുമേറുന്നൂപലവസ്തുക്കൾ മേന്മയിൽ
സൂക്ഷ്മത്തിലില്ലിവയ്ക്കൊന്നും സുഹൃത്തിന്നൊപ്പമാം ഗുണം

ധർമ്മപദ്ധതി

ഇഹാമുത്രസുഖം മർത്ത്യർക്കേതിനാലുളവാകുമോ
അതു ധർമ്മമസന്ദേഹമധർമ്മം മറ്റശേഷവും
തന്നെദ്ധരിപ്പൂ സത്തുക്കൾ; താൻ ധരിപ്പൂ ധരിത്രിയെ
തന്മൂലമപ്പേർ പണ്ടേകി ധർമ്മത്തിന്നാപ്തവാക്കുകൾ

മഹാജനങ്ങൾ പോകുന്ന മാർഗ്ഗമൊന്നുണ്ടു ഭൂമിയിൽ
അപവർഗ്ഗത്തിലെത്തിക്കുമതുതാൻ ധർമ്മപദ്ധതി
ധർമ്മാധർമ്മങ്ങളൊന്നിച്ചുസഞ്ചരിപ്പീല ധാത്രിയിൽ
അഹസ്സും രാത്രിയുംപോലെയവയ്ക്കുണ്ടെന്നുമന്തരം

സർവ്വഭൂതഹിതത്തിന്നും തൻഹിതത്തിന്നും തുല്യമായ്
പ്രയത്നിക്കൊന്നതൊന്നത്രേപരമം ധർമ്മലക്ഷണം
പരാത്ഥജീവിയാകേണ്ടോൻ പഞ്ചേന്ദ്രിയമനസ്സുകൾ
സ്വാധീനതയിലാക്കേണം; ത്യാഗം പരിചയിക്കണം

അശുദ്ധേന്ദ്രിയഹൃത്തേവനാചാരപരനായിടും
ആട്ടിൻതോലിട്ടൊരച്ചെന്നായാർക്കുതാൻ ഭയമേകിടാ
അനുഷ്ഠിച്ചീടണം ധർമ്മമർത്ഥകാമാഭിലാഷിയും
വിതയ്ക്കാൻ വിത്തുനേടാത്തോൻ വിളവെങ്ങനെ
കൊയ്തിടും?

പണ്ടനുഷ്ഠിച്ച ധർമ്മത്തിൻ ഫലമിക്കണ്ട ഭാവുകം
അത്തത്ത്വമറിവോനേവനധർമ്മത്തിന്നൊരുങ്ങിടും
സ്വാർത്ഥമെന്നുള്ള പേർ നല്കീസ്വാർത്ഥാഭാസത്തിനേവനോ
സാക്ഷാൽ സ്വാർത്ഥം നരന്നെന്തു ധർമ്മാനുഷ്ഠാനമെന്നിയേ?

അപേക്ഷിപ്പീല യാതൊന്നുമാരോടും ധർമ്മതൽപരൻ
അന്തരാത്മാവു തോഷിക്കു,മതിനാൽ ധന്യനാമവൻ
അധർമ്മംകൊണ്ടു വർദ്ധിക്കുമല്പം ചിലരരക്ഷണം
വീഴും താഴത്തു പെട്ടെന്നാവേർമാഞ്ഞീടിന ശാഖികൾ

ധർമ്മം സർവവുമൊന്നിച്ചു സംഗ്രഹിപ്പതു ദുഷ്കരം
അതു നാം നേടുകിൽപ്പോരുമല്പാല്പ,മനുവാസരം
ജലബിന്ദുക്കളൊട്ടേറെച്ചേരുന്നതു മഹാർണ്ണവം
മൃദണുക്കളതിന്മട്ടിൽ മേന്മേൽ വായ്പതു പർവതം
(യുഗ്മകം)

ധർമ്മവക്താക്കളുണ്ടേറെദ്ധാരാളം പുസ്തകങ്ങളും
കേൾക്കുവോരും പഠിപ്പോരും; ക്രിയാവാൻതന്നെ ദുർല്ലഭൻ
അധർമ്മചാരിക്കുണ്ടാകുമായിരംപേർ ഗുരുക്കളായ്
അല്ലെങ്കിലാർക്കുതാൻ വേണമാലംബം താഴെ വീഴുവാൻ?

ഇരിക്കാമന്യമാം ലോകമില്ലാതെയിരുന്നിടാം;
ഇല്ലാഞ്ഞാൽ ധാർമ്മികന്നെന്താണിരുന്നാൽച്ചുറ്റി പാതകി
അതിനാൽ നാം ഭുജിക്കേണമൈഹികം സുഖമാവതും
പാരത്രികസുഖത്തിന്നുഭംഗം പറ്റാത്ത രീതിയിൽ
(യുഗ്മകം)

സാധുക്കൾ ധർമ്മപോതത്തിൽ സംസാരാബ്ധി കടക്കവേ
അധർമ്മശീലവക്ഷസ്സിലാർന്നു താഴുന്നു പാപികൾ
അന്ധൻ പഠിത്തമില്ലാത്തോൻ; ശഠൻ ദാനപരാങ്മുഖൻ
മൃതൻ സൽകീർത്തിനേടാത്തോൻ; ശോച്യൻ
ധർമ്മവിവർജിതൻ

കലാവലോകനപദ്ധതി

കാണ്മോളമത്ഭുതം മേന്മേൽകാലചക്രപ്രവർത്തനം
ഈ യന്ത്രത്തിൽക്കറങ്ങേണമീരേഴുലകുമെപ്പൊഴും
ഇന്നലെക്കണ്ട പാർത്തട്ടല്ലിന്നു കാണുന്നതേവനും
നാളെ മറ്റൊന്നു കണ്ടീടും; നാലാംമട്ടൊന്നടുത്തനാൾ

സനാതനങ്ങൾ സത്യാദി ധർമ്മങ്ങളവികാരികൾ;
മറ്റുള്ളതെല്ലാമന്നന്നുമാറും കാലാനുകൂലമായ്
ഭാരതോർവിയേയും കാണാം പരിവൃത്തിക്കധീനയായ്
മനുവിൻ ഭാരതം മാറിമറ്റൊന്നായ് നവ്യഭാരതം.

പരസ്സഹസ്രം ദിവ്യന്മാർപണ്ടീരാജ്യത്തിൽ വാണുപോൽ
തത്ത്വമസ്യാദിരത്നങ്ങൾ ദാനം ചെയ്ത തപോധനർ
അനുഗ്രഹിപ്പൂ ലോകത്തെയമ്മഹാത്മാക്കളിപ്പൊഴും
അനശ്വരയശഃകായരസ്മൽപൂർവപിതാമഹർ

ഇന്നുമുണ്ടത്തരത്തിങ്കലിൻഡ്യയ്ക്കുത്തമരാം സുതർ
ഇദാനീന്തനമാർഗ്ഗത്തിങ്കലിവരും ലോകസേവകർ
ഇത്തിൽക്കണ്ണിയറുത്തീടുമിവർ വൃക്ഷം തഴയ്ക്കുവാൻ
കള കൈയാൽപ്പറിച്ചീടും കണ്ടത്തിൽക്കതിർവായ്ക്കുവാൻ

തിടമ്പുടയ്ക്കില്ലിബ്ഭക്തർ, തേച്ചുമേന്മേൽ മിനുക്കിടും
നശിപ്പിക്കില്ലതിന്നേകും നവീകരണസംസ്കൃതി
പരമാർത്ഥം നിരൂപിച്ചാൽപണ്ടിരുന്ന മുനീന്ദ്രരും
പരിഷ്കരിക്കാൻ ചെയ്തുഭാരതക്ഷിതിദേവിയെ

ആ നിസ്പൃഹർ കൊതിച്ചോരല്ലാചന്ദ്രാർക്കമെഹർന്നിശം
തങ്ങൾക്കു ദാസരായ്ത്തന്നെസന്താനങ്ങൾ പുലർന്നിടാൻ
മാർഗ്ഗദർശികളായുള്ള മണിദീപങ്ങൾ നമ്മളെ
കൽത്തുറുങ്കിലടച്ചിട്ടുഗാട്ടുനില്ക്കില്ല,നിർണ്ണയം

പരലെല്ലാം വിമാനത്തിൽപ്പറക്കുമിതുനാളിലും
പതുക്കെയിഴയുന്നൂ നാംപണ്ടത്തെമട്ടി,ലൊച്ചുകൾ
കണ്ണൻചിരട്ടയിൽപ്പൂഴി കൈരണ്ടുംകൊണ്ടു വാരി നാം
അയ്യോ! കാലപ്രവാഹത്തിലണകെട്ടുന്നു മേൽക്കുമേൽ

പാലിച്ചുകൊള്ളണം നമ്മൾ പണ്ടത്തേ നന്മയൊക്കയും
തീരെത്തള്ളുകയും വേണം തിന്മയുള്ളതശേഷവും
എങ്ങുനിന്നും ഗ്രഹിച്ചീടാമേവർക്കും, ഗ്രാഹ്യമെപ്പോഴും
താണുള്ള ഖനി തന്നാലുംതാണതാവില്ല ഹീരകം

സ്വബുദ്ധികൊണ്ടു ചിന്തിക്കാം സ്വാതന്ത്ര്യത്തെ വരിച്ചിടാം
സ്വാശ്രയത്തിൽപ്പുലർന്നീടാം;സ്വാദെന്തുണ്ടതിനൊപ്പമായ്
അടിച്ചവഴിയേ പോകാ നാടും തേടുന്നു പാടവം
പുത്തൻവഴി തുറക്കുന്നൂപുമാൻ പൂജാർഹജീവിതൻ

ഹസിക്കുമാദ്യം സാമാന്യരാക്ഷേപിക്കുമനന്തരം
അനുതാപാർത്തരാം പിന്നെയാരാധിക്കുമൊടുക്കമായ്
കാലോചിതങ്ങളായുള്ള കൈങ്കര്യങ്ങൾക്കു ഞങ്ങളെ
അനുശാസിച്ചുകൊണ്ടാലുമമ്മേ, ഭാരതമേദിനി!

■

ചൈത്രപ്രഭാവം

(ക്ഷേത്രപ്രവേശവിളംബരം വഞ്ചിപ്പാട്ട് - 1938)

വിശ്വവിശ്രുതമായ ക്ഷേത്രപ്രവേശവിളംബരം മൂലം വഞ്ചിഭൂമിയുടെ കൃതയുഗസ്രഷ്ടാവായി വാണരുളുന്ന ശ്രീ ചിത്തിരതിരുനാൾ പൊന്നുതമ്പുരാൻ തിരുമനസ്സിലെതൃപ്പാദപത്മങ്ങളിൽ സഭക്തി-പ്രശ്രയം സമർപ്പിക്കപ്പെടുന്ന ഗാനോപഹാരം

ജയ ജയ മഹാത്മാവേ! വഞ്ചിഭൂമിമംഘലവാവേ!
ജയ ജയ ബാലരാമ മഹാരാജാവേ!
ജയ ജയ ദീനജനഭാഗധേയ വിധാതാവേ!
ജയ ജയ ഹിന്ദുമതസമുദ്ധർത്താവേ!
എത്ര ധർമ്മപ്രവക്താക്കളെത്ര ജഗൽഗുരുഭൂത-
രെത്ര മഹോദാരന്മാരാം രാജർഷിവര്യർ
വീരമാതാവെന്ന പേരിൽ വിശ്വമെങ്ങും വിളികൊള്ളും
ഭാരതാംബതൻ വയറ്റിൽപ്പണ്ടുദിച്ചീല

അവിടത്തെദൂരദൃഷ്ടിയവിടത്തെബ്ഭൂതദയ,-
യവിടത്തെക്കാലദേശസൂക്ഷ്മാവബോധം
അവിടത്തെക്കൃത്യനിഷ്ഠയവിടത്തേ മതശ്രദ്ധ-
യവിടത്തെ മാതൃഭൂമിസപര്യാസക്തി
അവിടത്തെ മനഃസ്ഥൈര്യം അജനൊന്നിച്ചിവയെല്ലാ-
മവർക്കാർക്കുമരുളിയില്ല മുക്തഹസ്തൻ
ക്ഷിപ്രമവരാരെന്നാലുമല്ലയെങ്കിൽ ഭവാന്റെയി-
സ്സൽപ്രവൃത്തി പണ്ടുപണ്ടേ ചെയ്തിരുന്നേനേ

രണ്ട്

ഭാരതത്തിൽപ്പണ്ടിരുന്ന പാവനരാമൃഷീന്ദ്രന്മാർ
ഭൂരിദയാമൃതരസപൂരിതസ്വാന്തർ

പരബ്രഹ്മസാക്ഷാൽക്കാരപരിഹൃതദ്വന്ദ്വഭാവർ
പരഹിതനിർവാഹണപരായണന്മാർ
സർവചരാചരങ്ങളിൽത്തങ്ങളേയും നിരന്തരം
സർവചരാചരങ്ങളെത്തങ്ങളിലും നാം
ഒന്നുപോലെ കാണണമെന്നോർത്തുറപ്പിൽ പ്രതിഷ്ഠിച്ച
ഹിന്ദുമതം, സനാതനം, വിശ്വമോഹനം

പരമതിൽ സർവാംഗീണസുഷമമാം തനുവിൽപ്പ-
ണ്ടൊരു ചെറുപാണ്ടിൻപൊട്ടു തൊട്ടു ദുഷ്ക്കാലം
ആയതിൻ പേരയിത്തം പോലാമയമതതിമാത്രം
കായമെങ്ങും പടർന്നേറി കാലക്രമത്തിൽ
ഹന്ത! തെറ്റിദ്ധരിച്ചുപോയ് കീർത്തിയെന്നു വളരെ നാ-
ളന്ധരാം നാമതിഹേയമാമഹാരോഗം
അകഞ്ചിനരായി നമ്മ, ളടിമകളായി കഷ്ട-
മഹർന്നിശം ഭ്രാതൃഹത്യാപാപികളായി

അറിയുന്നീലെന്നിട്ടും നാമന്യദേശക്കാർക്കശേഷ-
മയിത്തക്കാരായാൽപ്പോലുമതിൻ വൈരൂപ്യം
പതിതർ നാമഖിലരും ഭ്രാതാക്കളേ, ഭാരതീയർ
പതിതരുമുണ്ടോ വേറേ നമുക്കിടയിൽ?

മൂന്ന്

വമ്പെഴുമീ രക്ഷസ്സിന്നു വളരെ വീടുണ്ടെന്നാലു-
മമ്പലമാണന്തിമമാമാശ്രയസ്ഥാനം
ഹന്ത! നമ്മൾ കുറേപ്പേരെ നമ്മളിൽ നിന്നടിച്ചോടി-
ച്ചന്തകൻതൻ മട്ടവരോടാവതും കാട്ടി
ഉടുക്കുവാൻ തുണിയില്ല; കിടക്കുവാൻ കുടിലില്ല
കുടിക്കുവാനൊരുതുള്ളിക്കഞ്ഞിനീരില്ല
ഹരിയെന്നു വാതുറന്നു പറയുവാനറിയില്ല
കരയുവാൻപോലും കാര്യവിവരമില്ല

വെറുമിരുക്കാലിമാട്ടിൻ നിലയിലിമ്മട്ടിലൊരു
വരവരച്ചപ്പുറത്തു ചെറുത്തുതള്ളി
മരുവുന്നു; മറ്റുപേർക്കു മധുരമായിരിപ്പോരീ
നരലോകമവർക്കയ്യോ! ലുപ്ത 'ലോ' വർണ്ണം

ദൈവമെന്നും ഭക്തിയെന്നും ക്ഷേത്രമെന്നും പൂജയെന്നു-
മേവമുള്ള വാക്കുകൾതന്നർത്ഥംഗ്രഹിപ്പാൻ
അവരല്ലീ നമ്മളെക്കാളധികാരിഭാവമാർന്നോ
രഗദത്തിന്നാവശ്യക്കാരാതുരരല്ലീ

ആരിരുന്നരുളീടുന്നു ദേവതായതനത്തിങ്ക-
ലാരണനല്ലാഢ്യമാനിയജ്ഞതാവിഷ്ടൻ
പാരിടങ്ങൾ പതിന്നാലും കാത്തിടുന്ന പരൻ പുമാൻ
പാമരർക്കും പണ്ഡിതർക്കും പ്രാർത്ഥിതദായി
സത്യശിവശാന്തമൂർത്തി, സച്ചിദാനന്ദസ്വരൂപൻ
നിത്യശുദ്ധൻ, നിത്യബുദ്ധൻ, നിത്യവിമുക്തൻ
പൂച്ചകൾക്കും പുഴുക്കൾക്കും പുല്ലുകൾക്കും പൂഴികൾക്കും
സ്വേച്ഛപോലെ കുടികൊൾവാനുണ്ടവകാശം

മനുഷർക്കും മാത്രമതിൽ മാനുഷർതൻ സോദരർക്കു
നൂണുകൂടാ പിതാവിനെ കൈകൂപ്പിപ്പോവാൻ
അയിത്തമായ് ദേവനപ്പോളഖിലവും കുട്ടിച്ചോറായ്
ഭയദമാം ഭൂകമ്പമായ്; പ്രളയവുമായ്
അളക്കുന്നുവല്ലോ മർത്ത്യാ, നിന്റെ പൊട്ടമുഷ്ടികൊണ്ടീ
യുലകെങ്ങും നിറഞ്ഞൂള്ളോരുടയോനെ നീ
നിൻ കിടാങ്ങൾ സമീപിച്ചാൽ നീയകലാൻ മുതിർന്നിടാ
മങ്കമവരേറിയാൽ നിൻ മുണ്ടഴുക്കാകാം

അവർക്കു നീ പിതാവായതരോചകമായിത്തോന്നാം
ഭുവനേശൻ ത്വത്സദൃശനല്ല ചങ്ങാതി
അവനവൻ തൻമനസ്സിൽ സങ്കല്പത്തിൽക്കവിഞ്ഞാർക്കു
മവനിയിൽ ദൈവമില്ലെന്നറിയണേ നീ
അമ്പലത്തിൻ ചടങ്ങവരറിയാത്തോർ പോലു;മവ-
ർക്കംബരവും ശരീരവും മലിനം പോലും
ആരു ചെയ്ത പിഴയതു? നമ്മുടയ പൂർവ്വഗന്മാർ
ആരതിന്നു നികത്തേണ്ടോർ നമ്മൾതാൻ നമ്മൾ

എളിയൊരു കനിഷ്ഠനെച്ചേറിൽ വീഴ്ത്തിത്തന്റെ മുണ്ടിൽ-
ച്ചളിതെറിച്ചതായ് ജ്യേഷ്ഠൻ പഴി ചൊല്ലുന്നു

പുറംപൊളിച്ചിറ്റു വീഴും നിണം തന്റെ ചൂരലിന്മേൽ-
പ്പുരണ്ടതായ്ക്കണ്ടു പിന്നെക്കലികൊള്ളുന്നു
തച്ചുകൊന്നു ശവത്തിന്റെ ചീഞ്ഞ നാറ്റം സഹിക്കാതെ
ലജ്ജവിട്ടു കരംകൊണ്ടു മൂക്കുപൊത്തുന്നു
മതമെന്നല്ലിതിന്നുപേർ; മതത്തിന്റെ മറയ്ക്കുള്ളിൽ
മദം നിന്നു കാട്ടിക്കൂട്ടും മനുഷ്യദ്രോഹം

നാല്

തന്റെ കാലം കഴിഞ്ഞോട്ടെ വല്ലമട്ടുമെന്നു ചൊല്ലി
സ്വന്തനിലയുറപ്പിക്കും സൂത്രശാലികൾ
പഴമയെപ്പേടിച്ചന്തഃകരണം കാട്ടിടുന്ന നേർ-
വഴിയിൽക്കാൽ കുത്തിടാത്ത പശുമതികൾ
ഒച്ചിഴച്ചിൽ വിമാനത്തിൻ പാച്ചിലെന്നു നിനയ്ക്കുന്ന
നിശ്ചലത്വപ്രണയികൾ നിത്യസുഷുപ്തർ
പത്തുനാലായിരം വർഷം മുമ്പിരുന്ന മനുഷ്യർക്കേ
ബുദ്ധിയുള്ളൂവെന്നുറയ്ക്കും രുദ്രഭക്തർ

അതികാമ്യം താനീലക്ഷ്യമനവാപ്യമല്ലെന്നാലെ-
ന്നധരാനുകമ്പകാട്ടുമശുദ്ധചിത്തർ
പൂർവ്വജന്മകർമ്മഫലം ഭുജിപ്പിച്ചിടാഞ്ഞാലുണ്ടാം
ദൈവകോപമെന്നുരയ്ക്കും ദൈവജ്ഞമ്മന്യർ
ഊരുകൂടിതീർച്ചയാക്കാനുള്ളകാര്യമൊരുവന്റെ
ഭാരമല്ലെന്നൊതുങ്ങീടും പ്രച്ഛന്നസ്വാർത്ഥർ
അച്ഛനിലുമമ്മയിലും തന്നിലെഴുമപരാധം
വെച്ചുകെട്ടാനൊരുങ്ങുന്ന വിശ്വവഞ്ചകർ

പരമേവം പലപല വേഷമാർന്നു നടക്കുന്നു
ഭാരതോർവീസമുൽഗതിപ്രതിരോധികൾ
ഒന്നിനൊന്നു നിവർന്നുയർന്നാർത്തയിത്തപ്പിശാചിതാ
നിന്നിടുന്നു തന്മധ്യത്തിൽ നിർഭയമായി
ഹോയി ഹോയിയെന്നലറി മപ്പടിച്ചു കലിതുള്ളി
വായിൽ നിന്നു തീവമിച്ചു വല്ലാത്ത ഭൂതം
ഭഗവതി ഭാരതാംബ പതറി വീഴുന്നു പാവം
ശകലവും ശാന്തിക്കൊരു വഴികാണാതെ

വലങ്കണ്ണുമിടങ്കണ്ണും മാറിമാറിത്തുറക്കുന്നു
വളരെനാളായിശ്ശൗരി പകലും രാവും
"സൂര്യനായിക്കയർത്താലും ചന്ദ്രനായിച്ചിരിച്ചാലും
കാര്യമില്ല; സവർണ്ണർക്കു രണ്ടും സമാനം
ദഹിപ്പിക്കാമെന്നുവെച്ചാൽത്തീക്കണ്ണില്ല; മനസ്സില്ല
സഹിക്കാം ഞാനീയനീതി ചിലനാൾകൂടി
എന്നു നിനച്ചടങ്ങിത്തൻ മെത്തയിന്മേൽക്കിടക്കയാ-
ണൊന്നുമറിയാത്തമട്ടിൽ ശ്രീപത്മനാഭൻ

അഞ്ച്

ആന്ധ്യമത്ര കാൺകമൂലം ശ്രീവിവേകാനന്ദൻ മുന്നം
ഭ്രാന്തശാലയെന്നുചൊന്ന കേരളനാട്ടിൽ
തൊട്ടുകൂടാതീണ്ടീക്കൂടാകണ്ടുകൂടാതുടങ്ങിയ
ചട്ടമിന്നും നിലനിൽക്കും ശ്വാപദക്കാട്ടിൽ
ഘോരനാമിദ്ദുരാചാരതാരകനെക്കൊന്നൊടുക്കാ
നേറെനാളായ് വിബുധന്മാർ ചെയ്ത തപസ്സാൽ
ശ്രീപാർവതീദേവിയുടെ തിരുവുദരത്തിലൊരു
ശോഭനനാം കുമാരൻ പോന്നവതരിച്ചു.

സ്തന്യപാനദശയിലും ധർമ്മവീരനന്യപേന്ദു-
വന്യദുഃഖമകറ്റുവാനൗത്സുക്യശാലി
കോലകത്തെഗ്ഗാനമൊന്നുമല്ല കേട്ടതവിടുന്നു,
മാലിയലുമധഃസ്ഥർതൻ തപ്തനിശ്വാസം
കോമളമാം വസ്തുവൊന്നുമല്ല കണ്ടതവിടുന്നു
ജാമദഗ്ന്യധരണിതൻ സവ്രീഡവക്ത്രം
അരുളീടുമനുകമ്പാവിവശനായ്ക്കൺനിറഞ്ഞു
തിരുമേനി: 'ഇതെന്തൊരു നീതികേടമ്മേ?

അരയൊരു കീറക്കരിത്തുണിത്തുണ്ടുകൊണ്ടു മറ-
ച്ചരിവറ്റു കണ്ടിടാത്ത വയറുമായി
കവിളൊട്ടി, മിഴികുഴിഞ്ഞുടൽമെലി,ഞ്ഞെല്ലെടുത്തോ-
രിവരേവർ നമ്മെക്കണ്ടാലോടിയൊളിപ്പോർ?
ഇവരോടെന്തിതരന്മാരിത്തരത്തിൽപ്പെരുമാറാ-
നിവരുമെന്തിക്കണക്കിലൊഴിഞ്ഞുമാറാൻ?

ഇവരും ഹാ! ദയനീയർ നരരല്ലേ നമ്മെപ്പോലെ,
യിവരെയും സൃഷ്ടിച്ചതീശ്വരനല്ലേ?

പാമ്പിനേയും കാവിൽവെച്ചു കൈതൊഴുന്നു കേരളീയർ
പാമ്പിനെക്കാൾപ്പതിതനോ പാവം മനുഷ്യൻ?''
മറുപടിയതിന്നോതും മനസ്വിനി മഹാറാണി:
''പരമാർത്ഥം നമുക്കിവർ ഭ്രാതാക്കൾതന്നെ
ഹിന്ദുധർമ്മം ചരിക്കുവോർ; ഹിന്ദുനാമം ധരിക്കുവോർ
എന്തുചെയ്യാമനുല്ലംഘ്യമന്ധവിശ്വാസം
പിറവിയിൽത്തന്നെയിവർ പതിതർപോൽ; ഇജ്ജന്മത്തി-
ലൊരുനാളുമില്ലിവർക്കൊരുന്നമനംപോൽ

ഏതു വിദ്യാഗംഗയിൽച്ചെന്നെത്ര മുങ്ങിക്കുളിച്ചാലും
ജാതിപങ്കപ്രമാർജ്ജനം സാദ്ധ്യമല്ലപോൽ
എന്നതത്രേ കെടുമാമൂൽവിധിയതിന്നടിപെട്ടു
നിന്നുപോയി നിരാധാരർ നീണാളിക്കൂട്ടർ
ഇപ്പുഴുക്കുത്തുള്ള കാലമില്ല വിലയീവൈരത്തി-
ന്നുപ്പുചേർന്നപായസമാർക്കുണ്ണീനുകൊള്ളാം?
നാളിൽ നാളിൽ നരർക്കേറ്റം നാശകരമായിപ്പോയി
കാളിയൻ തൻ വിഷത്താലിക്കാളിന്ദീവാരി

ആരു കണ്ടു, കുട്ടനാവാമാനരകക്കുണ്ടിൽനിന്നി-
ബ്ഭാരതത്തെ യഥാപൂർവ്വം സമുദ്ധരിപ്പാൻ
മാതൃഭൂവിൻ ചുടുകണ്ണീർമാർജ്ജനം ചെയ്താരുമങ്ങു-
മാദരവാർന്നരുളീടുമാശിസ്സുവാങ്ങാൻ
നമ്മുടയ വഞ്ചിനാടാം ദേവിയുടെ ശിരസ്സിങ്കൽ
പ്പൊന്മകുടം പണിതൊന്നു പുത്തനായ്ച്ചാർത്താൻ
ഭാഗധേയം ഭവിപ്പതു ഭാവിയിങ്കൽ; അരുളട്ടെ
ലോകനാഥൻ വരമുണ്ണിക്കണ്ണനെ ചെയ്‌വാൻ''

ആറ്

ചില സംവത്സരം മേലുമുദിച്ചുയർന്നസ്തമിച്ചു
ഫലവത്തായ് ജനങ്ങൾതൻ പ്രാർത്ഥനശാഖി

കാലമനുകൂലമായി; വഞ്ചിഭൂവിൻ നാഥനായി
ബാലരാമവർമ്മനൃപപീയൂഷഭാനു
ഉല്പതിഷ്ണുവാമവിടുന്നുത്തമമാം മുഹൂർത്തത്തിൽ
പത്മനാഭനരുളിന പള്ളിവാൾ വാങ്ങി
ചേരമാൻപൊൻമുടി ചൂടിത്തിരുവിതാംകൂറുകാക്കാ-
നാരംഭിച്ചു മൂർത്തിമത്താം യുവചൈതന്യം

പര്യടനംകൊണ്ടും ഗ്രന്ഥപാരായണംകൊണ്ടും ലോക-
ചര്യയുടെ പരമാർത്ഥം തമ്പുരാൻ കണ്ടു
എവിടെയുമുദാത്തമാമേകയോഗക്ഷേമചിന്ത
എവിടെയുമുജ്ജ്വലമാം ദേശാഭിമാനം
എവിടെയുമഹമഹമികകൈകൊണ്ടുന്നതിക്കാ-
യവിരതം ധീരർചെയ്യുമകുണ്ഠയത്നം
ഒരുതെല്ലുമതുകാണ്മാൻ മിഴിയെന്ന്യേ കിടപ്പതു
ഭരതഭൂഖണ്ഡം മാത്രം പ്രക്ഷീണപുണ്യം

എവിടെയുമുയർച്ചയ്ക്കു തടസ്ഥമില്ലേതൊരാൾക്കു-
മെവിടെയും സ്പൃഹണീയം മനുഷ്യജന്മം
ശോഭനമാം ഭാവിയുടെ നിർമ്മിതിക്കങ്ങാർക്കും പോരും
സ്വാഭിലാഷം, സ്വസാർമർത്ഥ്യം സ്വവ്യവസായം
നികൃഷ്ടമല്ലാർക്കും ജന്മം; നിഷിദ്ധമല്ലേതും കർമ്മം
സുഖിക്കുവാനാർക്കുമുണ്ടു തുല്യാവകാശം
ഭഗവതി! ഭാരതോർവി! ഭവതിയിൽ മാത്രമെന്തീ
വികൃതമാം വിധിവാക്യം, വിഷാദസ്ഥാനം

അയിത്തമാണവിടുത്തേയഴലുകൾക്കാദിമൂല
മയൽവക്കക്കാർക്കശേഷമപ സാഹാർഹം
ഇപ്പഴകൈവിലങ്ങമ്മയെത്രകാലം ചുമക്കേണ-
മിപ്പെരിയ ശാപത്തിന്നുമില്ലയോ മോക്ഷം
ശ്രുതികളും സ്മൃതികളും ചികഞ്ഞു നോക്കുകിൽക്കാണാ-
മതിലെല്ലാമനുസ്യൂതമായൊരുതത്ത്വം
ഒരിക്കലുമസ്മൽപൂർവരിരുന്നവരല്ലന്നന്നു
പരിഷ്കരിച്ചിടാതെ തന്മതാചാരങ്ങൾ

അല്ലയെങ്കിൽപ്പഴയോരീഹർമ്മ്യമെന്നേ കാലത്തിന്റെ
മല്ലുതട്ടിൽ മൺമറഞ്ഞുപോയിരുന്നേനേ
നിയതം നാം നീളെ മേലും നിവസിക്കേണ്ടോരിസ്സൗധ-
മയിത്തപ്പാഴ്ച്ചിതൽപ്പുറ്റായ്ക്കിടന്നുകൂടാ
വളരെനാളായിപ്പോയി വലയടിക്കാതെ; വെള്ളം
തളിച്ചൊന്നു തറപോലും മെഴുകിടാതെ
ഇളകിപ്പോയ് ചുവരിലെയിഷ്ടികകൾ; വിടവുക-
ളളകളായ്പ്പോയഹികൾക്കകത്തു നൂഴാൻ

പറന്നുപോയ് പണ്ടു മേഞ്ഞ പഴയോല; നമ്മുടെയി-
ത്തറവാടു തകരാറായ്, തരിപ്പണമായ്
ഉടനിതിൻ കേടുപാടു ശരിപ്പെടുത്താഞ്ഞാൽ മറി-
ഞ്ഞിടിഞ്ഞിതു വന്നുവീഴും തലയിൽത്തന്നെ
സവർണ്ണർക്കു മാത്രമല്ല തമ്പുരാനും ജനകനു-
മവർണ്ണ്യവൈഭവനാമെന്നംഭോജനാഭൻ
എൻപ്രജകൾക്കെന്നപോലെയെനിക്കുമുണ്ടാഭിലാഷ-
മമ്പലങ്ങൾ ഹരിജനപ്രാപ്യങ്ങളാക്കാൻ

എന്തുകൊണ്ടീയഗതികൾ കൈതൊഴുവാൻ വരുമ്പോൾ നാം
ബന്ധനം ചെയ്തിരിക്കേണം ക്ഷേത്രകവാടം
ആയവർ തൻ ഹൃദയത്തിൽ വാണരുളും ഹരിയെ നാം
ധീയകന്നു ചെറുക്കാമോ? ഹരി രണ്ടുണ്ടോ
സ്നേഹബുദ്ധിയോടുകൂടിയാഗമിക്കും സഹജരിൽ
ദ്രോഹവൃത്തി തുടങ്ങുവോർ ദുഷ്ടരിൽ ദുഷ്ടർ
ഹരിജനസേവനം താൻ ഹരിയുടെ സേവനമെ-
ന്നറിയുന്നു വേദശാസ്ത്രപുരാണവിജ്ഞർ

കായനാശം മനുഷ്യർക്കു സാരമില്ല; കായമൊന്നു
പോയാൽ പോകും; വരും വീണ്ടും മറ്റൊരു കായം
അഭിമാനഹാനിവന്നാലരുന്തുദമാമാവ്രണ-
മപവർഗംവരെ നിൽക്കുമന്തരംഗത്തിൽ
മനംതന്നിലേവമോർത്തു മഹനീയൻ മഹീനാഥ-
നനന്തരകരണീയവിധാനവ്യഗ്രൻ

സചിവോത്തമൻ സർ സി. പി. രാമസ്വാമിയയ്യരോടു
രചിക്കുവാനരുൾചെയ്തു രാജശാസനം

ഏഴ്

ഒരു മഹാശ്ചര്യമെന്തുണ്ടിതിൽപ്പരം വഞ്ചിനാട്ടി-
ലൊരു നരവരൻ നവയൗവനാരൂഢൻ
ഒരു വെള്ളക്കടലാസു തിരുമുമ്പിൽഅതിനുള്ളി-
ലൊരു ചെറുവിളംബരമോങ്കാരപ്രായം
ഒരു പേന മേശമേൽനിന്നെടുക്കൽ ആ വിളംബര-
മൊരു കുറി വഴിപോലെ വായിച്ചു നോക്കൽ
ഒരു സന്തോഷാശ്രുധാര തിരുമിഴിവിട്ടൊഴുകൽ
ഒരു സർവാംഗീണമാകും കോൾമയിർക്കൊള്ളൽ

ഒരു തൃക്കൈവിളയാട്ടം;ലഭിക്കുകയായ് ജഗതി-
ക്കൊരു കൃതയുഗത്തിന്റെ ശുഭാവതാരം
തിരുവിതാംകൂറിലേതു രാജകീയക്ഷേത്രത്തിലു-
മൊരു ഹിന്ദുവിന്നു കേറിത്തൊഴുവാൻ മേലിൽ
ഒരു തടസ്ഥവുമില്ല ജാതികൊണ്ടെന്നുൽഘോഷിക്കു-
മൊരുദിവ്യനിദേശമാണാ വിളംബരം.
ഒരു വിശിഷ്ടോപനിഷ,ത്തീശാവാസ്യപ്രതീകാശ-
മൊരുധർമ്മദിഗ്വിജയദുന്ദുഭിധ്വാനം

ഒരു പൂർവദുരാചാരപരമ്പരാധ്വംസമന്ത്ര-
മൊരു നവ്യസപ്തതന്തുസാമഗഗാനം
സ്ഫുടമതു കൃഷ്ണവർണം തനുരൂപമനല്പാർത്ഥം,
വടപത്രശായിയായ ഹരികണക്കെ
ഒരുതെല്ലും പതറിയില്ലവിടത്തെക്കരൾത്തട-
മൊരുശങ്കാദോലയിലുമൂയലാടീല
ഒരു ലേശം വിറച്ചീല വലന്തൃക്കൈയിലെപ്പേന-
യൊരുവേർപ്പുതുള്ളി മെയ്യിലങ്കുരിച്ചീല

വരയ്ക്കുകയത്രെചെയ്തു തൂലികകൊണ്ടവിടുന്നു
ഭരതഭൂദേവിയുടെ യഥാർത്ഥചിത്രം
കുറിക്കുകയത്രേ ചെയ്തൂഗുണനിധി ഭാഗധേയ-
ഗരിഷ്ഠമാം കേരളത്തിൻ കീർത്തിജാതകം

തിരുത്തുകയത്രെ ചെയ്തു ഹരിജനനിടിലത്തിൽ
പ്പരമേഷ്ഠി വിന്യസിച്ച ദുരക്ഷരങ്ങൾ
ഒരു തുള്ളിമഷി ഹിന്ദുമതഭഗവതിയുടെ
തിരുനെറ്റിയിൽക്കസ്തൂരിതിലകമായി

തിരുമിഴിക്കഴകെഴുമഞ്ജനമായ്; തൃക്കഴുത്തി-
ന്നരിയോരു നീലരത്നപ്പതക്കമായി
അയിത്തമാം വിന്ധ്യനെത്തൻ പദപ്രഹാരത്താൽത്താഴ്ത്തി-
യയത്നമമീനരവരനഗസ്ത്യകല്പൻ
അയിത്തമാം ബലിക്കേകി,യിഹലോകവാസം ഹരി-
ഹയസഹോദരനാമീ വാമനോപമൻ
അതുവരെയധഃസ്ഥരായശുദ്ധരായെവിടെയോ
ഗതികെട്ടു കിടന്നോരു ഹരിജനങ്ങൾ

സവർണർതൻ ക്ഷേത്രം കണ്ടാൽ ശത്രുദുർഗ്ഗമെന്നുകല്പി-
ച്ചവശരായരണ്ടോടുമശരണന്മാർ
കുളിച്ചോരോ കുറിയിട്ടു വെളുത്തമുണ്ടുടുത്തതാ
വിളംബരവിമാനത്തിൽക്കയറി നീളേ
തൊഴുകൈപ്പൂമൊട്ടുയർത്തി മിഴിയിണയിങ്കൽനിന്നു
വഴിയുന്ന വിൺപുഴയിൽ വീണ്ടും മുഴുകി
അണിനിര,ന്നഴിനിലയക,ന്നകതളിർ തെളി-
ഞ്ഞണയുന്നു ദേവസേവയ്ക്കനന്യതന്ത്രർ

'വരുവിനിങ്ങോട്ടുവേഗം വരുവിൻ നിങ്ങളെക്കാത്തു
മരുവുന്നു ഞങ്ങ'ളെന്നു സവർണമുഖ്യർ
പറയുന്നു; നയിക്കുന്നു ഭഗവാന്റെ തിരുമുമ്പിൽ
പരിചയിപ്പിച്ചിടുന്നു പരിസരങ്ങൾ
മൂർത്തിയേതെന്നറിവാനും കീർത്തനത്താൽ സ്തുതിക്കാനും
ക്ഷേത്രമര്യാദകൾ പേർത്തും ഗ്രഹിക്കുവാനും
അവർ പഠിച്ചവരല്ലെന്നിരിക്കിലെന്തൊരു ഹാനി-
യവയൊന്നുമല്ലയല്ലോ യഥാർത്ഥഭക്തി

അവർക്കില്ല കാണിക്കയ്ക്കു പണമെങ്കിൽ വേണ്ട; ദേവ-
ന്നവർകാഴ്ചവെയ്പതന്തഃകരണരത്നം
അന്തണനുമന്ത്യജനുമൊന്നുചേർന്നു കൈകൾകോർത്തു
ബന്ധുതപൂണ്ടമ്പലത്തിനകത്തുകേറി

താണു ജഗദീശ്വരനെക്കൈതൊഴുതു പോരും കാഴ്ച
കാണുമെന്റെ കണ്ണേ; നിനക്കെന്തു മേൽക്കാമ്യം?
ഇതുതാനോ നാമിന്നോളമിരുന്നതാം ലോകം? മാറ്റ-
മിതിന്നൊരുനിമിഷം കൊണ്ടിത്ര വരാമോ?

ഗാന്ധിജിക്കുപോലുമൊരു മോഹനമാം ദിവാസ്വപ്നം
ഭ്രാന്തരാകും കവികൾക്കു ഭാവനാചിത്രം
വിപ്ലവത്തിൻ വിദൂരമാം വിഹായസമണ്ഡലത്തി-
ന്നപ്പുറത്തുള്ളൊരു ഗോളമസ്പഷ്ടദൃശ്യം
അതിനെയിങ്ങാകർഷിച്ചു ഹസ്തഗതമാക്കിയല്ലോ
വിധിവത്തായൊരുസൂക്തമോതിയിദ്ദേവൻ
തന്നുടയ തൂലികയാം യോഗദണ്ഡം നിലത്തൂന്നി-
ത്തന്നുവല്ലോ നാകമൊന്നീ നവ്യഗാധേയൻ

വളരെവർഷങ്ങളായിസ്സഹസ്രശാഖകൾ വാച്ചു
വളർന്നീടുമയിത്തമാം വിഷവൃക്ഷത്തെ
ഒരുവെട്ടാഞ്ഞോങ്ങിവെട്ടി മുറിച്ചിട്ടുവല്ലോ താഴെ
പ്പരശുരാമോർവിയിലിപ്പരശുരാമൻ
വിരൽചൂണ്ടിക്കാട്ടി ലോകം ചിരിക്കും കല്ലായിരുന്ന
ഭരതക്ഷ്മാഭിധയാകുമഹല്യയാളെ
ശ്രീലമാം തൻ പുരാതനരൂപമേകിക്കാത്തുവല്ലോ
ബാലരാമചന്ദ്രനാകുമിബ്ബാഹുജശ്രേഷ്ഠൻ

ലോകഗുരു ശങ്കരനുജന്മദാത്രി വഞ്ചിഭൂമി
കാകവന്ധ്യയല്ലയെന്നു കാണിച്ചു കാലം
തെക്കറ്റത്താണിരിപ്പതിദ്ദേവതയെന്നാലുമില്ല
തർക്കമിന്നു സർവോത്തരമായി തൽസ്ഥാനം
ഈ മലയവായുവിന്റെ വെന്നിക്കൊടിക്കൂറ പാറും
സോമചൂഡശ്വശുരൻതൻ ശിരസ്സിൽപ്പോലും
മറയുമിച്ചന്ദനത്തിൻ പരിമളത്തിങ്കൽ മേലി-
ദ്ധരയിലെദ്ദുരാചാരപൂതിഗന്ധങ്ങൾ

മഞ്ജുളാംഗി, ഭരതോർവി, ഭവതിയിന്നർഹയായി
മഞ്ഞമലവൈരമുടി മൗലിയിൽച്ചൂടാൻ

വിൺപുഴയാം മുത്തുമാല മാറിടത്തിലണിയുവാ-
നുമ്പർപോലുമൃഷിമാതാവെന്നു പുകഴ്ത്താൻ
ചിലരുണ്ടാമങ്ങുമിങ്ങുമിതിലരോചകികളാ-
യുലകമാം വെണ്മതിക്കെന്നില്ലിക്കളങ്കം?
സാധ്യമല്ല കല്പകാലസാഗരത്തിൻ തിരകൾക്കു-
മാർദ്രമാക്കാനവർ പേറുമശ്മഹൃദയം

വരം തരാൻ ഹരിവന്നാൽ നിറംകണ്ടു വിരണ്ടോടി-
യൊരുജലാശയത്തിൽപോയ് മുഴുകിനിൽപോർ
പരബ്രഹ്മത്തോടുചേർന്നു ലയിച്ചിടുമ്പൊഴുമതി-
ന്നൊരുശുദ്ധികർമ്മം ചെയ്‌വാനുറച്ചിരിപ്പോർ
ഇരുന്നുകൊള്ളട്ടെ നമുക്കവർകൂടിസ്സമീപത്തിൽ
പരിഷ്കാരചിത്രങ്ങൾ തൻ പശ്ചാത്തലങ്ങൾ
ഹരിജനപരമ്പരയവിരതം സന്ദർശിക്കും
തിരുപ്പതിയിനിത്തിരുവനന്തപുരം

ചിദംബരം തിരുവയ്ക്കും, മധുര കുമാരീക്ഷേത്രം
ശ്രുതിസുഖദമാം ശബ്ദം ദ്വ്യക്ഷരി വഞ്ചി
ജയ ജയ ചിത്രോദയ വഞ്ചിഭൂമീകമിതാവേ
ജയ ജയ സാധുജനശർമ്മദാതാവേ
ജയ ജയ ദുരാചാരധ്വാന്തബാലസവിതാവേ
ജയ ജയ ഹിന്ദുധർമ്മമർമ്മവേത്താവേ
അവിടുത്തേ ഹൃദയത്തിൻ വിരിവിനുമുറപ്പിന്നു-
മവികലം ധന്യവാദമരുളുമാരും

അവിടുത്തേ മഹത്താമീയപദാനം ഭക്തിപൂർവ്വ-
മെവിടെയും വാഴ്ത്തും ലോകമേതുകാലത്തും
അവിടത്തേത്തിരുനാമമവനിയിലായുഗാന്ത-
മെവിടെയും പ്രകാശിക്കുമേകാന്തശോഭം.
അവിടത്തേക്കവധിവിട്ടരുളുവാൻ കനിയട്ടെ
ഭവികങ്ങൾ പരാർദ്ധ്യങ്ങൾ പദ്മോജനാഭൻ
അവിടേയ്ക്കീയനിതരസുലഭമാം ഗുണഗണ-
മെവിടുന്നുളവായെന്നേവർ കാണ്മീല!

അവിടത്തെ പ്രിയതമാ, വനശ്വരയശസ്വിനി
വിവിധസൽകലാവലീവിലാസഹർമ്മ്യം
സരസ്വതീദേവിയുടെ സമഗ്രമാമവതാര,-
മരിവയർകുലം ചാർത്തുമനഘരത്നം;
പാരിടത്തിൻ പ്രതിനവഭാഗ്യതാര,മവിടുന്നി-
പ്പാരിജാതലതയിലെ പ്രഫുല്ലപുഷ്പം.
അവിടത്തേ മന്ത്രിവര്യനനവദ്യവിദ്യാരാശി
ദിവിഷദാചാര്യകല്പൻ, ദീനദയാലു-

അഭിനവരാജ്യതന്ത്രജ്ഞാഗ്രയായി, ഭാരതത്തി-
ന്നഭിമാനധ്വജസ്തംഭമത്ഭുതചര്യൻ
രാജാരാമമോഹനാദികുർമ്മശൂരസമശീർഷൻ
രാജമാനയശസ്തോമൻ, രാമസ്വാമ്യാര്യൻ.
മഹതിയാമവിടത്തെജ്ജനനിക്കും സഹജയ്ക്കും
സഹജനും സചിവനും ബാന്ധവന്മാർക്കും
അരുളട്ടെ പകലിരവനുഗ്രഹമതിമാത്രം
നിരുപമകൃപാസിന്ധുനീരജനേത്രൻ. ■

വിജയപ്രാർത്ഥന

കുടുംബത്തെ രണ്ടായ്പ്പിരിക്കിലിശ്ശല്യ-
മൊടുങ്ങുമെന്നല്ലീ നിനച്ചിരുന്നു നാം
ജനനി തൻ പൂമെയ് പിളർക്കിലും കൂടി-
യിണങ്ങുമെന്നല്ലി കരുതിവാണു നാം?

പകുത്തിട്ടെന്തായി ഫലം പിരിഞ്ഞോർതൻ
പകച്ചെന്തീ വീണ്ടും പടർന്നു കത്തുന്നു
മറകൾകണ്ടൊരു മഹർഷിമാരിരു-
ന്നരുളിന പഞ്ചനദത്തിലിദ്ദിനം

ഇടതടവറ്റു നടന്നീടുന്നല്ലോ
ചുടലകാട്ടിലെപ്പിശാചതാണ്ഡവം
എവിടെയും കൂട്ടക്കൊലയും, കൊള്ളയു-
മെവിടെയും ബലാദ്രതവും തീവെയ്പും

ജനിച്ച ദേശവും, ഗൃഹവും, സമ്പത്തും
തനിക്കു വാച്ചിടും സമസ്തബന്ധവും
ത്യജിച്ചുയിർമാത്രം പുലർത്തുവാൻ കൊതി-
ച്ചജസ്രമൊട്ടുപേർ പരക്കം പായുന്നു

അശാന്തമാഞ്ഞെത്തിപ്പിടിച്ചവരെയും
കശാപ്പുചെയ്യുന്നു പരർ മതഭ്രാന്തർ
പ്രപഞ്ചധാതാവേ, വളരെ നീണ്ടുപോയ്
സ്വപ്നമങ്ങേയ്ക്കൊന്നുണരണേ വേഗം

ഇവിടുത്തെ സ്ഥിതിഗതികൾ നോക്കണേ
രവിയുമിന്ദുവും മിഴികളാവോനേ

ഭുവനങ്ങളങ്ങു ചമച്ചതാണെങ്കി-
ലവനിയുമതിൽപ്പെടുകയില്ലയോ?

ജനയിതാവിന്നു തനതപത്യത്തെ-
ക്കനിഞ്ഞു കാക്കേണ്ടും കടമയില്ലയോ
അതോ ധരണിയെച്ചെകുത്താനായ് ശല്യ-
മൊതുങ്ങുവാനങ്ങുമുഴിഞ്ഞുതള്ളിയോ?

ഹൃദയവും കണ്ണുമുടയോരേ കേൾപ്പി-
നുദയംചെയ്തുപോയ് നവീനമാം യുഗം
അതിനിണങ്ങാത്ത പഴമയൊക്കെയും
പതിക്കട്ടെ ചെന്നു പടുകുഴിക്കുള്ളിൽ

ഒരു മതം മതിയിനിപ്പരസ്നേഹ-
മൊരുവർഗ്ഗം മതി മനുഷ്യസംജ്ഞകം
ഒരു രാഷ്ട്രം മതി ധരാതലം നമു-
ക്കൊരു ദൈവം മതി ഹൃദിസ്ഥിതം ദീപം

കിഴക്കു വങ്ഗത്തിൽക്കൊടുമ്പിരിക്കൊണ്ട
വഴക്കും വാശിയും വധൈകവാഞ്ഛയും
ഭരതഭൂമിയിൽ സ്വതന്ത്രതാസുര-
സരിത്തൊഴുക്കിന നവഭഗീരഥൻ

ശുഭവ്രതനസ്മൽഗുരു ദിനങ്ങൾ മൂ-
ന്നുപവസിക്കവേ മറഞ്ഞുമാഞ്ഞുപോയ്
അതിന്നുമേലതാ തിരിക്കയായ് പഞ്ച-
നദത്തിലേക്കുമശ്ശമപ്രവാചകൻ

അവിടെയും ജയമവിടുന്നാർജ്ജിച്ചു
ഭവികമൂഴിക്കു പരക്കെ നല്കട്ടെ! ■

ഇരുമ്പിന്റെ നൈരാശ്യം

പോരുമീഞ്ഞെളിച്ചിലെൻപൊന്നുടപ്പിറപ്പേ
നീയാരു, ഞാനാരെന്നൊന്നു ശാന്തമായ്ച്ചിന്തിക്കുമോ
സങ്കടം പരർക്കാർക്കുമേകാതെ
നീണാൾ നമ്മൾ തങ്കമേ പുലർന്നീലേ

പാരിതിൽപ്പണ്ടേക്കാലം നമ്മളന്നദൃശ്യരാ-
യേവർക്കും വിശാലമാമമ്മതൻ മടിത്തട്ടി-
ലാനന്ദിച്ചുറങ്ങീലേ അത്തവ്വിലെത്തിക്കുറേ-
ക്കൂട്ടായ്മക്കവർച്ചക്കാർ സത്വരം

നമ്മെക്കൊണ്ടു മണ്ടിനാർ മുകൾപ്പാട്ടിൽ
സ്വോപയോഗാർത്ഥം നമ്മെസ്സംസ്കരിച്ചെടു-
ത്തപ്പോൾ ഹാ! പരം നീ മഞ്ഞയായ്
ഞാൻ വെറും കറുപ്പുമായ്

വർണ്ണത്തിൻ വ്യത്യാസം കണ്ടാഹ്ലാദമാർന്നോർ;
നമ്മെ ഭിന്നിപ്പിച്ചമർത്തുവാനാവഴിക്കല്ലീ പറ്റൂ?
എന്നെത്തൽ സൗകര്യങ്ങളാദ്യമായ് വർദ്ധിപ്പിക്കാൻ
സന്നദ്ധനാക്കീ; ഞാനുമായതിൽ കൃതാർത്ഥനായ്

ദീനർതൻ ബുഭുക്ഷയെശീഘ്രമായ് ശമിപ്പിക്കാൻ
കാനനം നാടാക്കുവാൻ,കെട്ടിടം ചമയ്ക്കുവാൻ
എത്രയോ തരത്തിൽ ഞാനീമട്ടിൽപ്പണിപ്പെട്ടു
മർത്ത്യർക്കു നല്കീടിനേൻ

സൗഖ്യവും സുഭിക്ഷവും.യാതൊന്നും പ്രയോജനം
കാണായ്കമൂലം നിന്നെയാദരിക്കുവാനാശ-

യന്നവർക്കുണ്ടായീല പിന്നെയാണൊരേടത്തു-
മേനിയും മിനുക്കിയെൻപൊന്നേ നീ മേവും കാഴ്ച

കണ്ടതപ്പൊണ്ണഭോഷർ,പ്രീതിപൂണ്ടെടുത്തുടൻ
നിന്നെത്തദ്വധുക്കൾ തൻകാതിലും കഴുത്തിലും
കയ്യിലും ഘടിപ്പിച്ചാർ എങ്ങുമേ സമൃദ്ധമായ്
വ്യാപിക്കും കാർകൊണ്ടൽ ഞാനിങ്ങങ്ങൊരല്പം മാത്രം

ദൃശ്യയാം വിദ്യുത്തു നീആകമാനവും നിന്നെ-
ക്കയ്യടക്കുവാൻ വെമ്പീമോഹത്താൽ സാമ്രാജ്യങ്ങൾ
മത്സരം വിജൃംഭിച്ചു;കാട്ടുതീക്കൊപ്പം ദ്വേഷം മൈത്രിയെ-
ദ്ദഹിപ്പിച്ചൂ ജ്യേഷ്ഠനും കനിഷ്ഠനും സുന്ദോപസുന്ദന്മാരായ്

ആയിരം സ്വരൂപത്തിൽവാർത്തുതേച്ചെടുത്തെന്നെ-
യായുധീകരിച്ചുകൊണ്ടന്യോന്യമങ്കം വെട്ടി
ഞാനെന്തുചെയ്യും, ദീനൻ എൻജന്മം തുലയ്ക്കുന്നൂ
മാനുഷക്രവ്യാദർതൻപങ്കത്തിൽപ്പങ്കാളിയായ്

കോശമാമന്തഃപുരംതന്നിൽ നീ മേളിക്കുന്നു
ഘോഷാസ്ത്രീക്കൊപ്പം ഹന്ത ബന്ദിയായ് പ്രഭാകീടം
പാകത്തിൽ നിന്നെക്കാത്തുനിൽക്കുന്നൂ വെളിക്കു ഞാൻ
ലോഹമില്ലാഞ്ഞാലാർക്കുസുസ്ഥിരം കാർത്തസ്വരം

കൂരിരുട്ടാകുന്ന ഞാൻ വേലചെയ്യുന്നൂ; ചിത്രം
സൂരബിംബമാം നീയും സ്വാപത്തിൽ സുഖിക്കുന്നു
ഹൃത്തിലെന്നോർക്കൂ തോഴി നാം രണ്ടുപേരും ചേർന്നീ-
മർത്ത്യർതൻമാറാദ്ദാസ്യമെത്രനാൾ ചുമക്കണം?

കൊല്ലുന്നു കൊല്ലുന്നു ഞാനന്ധനായെന്നെക്കൊണ്ടു
കൊല്ലിച്ചു കൊല്ലിച്ചു നീ മൂഢയായ് രസിക്കുന്നു
കഠിനീഭവിച്ചതാമെൻകരൾത്തട്ടിൽപ്പോലും
കദനം നിറച്ചീടുമിദൃശ്യം സുദുസ്സഹം

ഇമ്മഹാപാപം പോരും ദൈവത്തിൻകരം വീണ്ടും
നമ്മളെഭൂഗർഭത്തിലാഴ്ത്തുവാൻ പ്രാർത്ഥിക്ക നാം
എത്രമേൽക്കാമ്യം നമുക്കാശ്മശാനാന്തർവാസ-
മിത്തരം വ്യാപാരത്താൽ ജീവിക്കുന്നതേക്കാളും. ■

പൂമ്പാറ്റയോട്

ചിത്രപതംഗമേ, നിന്നെ കണ്ടെൻ
ചിത്തം തുടിച്ചുയരുന്നു
വാർമഴവില്ലിന്റെ സത്താൽത്തന്നെ
നാന്മുഖൻ നിൻമെയ് ചമച്ചു;
ആനന്ദത്തിന്റെ രസത്താൽത്തന്നെ
മാനസംതീർത്തതിൽവച്ചു

എന്മണിക്കുട്ടന്നു വാഴാനൊരുനന്മലർ-
ത്തോട്ടവും നൽകി ചെന്തളിർ
ചൂടും ചെടികൾ
പൂവാം പൊന്തളികയ്ക്കകം നീളെ തേനമൃതം
ചുമന്നെങ്ങും നില്പൂ
ചേണിൽനിൻ പൈദാഹമാറ്റാൻ
ഇമ്മട്ടിലമ്മമാർ നിന്നെക്കനി
ഞ്ഞുമ്മവച്ചൂട്ടാനിരിക്കെ മറ്റെന്തുവേണം
നിനക്കി മന്നിൽ
മുറ്റും നിൻ ഭാഗ്യമേ ഭാഗ്യം!

രണ്ട്

ഓമൽച്ചിറകുകുടഞ്ഞും തത്തി-
ത്തൂമയിലങ്ങിങ്ങു പാഞ്ഞും
വട്ടത്തിൽച്ചുറ്റിക്കളിച്ചും
മന്ദം മട്ടലരിൽച്ചെന്നണഞ്ഞും
പൂമ്പൊടിമെയ്യിലണിഞ്ഞും
തെല്ലുചാമ്പിയിടയ്ക്കിടെ നിന്നും
തെന്നലിൽപ്പാറിപ്പറക്കും നിന്നെ വിണ്ണവർ
കൂടിക്കൊതിക്കും പച്ചിലത്തൊത്തുകൾക്കുള്ളിൽ-

പ്പുക്കുനിശ്ചലനായ് നീയൊളിക്കെ,കാണാതെ
തെല്ലൊന്നുഴലും നിന്നുവാനിൽക്കതിരവൻപോലും
പൂവണിയുന്നൊരു പൂവായ്
മലർക്കാവിന്നു ചൂഡാമണിയായ്
നന്മതൻ കൈപ്പൊൻവിളക്കായ് മന്നിൽ
ജന്മമെടുത്ത സഖാവേ വർത്തിക
നിന്നെ വരയ്ക്കാനേതു
ചിത്രകൃത്തിന്നുണ്ടു കയ്യിൽ?
സ്വച്ഛന്ദമാടിക്കളിക്കുമേലും
കൊച്ചുപറവക്കിടാവേ!

മൂന്ന്

വായുവിലെന്തിനുകൂടെക്കൂടെ
നീയിളകീടാതെ നില്പൂ
ആയാസമാറ്റുവാൻതാനോ പുത്തൻ
വ്യായാമം കാട്ടീടുവാനോ
ജീവിതം സ്വല്പമെന്നോർക്കെപ്പക്ഷേ
നീ വിലപിക്കുവതാമോ ആവില്ല;
നീയറിവീലേ നിന്റെ ജീവിതപാരമ്യസാരം?

മർത്ത്യനു വായ്പതേക്കാൾ
നിൻജന്മമെത്രയോ മേൽത്തരമല്ലീ?
പട്ടിണികൊണ്ടു പൊരിഞ്ഞും
രണ്ടുതുട്ടിനു പൗരുഷം വിറ്റും
പാരാണ്ടുകൊൾവാൻ കൊതിച്ചും,
വെറുംനൈരാശ്യം മാത്രം ലഭിച്ചും
നിത്യവും പാപത്തെ നേടാൻ സ്വന്തം
ബുദ്ധിയെക്കൈകാര്യം ചെയ്തും

ദീനംപിടിച്ചു വലഞ്ഞും നെഞ്ചിൽ
പ്രാണൻ കിടന്നു പിടഞ്ഞും
കഷ്ടത നീങ്ങാനൊടുക്കംപാഞ്ഞു
പട്ടടത്തീയിൽപ്പതിച്ചും
ഇങ്ങനെ ജീവിതം പോക്കുംനര-
നെങ്ങൊരു കാൽക്ഷണം സൗഖ്യം?

ആകാശനൗകയിലേറിപ്പറ-
ന്നേകാന്തസന്തോഷമേന്തി
നീ വിളയാടുന്നു ധന്യൻ
നിന്റെജീവിതം ഹ്രസ്വമായാലും
ഓടുന്നതെങ്ങു നീ കുഞ്ഞേ ദൂരെ
പ്പേടിപ്പതെന്തിനെൻ മുന്നിൽ
ഞാനൊന്നു കണ്ടോട്ടെ വീണ്ടും
നിന്റെമേനി തൻ കൺകക്കും ചന്തം
നെഞ്ചുകുളിർപ്പിച്ചിടട്ടേ
കൂടെക്കൊഞ്ചിക്കുഴഞ്ഞഴിഞ്ഞാടി
എന്നെ വെടിയൊല്ലേ നീയി-
മ്മട്ടിലെന്നിളന്തങ്കക്കിനാവേ
ചിത്രശലഭമേ നിന്നോ-
ടൊത്തമിത്രമെനിക്കേതു വേറെ? ■

പ്രഭാതചിന്ത

'**വ**രുന്നൂ ശല്യം വീണ്ടും തലയിൽക്കയ്യും വച്ചു
ഭാരതോർവ്വി തൻ മക്കളേഴലിൽപ്പുലമ്പുന്നു
പിറവിക്കുരുടെന്നു തോന്നീടും മിഴി പൂട്ടി
മരവിച്ചമട്ടുള്ള മെയ്നീട്ടിയുറങ്ങുവോർ

'വരുന്നൂ വാനത്തുപാഞ്ഞേവനോ പൊട്ടിച്ചതാ-
മെരിതീമരുന്നുണ്ടയൊന്നതാ ചാടിച്ചാടി.
കതിരോൻ അവന്നില്ല മറ്റൊന്നുമെന്നോ വേല
പതിവായ് സ്വൈര്യക്കേടു ഞങ്ങൾക്കു നൽകാനെന്ന്യേ?

ദൂരത്തുനിന്നിശ്ശിനിചെന്തീയിൽപ്പഴുപ്പിച്ച
കൂരമ്പു കണ്ണിൽക്കുത്തിക്കേറ്റുവാൻ വെമ്പുന്നല്ലോ.
വിധിയില്ലാത്തോനവൻനിദ്രയെപ്പുൽകാനെന്നാ-
ലതിനിദ്ദൂരസ്ഥരാം മർത്ത്യരോ പിഴച്ചവർ?

പാതിരാവാകും മുൻപ്പാഞ്ഞണഞ്ഞല്ലോ പാപി
പാരിൽനിന്നിരുട്ടിനെപ്പായിപ്പാൻ പടകൂട്ടി
ഉരുണ്ടും പിരണ്ടുമീത്തറയിൽക്കുറഞ്ഞോന്നു
ചുരുണ്ടുകൂടിക്കിടന്നുറങ്ങാൻ പറ്റീലല്ലോ

കൂപ്പുകൈ നിനക്കർക്ക പോകണേ ഭവാൻ; ഞങ്ങൾ
രാപകൽക്കൂർക്കംവലിച്ചിങ്ങെങ്ങാൻ കിടന്നോട്ടെ
കോഴയായ്ക്കാകൻ പാടുംസ്തോത്രങ്ങൾ ചൊല്ലിക്കൊല്ലേ
കോഴിതൻ കണ്ഠംകൊണ്ടുവീരശംഖൂതിക്കൊല്ലേ."

രണ്ട്

അപ്പോഴേക്കേതോ ശബ്ദമക്കൂട്ടർ കേൾപ്പൂ പാര-
മത്ഭുതം സ്വഹൃത്തിൽനിന്നുത്ഥിതം, സൽബുദ്ധിദം

അരുതീ മഹാമോഹം ഭാരതീയരേ നിങ്ങൾ
മരണത്തിനുമുൻപുമൃതരായ്ക്കഴിഞ്ഞല്ലോ

പേറുന്നു കഷ്ടം കായമന്യായം ശവപ്രായ-
മാരാനും വീഴ്ത്തുന്നതാംവായ്ക്കരി കൊറിക്കുന്നു
ഘോരയാം യമദൂതിന്ദ്രവന്നപൂർവ്വമാം നാരകം ചമയ്ക്കുന്നു
നിങ്ങൾക്കു വീട്ടിൽത്തന്നെകാണ്മതില്ലല്ലോ

നിങ്ങളോരോരോ രാജ്യക്കാരുമാണ്മയിൽപ്പറക്കുന്ന-
താകാശത്തിനും മീതേനിദ്രയാം പെൺപാമ്പിന്റെ
കടിയിൽപ്പിടയ്ക്കായ്‌വിൻ നിദ്രയാം പിശാചിന്റെ
പിടിയിൽക്കുടുങ്ങായ്‌വിൻ കൂരമ്പിൻ പരമ്പരയല്ലെന്റെ
കതിർക്കറ്റ വാരൊളിത്തനിത്തങ്കമാലതൻ സമുച്ചയം

നൂനമുണ്ടെൻ കയ്യിലാബ്ഭൂഷണം സംഖ്യാതീതം
കൈനീട്ടി വാങ്ങാമതെൻമുന്നിൽവന്നാർക്കും നിന്നാൽ
അന്നന്നു നേരം ചെറ്റുംതെറ്റാതെ കൃത്യം ചെയ്യു-
മെന്നിൽനിന്നൊറ്റപ്പാഠമേവർക്കും പഠിച്ചിടാം
ശ്രേയസ്സിനാശിക്കുവോരീശ്വരൻ കനിഞ്ഞേകു-
മായുസ്സു പാഴാക്കാതെപോകണം മുന്നോട്ടെന്നും

നിങ്ങൾക്കും നിവർന്നുയർന്നധ്യാനം ചെയ്താൽ നേടാം
നിങ്ങൾതൻ സനാതനം സാമ്രാജ്യസിംഹാസനം' ■

കരച്ചിലോ?

കരയുന്നല്ലോ വരൂ കാര്യമെന്തെൻ ചങ്ങാതി
വെറുതേ കണ്ണീർമുത്തുപാഴ്മണ്ണിൽ വീഴ്ത്തുന്നല്ലോ
കരയാനല്ലാതെ മറ്റെന്താകുമെന്നാൽ, ദൈവം
കരൾചുട്ടെരിക്കുമ്പോ,ളെന്നോ നിൻ മറുമൊഴി
ആരു കാണുവാനാണിച്ചൂടുവെള്ളത്തിൽക്കുളി-
യാരു കേൾക്കുമെന്നോർത്താണീമട്ടീലയ്യംവിളി
വാനവൻ തിരിഞ്ഞൊന്നുനില്ക്കാനില്ലൊരാൾ വിണ്ണിൽ
മാനവൻ കുനിഞ്ഞൊന്നുനോക്കാനുമെങ്ങും
മന്നിൽഅരുതിപ്പിച്ചും പേയുമാണുങ്ങൾക്കടുത്ത-
തല്ലെരിയും ചെന്തീ കെടാനെണ്ണയാരൊഴിച്ചീടും
തുടയ്ക്കൂ കണ്ണീർ, നിർത്തൂകരച്ചി-
ലെത്തിപ്പിടിച്ചടക്കൂ കാലക്കേടിൻ കയ്യിലെജ്ജയക്കൊടി

രണ്ട്

അറിയാം ദൈവത്തിന്നുമടിയാൽക്കാലും കയ്യും
മരവിച്ചിരിപ്പോന്റെതലയിൽക്കുതിച്ചേറാൻ
പിണത്തിൻമുന്നിൽക്കടന്നൂപ്പിടികാട്ടാൻ; കുറേ-
ച്ചുണയുള്ളോനെക്കണ്ടാൽ ദൂരത്തുമാറിപ്പോകാൻ
പലമട്ടിലും വന്നുതാടിയും കരിയും നി-
ന്നലറിക്കോട്ടെ; ചാടിയരങ്ങു തകർത്തോട്ടെ.
ആടിടാൻ വരുന്നോരു വേഷങ്ങൾ
കണ്ടാൽ ഞെട്ടിയാടൽപൂണ്ടരണ്ടിടാൻ
കൈക്കുഞ്ഞുങ്ങളോ നമ്മൾ?
വെളിച്ചത്തിലേത്തുരുമ്പിരുട്ടിൽപ്പാമ്പായ്
ത്തോന്നും വെളിച്ചത്തിലേക്കുറ്റി-
യിരുട്ടിൽപ്പിശാചയായും

ഇരുട്ടിൻ മകളാണുപേടി; യാമകൾ പെറ്റു-
പെരുക്കിക്കൂട്ടുന്നതാണീയഴൽക്കരിമ്പറ്റം

പോരിക വെളിച്ചത്തു,പകലോനൊഴുക്കുന്ന
വാരൊളിതങ്കച്ചാറിലാറാടി-
സ്സുഖിക്കുവാൻകൈവേല നേടിത്തരും
കാശു താൻ മഹാമേരുമെയ്‌വിയർപ്പിങ്കൽച്ചെയ്യും
സ്നാനംതാൻ ഗംഗാസ്നാനം കണ്ണുനീരൊഴുക്കുകിൽ-
ക്കദനം മാത്രം കായ്ക്കൂ

മന്യമാം ധാന്യത്തിന്നു വേറിട്ടു വേണം വെള്ളം
നമ്മൾക്കാജ്ജലം മാറത്തലയ്ക്കും കയ്യാൽക്കോരാം
വെൺമുകിൽകുലത്തോടുമാരിക്കാരിരന്നിടും
വ്യാധിയേക്കാളും നരർക്കാരോഗ്യം പരം കാമ്യം
വൈരൂപ്യത്തിനെക്കാളുംസൗന്ദര്യമാകർഷകം
പ്രാണനാശത്തേക്കാളുംജീവിതം മനോഹരം
പാരതന്ത്ര്യത്തെക്കാളും സ്വാതന്ത്ര്യം സുഖപ്രദം

ഉറക്കം തൂങ്ങാനല്ലിജ്ജീവനും ശരീരവു-
മുണർന്നു വേണ്ടും കാര്യമോരോന്നും നിത്യം ചെയ്‌വാൻ
പേക്കിനാവായാലെന്തു
പൊൻകിനാവായലെന്തു പാർക്കുമ്പോഴൊപ്പം രണ്ടും
നിഷ്ഫലം കിനാവെല്ലാം പരിതഃസ്ഥിതിയെ നാം
പ്രതികൂലമെന്നോർത്തുകരയാനിരുന്നീ-
ടിലതിനേ കാണൂ നേരം.
ദുർദ്ദിഷ്ടമേതും നമുക്കിഷ്ടദൈവമായ് മാറ്റാം
ശുദ്ധി ചെയ്തെടുക്കുമ്പോൾക്ഷ്വേളവും സിദ്ധൗഷധം

മൂന്ന്

പിറക്കുമ്പോഴെ കൂടെക്കൊണ്ടു പോന്നിട്ടുണ്ടൊരു
വരമാം നിധി നമ്മൾ, ആയതെന്തെന്നോ ചിരി
ഏതിരുട്ടിലും വിളക്കാവെള്ളിഗ്രഹം കാട്ടുമേതു-
കാലത്തും പൂന്തേനൂറുമാപ്പിച്ചിച്ചെണ്ടിൽ
ചിരിക്കൂ കുറേപ്പൊട്ടിച്ചിരിച്ചാലല്ലാതെയി-
ക്കരളിൻ പുണ്ണിന്നില്ല കരിയാനേതും വഴി
നാടകത്തിലെബ്ബഫൂൺപല്ലിളിച്ചീടും നേരം
കൂടവേ കാട്ടും ഗോഷ്ടിയല്ല ഞാൻ ചൊല്ലും ചിരി

ചാരത്തു ദൈവം വന്നു ശത്രുവായോരോതരം
സൈ്വര്യക്കേടുണ്ടാക്കുമ്പോൾ വേണം
നാം ചിരിക്കുവാൻ. നൂനമാഹാസം കണ്ടാൽ
ദൈവവും ഹസിച്ചീടും വീണുപോമപ്പോളതിൻ
ദംഷ്ട്രയും മീശക്കൊമ്പും കൊടുക്കുന്നതേ വാങ്ങാൻ
കഴിയൂ നമ്മൾക്കെന്നും കുടത്തിൽക്കൊള്ളുന്നതേ
കോരാവൂ കടലിലും ചിരിയാമുറുപ്പിക
വായ്പ്പേകൂ ലോകത്തിന്നു; തിരിയെത്തരും ലോകം
മുതലും പലിശയും ദേഹമിത്തരം പുമർ-
ത്ഥാപ്തിക്കു ദാനം ചെയ്ത ലോകനാഥനോടൊന്നേ
നേരേണ്ടു നമുക്കെന്നും.

''ആപത്തുനൽകൊല്ലെന്നുയാചിപ്പാൻ ലജ്ജിപ്പൂ ഞാ-
നാപത്തിൽച്ചിരിക്കുവാൻ മാത്രമേ വേണ്ടൂ വരം.'' ■

ഗ്രാമവും നഗരവും

അരികത്തെത്തീടുന്നു പകലും രാവും തമ്മി-
ലൊരു തെല്ലിടകണ്ടു പിരിയേണ്ടതാം ക്ഷണം
വാനിൽനിന്നുരുക്കുപൊന്നാറ്റുനീരൊഴുക്കുന്നു
താണൊരീയൂഴിക്കുമേൽത്യാഗിയാം കതിരവൻ
മാനവന്മാരോ മേന്മേൽ മത്സരിച്ചാവുന്നോളം
ദീനർതൻ സർവസ്വവും കൊള്ളചെയ്തടക്കുന്നു
അങ്ങതാ കമ്പോളമൊ,ന്നായതിൽത്താർമാതിന്റെ
ചങ്ങലക്കിലുക്കമോകേൾപ്പതക്കോലാഹലം?
നിരത്തൊന്നതിൻ മദ്ധ്യഭാഗത്താപ്പുരത്തിന്റെ
വിരിമാറിടംപോലെവായ്ക്കുന്നൂ വിശാലമായ്
പന്തി രണ്ടായിട്ടതിൻപിൻപുറം പലേമട്ടിൽ
പണ്ടങ്ങൾ തിങ്ങീടുന്ന പീടികപ്പൊന്മേടകൾ
വിണ്ടലത്തോളം ഞെളിഞ്ഞുയർന്നു നിന്നുംകൊണ്ടു
കൊണ്ടലിൻകുലത്തോടുകുശലംചോദിക്കുന്നു
തൻ നെടും മടിശ്ശീലയൊഴിയും വരയ്ക്കുമ-
പ്പുണ്യവീഥിയിൽപ്പുക്കാലാശിപ്പതാർക്കും നേടാം

രണ്ട്

പാഞ്ഞടുക്കുന്നൂ പുത്തൻമോട്ടോർകാറൊന്ന, ങ്ങൊരു-
കാഞ്ചനപ്പണ്ടം വിൽക്കും
ശാലതൻ പുരോഭൂവിൽ,ആഢ്യനോടൊപ്പം, വഴി
ക്കാരെയും കണ്ടാൽ ദൂരെയാട്ടിയോടിപ്പോരതി-
ന്നാർഭാടം നിലയ്ക്കുന്നു ആ രഥത്തിങ്കൽനിന്നു
താഴത്തേക്കിറങ്ങുന്നു

ഭാരതീയനാമൊരാൾ,സായിപ്പായ്ച്ചമഞ്ഞവൻ
കൈകൊടുത്തനന്തരം ഭൂസ്പർശം ചെയ്യിപ്പൂ തൻ
നാകലോകാധീശിത്രിയായീടും വധൂടിയെ
മുഖത്തു വെള്ളപ്പൗഡർ
മൂക്കിന്മേൽപ്പൊൻകണ്ണട,ചുകപ്പുകൂട്ടാൻ
ചുണ്ടിൽപ്പുരട്ടീടിന ചായം;ഇടത്തേമണിക്കെട്ടിൽ
ബന്ധിച്ചഘടികാരം;
വലത്തേക്കയ്യിൽത്തൂങ്ങിക്കിടക്കും തുകൽ സഞ്ചി;
'ഫാഷൻ' മെയ്യലങ്കരിച്ചരങ്ങത്താടൻ വിട്ട
വേഷമൊന്നിമ്മട്ടേറേമോടിയും പകിട്ടുമായ്
നോക്കിലും സ്മിതത്തിലും,വാക്കിലും നടപ്പിലും
നീക്കമറ്റനല്പമാം കൃത്രിമക്കൈ കാണിച്ചും
കണ്മുനജ്ജാലം വീശികാൺമോരെ
ക്കുരുക്കിയും തൻ മണാളൻതൻ
മെയ്യിൽമെയ്ചാരി നിന്നീടുന്നു
തന്റെയാണസ്സൗന്ദര്യധാമമെന്നോർക്കെപ്പൊങ്ങി-
യന്തമറ്റാവിഡ്ഢിക്കുവിണ്ണോളമന്തർമ്മദം

മൂന്ന്

അങ്ങടുത്തോരെടത്തൊട്ടൊതുങ്ങി നിൽക്കുന്നുണ്ടൊ-
രംഗനാരത്നം, മേനിയാടൽത്തീവരട്ടിയോൾ
അത്തയ്യൽ പേറീടുന്നുതീവ്രമാം നൈരാശ്യത്തിൻ
മുദ്രകൾ മിഴിയിലും,ചുണ്ടിലും കവിളിലും
അമ്പലത്തിങ്കൽ സന്ധ്യയ്ക്കംബയെക്കൂപ്പി-
ത്തൊഴാൻ വെമ്പലിൽപ്പൂത്തട്ടവുംകയ്യുമായ്
മുഖംതാഴ്ത്തി പോകവേ പിന്നിൽക്കൂടി
പ്പാഞ്ഞണഞ്ഞീടും കാറിൻ
കൂകൽ കേട്ടൊരറ്റത്തു മാറിനിൽക്കയാണവൾ
നാരിതൻമുഖത്തിങ്കലപ്പുമാൻ തൻകണ്ണുമാ-
പുരുഷൻ തൻവക്ത്രത്തിൽമങ്കയാൾ തൻ നേത്രവും
അങ്ങുമിങ്ങുമായ്പ്പാഞ്ഞുമുട്ടിക്കൊണ്ടല്പം നിന്നു
ചങ്ങലക്കെട്ടിൽപ്പെട്ടമട്ടിൽത്തെല്ലനങ്ങാതെ,

മൺമറഞ്ഞതാമോർമ്മയപ്പൊഴൊന്നവൻ തന്റെ
ഹൃന്മരുശ്മശാനത്തിൽനിന്നുയിർത്തെഴുന്നേറ്റു
ഹാ! ശുഭേ! ശുഭേ! നീയോ നിന്നെയോ ഞാൻ കാണ്മതെ-
ന്നാശു വാക്കഞ്ചൊറവൻ വാ തുറന്നോതും മുന്നേ
നെടുവീർപ്പിട്ടാൾ, ക്കൂപ്പിത്തൊഴുതാ
ളൊന്നപ്പുറമെടുത്താൾ മുന്നോട്ടേക്കൊരോട്ടമത്തപസ്വിനി.
നിറഞ്ഞൂ മിഴി രണ്ടും വിയർത്തൂ നെറ്റിത്തടം:
കറങ്ങീ തല,യവന്നുയർന്നൂ തുടിപ്പുള്ളിൽ

നാല്

തൻമദാമ്മതൻകാര്യംസർവ്വവും മറന്നുള്ളൊ-
രമ്മുഗ്ദ്ധൻ തൻമേൽ ക്രൂരദൃഷ്ടിയാം കൂരമ്പൂന്നീ
ആരതാരതെന്നുടൻചോദിച്ചാളമർഷത്താൽ
മാരണപ്പിശാചായിമാറിയോരത്തയ്യലാൾ
''ഓമനേ, കേൾക്കൂ പണ്ടെൻ ഗ്രാമത്തിലന്നല്ലാരെൻ
കോമളക്കുട്ടിക്കളിത്തോഴിയായ് വളർന്നവൾ
അവളും പിന്നീടങ്ങും തമ്മിലെന്തുണ്ടായ്, ഞാനാ-
വിവരം ധരിക്കട്ടേ മുഴുവൻ യഥാർത്ഥമായ്''
എന്നലട്ടവേ വീണ്ടുമമ്മങ്ക, ചൊന്നാൻ സോമ-
''നെന്നെ നീ വിടില്ലെന്നുതന്നെയോ? ചൊല്ലാമെല്ലാം
അന്നു ഞാൻ ജായാപദംനൽകുവാൻ
സത്യം ചെയ്തോളിന്നു നാമകസ്മാത്തായ്-
ക്കണ്ടൊരാ മനസ്വിനി ടൗണിൽ ഞാൻ പ്രഭേ!
പോന്നുപിന്നീടു; നിന്നെക്കണ്ടു
ചേണിൽ നിൻ വിലാസത്താൽക്രീതനായ്
നിൻ ദാസനായ് വിഗ്രഹസ്ഥാനത്തിൽ ഞാൻ
വർണ്ണത്താൾപ്പടം വച്ചു;ചിക്കെന്നു തുളസിതൻ
മാടത്തിൽ ക്രോട്ടൺ നട്ടു
ഇന്നു നീയിരിക്കുമെൻസാമ്രാജ്യപീഠത്തിങ്ക-
ലന്നല്ലാരിരുന്നേനേമറക്കാമക്കാര്യം നാം
ഏറെനാൾക്കഴിഞ്ഞൊന്നു
കണ്ടപ്പോളെന്തോ തോന്നി;പോരുമോ
യഥാർത്ഥം ഞാൻ ചൊന്നതും നീ കേട്ടതും''

അഞ്ച്

വായ്പെഴും രുട്ടാർന്നതിനുത്തരം പ്രക്ഷേപിച്ചാ-
ളാപ്പച്ചപ്പരിഷ്ക്കാരക്കാരിയാം ദൊരശ്ശിണി:
"എന്തങ്ങുചൊല്ലീ പിച്ചി,താരോടു ചൊല്ലീ?" ചെറ്റ-
'ക്കൺട്രി'യെക്കാമിച്ചോരുകാടനോ ഭവാൻ മൂഢൻ?
നിങ്ങൾതൻ സൂട്ടും, റ്റൈയും കോളറും ഹാറ്റും കണ്ടു
കൺകെട്ടിൽക്കുടുങ്ങി ഞാൻ നിങ്ങളെ
പ്രേയാനാക്കി ഓടയിൽക്കിടക്കേണ്ട
കീടത്തെപ്പിടിച്ചു ഞാൻ മേടയിൽക്കിടത്തിനേ-
നായതെൻ കുറ്റംതന്നെ നന്നുനന്നീരഥ്യയിൽ
ത്തന്നെയ'മ്മലം' പൂസാം
പെണ്ണുമായ്ക്കുഴഞ്ഞാടിക്കാണികൾക്കേകൂ രസം
ആണുങ്ങളില്ലാതായില്ലത്രമേൽകൂട്ടിന്നൊരാൾ
കാണുമോ വേറിട്ടെന്നു ഞാനുമൊന്നന്വേഷിക്കാം"
എന്നുരച്ചത്താന്തോന്നി മോട്ടോറിൽച്ചാടിക്കേറി-
പ്പിന്നെയും കുറേശ്ശീമഭർത്സനം ചീറ്റിത്തുപ്പി
ശ്വാവിനെച്ചുംബിച്ചു തൻപാർശ്വത്തിൽവച്ചുംകൊണ്ടാ-
പ്പാവത്തെ ത്യജിച്ചു കാറോടിച്ചു താനേ പോയാൾ
താനെന്തുവേണ്ടൂ മേലെ-
ന്നോർത്തൊന്നും തോന്നീടാതെ ദീനനായവൻ നിന്നാൻ
താടിയിൽക്കയ്യും കുത്തി 'പ്രഭയും തൽകാന്തനും
ചരിക്കും ഗൃഹധർമ്മം സഫലീഭവിക്കുവാൻ വര-
മേകണേ ദേവി കപടം തിണ്ടീടാത്ത
ഹൃത്തുമായ്ക്കരം കൂപ്പി
ശ്ശുഭയിമ്മട്ടിൽപ്പരാശക്തിയെ പ്രാർത്ഥിക്കുന്നു
തെളിഞ്ഞു പണ്ടത്തേക്കാൾപ്രഭയും ചാഞ്ചാടുന്നു
കളിയും ചിരിയുമായ് ക്ലബ്ബിലെ ടെന്നീസ്കോർട്ടിൽ ■

മലകേറൽ

ഉയരുവിൻ വേഗം, കയറുവിൻ മല
നിയതിതൻ തീർപ്പു മറിച്ചെഴുതുവിൻ
ചിറകില്ലാത്തവർ പറന്നുപൊങ്ങുവാ-
നൊരുവരറ്റവർ പിടിച്ചു കേറ്റുവാൻ

ശവക്കുഴിവിട്ടു പലദിനങ്ങൾകൊ-
ണ്ടിവിടത്തോളവു മിഴഞ്ഞുവന്നോർ നാം
ഉയരട്ടേ കഴൽ ശിലകളിൽ മുട്ടി,
മുറിയട്ടെ മുള്ളിൻ മുനകളിൽത്തട്ടി

പെരുവഴിയെങ്ങും തുറന്നിരിപ്പീല
നറുമലരാരും വിരിച്ചും കാണ്മീല
നമുക്കുപോയല്ലേകഴിയൂ മുന്നോട്ടു
പുമർത്ഥം നേടുവാൻ മുറയ്ക്കു പോക നാം

തപസ്സുചെയ്‌വോർക്കു തടസ്ഥമുണ്ടാക്കാൻ
വിബുധരുച്ചസ്ഥർ കുതുകികളെന്നും
അമൃതം മറ്റാരുമശിക്കരുതെന്നു-
സമദമാം ഹൃത്തിൽ സദാ കരുതുവോർ

സ്വഹിതം നേടുവാൻ പ്രലോഭനം കൊണ്ടു
മഹർഷിമാരേയും വശീകരിക്കുവോർ;
അവരിൽനിന്നെന്തു നമുക്കുണ്ടാശിപ്പാ-
നവർക്കവർതുണ; നമുക്കു നമ്മളും

അടിപതറാതെ, യടുക്കുതെറ്റാതെ
മുടി കുനിയാതെ, കൊടി വഴുതാതെ

കരങ്ങളേവരും പരസ്പരം കോർത്തു-
മൊരേതരം ജയരവം മുഴക്കിയും
എതിരിടും വിഘ്നശതങ്ങളെ ദൂരെ-
പ്പതിരിൻ മട്ടൂതിപ്പറപറപ്പിച്ചും

അണിനിരന്നൊപ്പം പുരോഗമിക്കുവി-
നണയുവിൻ ശീഘ്രമഭീഷ്ടലക്ഷ്യത്തിൽ
ഇരിക്കിലും കൊള്ളാം; മരിക്കിലും കൊള്ളാം
കരുത്തുള്ളോർക്കെന്നും കരസ്ഥം കാമിതം

ഭയമെന്നോതിടും പിശാചിനെ നമ്മൾ
സ്വയം ജനിപ്പിച്ചോർ; സ്വയം മരിപ്പിക്കാം
ഒരമ്മതൻ മക്കൾ സഹോദരർ നമ്മൾ
പരസ്പരം മല്ലിട്ടൊടുങ്ങിടുന്നല്ലോ

കൊലയും കൊള്ളിയും കൊടിയ തീവെപ്പും
പലവിധമെങ്ങും പരത്തീടുന്നല്ലോ
ഇതിനുതാനോ നാം സ്വതന്ത്രരായത
സ്സുധയെയിമ്മട്ടിൽ ഗരളമാക്കുവാൻ

പടക്കൊടുങ്കാറ്റിൽകരിയിലപോലെ
പറന്നു നാം താഴെപ്പതിക്കയോ വീണ്ടും
ഇതേതു ദൈവത്തിന്നഭിമതമാകു-
മിതാർക്കു മുത്തേകും രിപുക്കൾക്കെന്നിയേ?

ഇതെന്തൊരുന്മാദമിതെന്തൊരുൽപാത-
മിതോ ഭരതഭൂദശാവിപര്യയം?
ഉദയശൈലത്തിൻ മുകളിൽ നിന്നുണ്ണി
ക്കതിരവനതാ, കനകം വർഷിപ്പൂ

തൃണങ്ങൾതൻ കണ്ണീർകരങ്ങളാൽ മാച്ചു-
മുണർച്ച താണതാം കൃമിക്കുമേകിയും
ഇരുളിൻപറ്റത്തെയകലെപ്പായിച്ചും
ചെറുകാറ്റാൽ മലർമണം പരത്തിച്ചും

'കടലിലിന്നലെപ്പതിച്ച ഞാനിതാ
കടന്നു പിന്നെയും കയറി വാനത്തിൽ

മതിയിൽ മിന്നിടും വിവേകമാം ദീപ-
മതിപ്രഭകൊണ്ടെൻ വഴി തെളിക്കവേ

മറിതിരകണ്ടു കുലുങ്ങിയില്ല ഞാൻ
മകരമത്സ്യത്തിന്നശനമായില്ല
പവിഴവും മുത്തും പെറുക്കാൻ നിന്നില്ല
സവിധദ്വീപത്തിലുറങ്ങാൻ ചെന്നില്ല

എനിക്കെൻ പ്രാപ്യമാം പദത്തിലെത്തണം
നിനവിതൊന്നാൻ ഞാനിവിടെപ്പാഞ്ഞെത്തി
ഇവണ്ണമോരോരോ പറവകളെക്കൊ-
ണ്ടവിതഥം നിജചരിതം ചൊല്ലിച്ചും

ഇനനതാ മുന്നിൽപ്പരിലസിക്കുന്നു''
തനിക്കുതാൻപോന്ന മനുഷ്യനാദർശം
ക്ഷിതിയിലെത്തമസ്സശേഷം നമ്മുടെ
ഹൃദയമാം ഗുഹയ്ക്കകത്തു കേറിപ്പോയ്

പരനെ വെട്ടുംവാൾ കലികൊണ്ടപ്പുറം
തിരിഞ്ഞുനമ്മെയുമരിഞ്ഞു തള്ളില്ലേ
മറക്കുവിൻ കീഴിൽക്കഴിഞ്ഞതുള്ളറ
തുറക്കുവിൻ കാറ്റും വെളിച്ചവും കേറാൻ

നടക്കുവിൻ മുന്നോട്ടഭിന്നലക്ഷ്യരായ്
പടർത്തുവിൻ നീളെ പരസ്പരസ്നേഹം
തനതുഭാരത്തെപ്പരരിലേറ്റാതെ-
യിണങ്ങിടേണ്ടോരെപ്പിണക്കി നിർത്താതെ

അധികസംഖ്യരെന്നഹങ്കരിക്കാതെ
അധഃസ്ഥവർഗ്ഗത്തോടവജ്ഞ കാട്ടാതെ
പുരോഗമിപ്പോർക്കു ശിലമലരാകു-
മിരുൾവിളക്കാകും ഘനമുഡുവാകും

തനതു വീര്യത്തിൽ വിശങ്ക തോന്നാത്ത
ജനതയെക്കണ്ടാൽ നടുങ്ങും ദൈവവും ■

തൃപ്പാദങ്ങളിൽ

തിരുവിതാംകൂറേ, കനിഞ്ഞടിയങ്ങളേവരേയു-
മരിമയിൽപ്പെറ്റു പോറ്റി വളർത്തും തായേ
ഉടലിന്നുമുയിരിന്നുമുടമപൂണ്ടവിടുന്നീ
ബ്ഭടരുടെ ഹൃദയത്തിൽ പ്രതിഷ്ഠ കൊൾവൂ

പറന്നുയർന്നമ്മയുടെ പള്ളിവെന്നിക്കൊടിയാട
പരിചയിക്കുന്നു വേഴ്ച വിബുധരുമായ്;
മലയജക്കുഴമ്പുതൻ മണം പുണർന്നണഞ്ഞീടു-
മിളങ്കാറ്റിലൊളി മിന്നിച്ചൂയലാടുന്നു

അറുപതിൽപ്പരം ലക്ഷം ജനങ്ങൾക്കീ വൈജയന്തി-
യറിയിപ്പൂ ഭവതിതന്നുത്സവാഘോഷം
ഇതു ഞങ്ങളുറപ്പിച്ചു പിടിക്കുന്നു നിധിപോലെ-
യിതുപോരും ഞങ്ങൾക്കേകാനീപ്സിതമേതും

രണ്ട്

അറിഞ്ഞിട്ടുണ്ടവിടത്തെയപദാനപരമ്പര-
യഭിമാനപുളകിതശരീരർ ഞങ്ങൾ
അടുത്തെത്തുമരികളെക്കൊടുമുടിക്കൈകൾ പൊക്കി
മടുപ്പിച്ചു കാവൽനിൽക്കും മലനിരയും

അരികത്തു മാറ്റലർതൻ മരക്കലം വരൊല്ലെന്നു-
പെരുമ്പറയടിച്ചോതുമലകടലും
അതിരാകും ഭവതിയെയടിമയാക്കുവാൻ പണ്ടു
മുതിർന്നെത്തിപോലും ചില വെള്ളക്കൊള്ളക്കാർ

തെരുതെരെയവരുടെ പടവുകൾ പാഞ്ഞടുത്തു
ചിറകുകൾ വിരുത്തിയ ഗിരികൾപോലെ
കരയ്ക്കുവന്നിറങ്ങവേ ഭവതിതൻ തനയരാ-
ദ്ദൊരകൾതന്നുയിർപ്പൊരുൾ ചുങ്കമായ്ക്കൊണ്ടു

അരഞൊടിയിടകൊണ്ടാപ്പടക്കപ്പലശേഷവും
നുരകൾതൻമട്ടിൽച്ചിന്നി നുറുനുറുങ്ങി
അവശിഷ്ടർ സമുദ്രത്തിൽ നിമഗ്നരായ്, താണുപോയോ-
രഭിമാനമെവിടായെന്നാരായ്‌വാൻപോലെ.

മൂന്ന്

'ഇതുമൊരുനാടുപോലുമിടുങ്ങിയ വഴിത്താര-
യിതുകാക്കും കോട്ടപോലുമീമുളവേലി
എതിരിടുംപോലുമെന്നെയെട്ടോപത്തോ ചേവകക്കാർ
പുതുമയൊന്നിതിന്നുമേൽ ഭൂമിയിലുണ്ടോ?

കഥയെന്തെന്നറിയാതെ കളിക്കുന്നു വഞ്ചി, മൈസൂർ
ക്കടുവയോടുണക്കില തീയോടുപോലെ
ശരി, യെന്നാലിതിനെ ഞാൻ കൊള്ളയിടും, ചുട്ടെരിക്കു-
മരികളെ വെട്ടിക്കൊല്ലുമാബാലവൃദ്ധം

ഇടിയൊലിയിതുമട്ടിൽ മുഴക്കിയ ടിപ്പുസുൽത്താൻ
കിടങ്ങിൽവീണൊരുകാലിൽ മുടന്തുമേന്തി
പടക്കൊടി ഭവതിക്കായ് പ്രായശ്ചിത്തംപോലെ നൽകി
മടങ്ങിപോൽ മലനാടു മറന്നിടാതെ

നാല്

പല പല വിരുതുകൾ പഴവന്മാരിക്കണക്കിൽ
പരമ്പരയായ് ലഭിച്ചോർ പടക്കളത്തിൽ.
അവർ ഞങ്ങൾക്കരുളിയ പൈതൃകസ്വത്തൊന്നുമാത്ര-
മളവറ്റു പൊന്തിടുന്ന ദേശാഭിമാനം

അതു ഞങ്ങൾ നിറവിളക്കെന്നപോലെ സംരക്ഷിക്കു
മതുഞങ്ങൾക്കനുദിനം നേർവഴികാട്ടും.
അതു ഞങ്ങൾ പലേടത്തുമിക്കഴിഞ്ഞ കൊടുമ്പോരിൽ
ഹൃദയരക്തത്തിൽ മുക്കിയെഴുതിക്കാട്ടി

അധർമ്മത്തിൻ മസ്തകത്തെയടിച്ചുടച്ചമർത്താനു-
മശരണർക്കവലംബമരുളുവാനും
ഉലകത്തിലുപശാന്തിസുഭഗതവളർത്താനും
കുലധനമായ മാനം പുലർത്തുവാനും

അഭിനവഭാരതത്തിൻ ഘടനയിൽ ഭവതിതൻ
വിപുലമാം കർത്തവ്യത്തിൽപ്പങ്കുകൊള്ളാനും
അനലസ, രചഞ്ചല; രർത്ഥകാമസ്പൃഹയറ്റോർ
വിനയത്താൽ വിഭൂഷിതർ വിശ്വബന്ധുക്കൾ

നൃപനെയും നാട്ടിനെയും നിരന്തരം സേവചെയ്തു
സഫലജീവിതരാവാൻ ശ്രമിക്കും ഞങ്ങൾ
ഒരു നിശ്വസിതം കൊണ്ടുവേണ്ടിവന്നാൽ സമാർജ്ജിക്കു-
മൊരിക്കലുമഴിവറ്റ യശഃകൈലാസം

നമസ്കാരം ജനയിത്രി ഭവതിതൻ പദത്തിങ്കൽ
വിമലമാം ഭക്തിസുമമർപ്പിപ്പൂ ഞങ്ങൾ.
അനുഗ്രഹിക്കുമാറാക ഭവതി ഞങ്ങളെപ്പേർത്തു-
മനുക്ഷണം ജയലക്ഷമീയധീനയാവാൻ ■

ആ ചുടലക്കളം

അന്ധകാരത്തിൻ വായിൽവീണുപോയല്ലോ ലോകം
ഹന്ത! നാമത്രയ്ക്കുമേൽശപ്തരോ
സഖാക്കളേ പോയല്ലോ നമുക്കുള്ളപൂതമാം
പുരാപുണ്യമായല്ലോ നാമിമ്മട്ടുനിസ്വരാ,യനാഥരായ്.
കരഞ്ഞാൽ ഫലമെന്തു കൺമിഴിപ്പതിൻമുമ്പു-
മറഞ്ഞുവല്ലോ നമ്മെ
കൈവെടിഞ്ഞസ്മൽഗുരു ഉയിരുണ്ടെന്നേയുള്ളൂ
ശവങ്ങളായി നമ്മൾ ഉടലുണ്ടെന്നേയുള്ളു പട്ടടപ്പാഴ്ച്ചാമ്പലായ്
അവനിക്കെന്തുണ്ടിനിവരുവാനത്യാഹിത-
മെവിടെക്കഴുകിയാൽമായുമീ മാറാപ്പങ്കം?

രണ്ട്

രാഷ്ട്രീയോൽബോധനത്തിൽ വിജ്ഞാനപ്രദാനത്തി-
ലീശ്വരസപര്യയിൽ,സർവസത്യോദ്ധാരത്തിൽ
സൂക്ഷമദൃഗ്വ്യാപാരത്തിൽ,
സുനൃതോക്തിയിൽ, തുല്യമീക്ഷയിൽ
ശശ്വദ്ധർമ്മ സ്ഥാപനവൈയഗ്ര്യത്തിൽ
ശാന്തിയിൽ, സൗഭ്രാത്രത്തിൽ, ത്യാഗത്തിൽ
ത്തപസ്സിൽ നാം ഗാന്ധിജിക്കൊപ്പം
ചൊൽവാനന്യനെക്കണ്ടിട്ടുണ്ടോ?
ആസിദ്ധൻ, വയോവൃദ്ധൻ, ജീർണ്ണാംഗൻ
സ്വരാജ്യത്തെയീർച്ചവാളിനാൽ
രണ്ടു തുണ്ടായ് നാം പിളർക്കവേ
അക്കാഴ്ചകണ്ടുണ്ടായ യാതനയ്ക്കടിപ്പെട്ടു നില്ക്കയായ്

കർത്തവ്യതാമൂഢനായ്, നിർവിണ്ണനായ്
''അകത്തുകടപ്പോരെ ഞാനൊന്നു ശോധിക്കട്ടെ;
പകച്ചുകൊത്തും പാമ്പു പച്ചിലയിലും തങ്ങാം''
''പാടില്ല സർദാർ, പോരും ദൈവത്തിനെന്നാ
ലാർക്കു കേടുറ്റൊരെൻ ജീവിതം നീട്ടാം
ഞാൻ തൽപാണിസ്ഥൻ''

മൂന്ന്

എമ്മട്ടിൽ നിൽക്കും വാനിലന്തിയാകുന്നൂ
നേരമെമ്മട്ടിൽ കർമ്മസാക്ഷി മുന്നോട്ടു
കാൽവെച്ചിടും, ഇടറും തന്മെയ് മെല്ലെ
പ്പൗത്രിമാർ താങ്ങിത്താങ്ങിീ നടപ്പൂ
തൽപ്രാർത്ഥനായോഗത്തിലെത്താൻ
ഗുരു, ഞൊടികൊണ്ടപ്പോളയ്യോ
പാഞ്ഞിടുന്നല്ലോ മൂന്നു വെടിയാ-
മഹാത്മാവിൻ നെഞ്ഞത്തും വയറ്റത്തും
അങ്ങുവന്നതു പിന്നെക്കൊള്ളുന്നുവല്ലോ കേറി
ഞങ്ങൾ തൻ ഹൃദയത്തിൽ വിശ്വത്തിൻ
സർവസ്വത്തിൽരണ്ടുവാക്കല്ലാതൊന്നു-
മോതീല 'ഹാ റാം! ഹാ റാം,' ഹന്ത
നീയിത്രയ്ക്കുമേൽക്രൂരയോ വർഗ്ഗീയതേ?

നാല്

ദാരിദ്ര്യം ശമിപ്പിക്കാൻനഗ്നനായ് ജീവിക്കുന്നു
സമ്പത്തു വർദ്ധിപ്പിക്കാൻ ചർക്കയിൽ നൂൽനൂൽക്കുന്നു,
ഊതിയാൽപ്പറക്കുന്നോരസ്ഥികൂടംകൊണ്ടാർക്കു-
മൂഹിപ്പാനാവാത്തതാം കാര്യങ്ങൾ
സാധിക്കുന്നു എവിടെക്കാണുംനമ്മ-
ളിതുമട്ടുദാത്തമാംഭുവനോദ്ധൃതിക്കുള്ള പൂജ്യമാം നിത്യാധ്വരം?
എവിടെക്കേൾക്കും നമ്മളിമ്മട്ടിലഭൗമമാം
വിവിധതത്ത്വരത്നഭൂഷണം പ്രഭാഷണം?
ലോകസംഗ്രഹത്തിനായ്ജനിച്ച ജീവന്മുക്തൻ
ശോകമോഹാർണ്ണവങ്ങൾ

കടന്ന ജിതേന്ദ്രിയൻ,നിത്യത്തെ നേരിൽക്കണ്ട
നിർമ്മമൻ, നിഷ്കല്മഷൻ
ശത്രുവേപ്പോലും മിത്രമാക്കിടും തപോരാശി
ശ്വാപദങ്ങളെക്കൂടിമാൻകിടാങ്ങളായ് മാറ്റാൻ
വൈഭവം വായ്ക്കും വ്യക്തവൈശിഷ്ട്യൻ, യതീശ്വരൻ,
സത്യമാം പടവാളു,മഹിംസപ്പോർച്ചട്ടയും
ദുഷ്ടതാജയത്തിനായ് കൈക്കൊള്ളും മഹാരഥൻ
ആയുധം സ്പർശിക്കാതെയാംഗലേയസിംഹത്തിനെ-
യാഴിയിൽപ്പിന്നോട്ടേക്കുപായിച്ചോരമോഘാസ്ത്രൻ,
ഭൂവിലിന്നെവിടെയുംസർവഥാ സർവോൽകൃഷ്ട-
നേവർക്കുമെപ്പോഴുമെന്നെല്ലാരും പുകഴ്ത്തുവോൻ
ഹിന്ദുവും മുസൽമാനും ക്രിസ്ത്യനുമെല്ലാം തന്നെ-
യൊന്നായ്ത്താൻ നിനയ്ക്കുവോൻ ചൊല്ലുവോൻ
പ്രവർത്തിപ്പോൻ കണ്ടിട്ടില്ലൊരുത്തനെ
യദ്ദിവ്യൻ പാപിഷ്ഠനെക്കേട്ടിട്ടില്ലൊരിക്കലും
ഭീതിയെന്നൊരു ശബ്ദം ഇരുന്നാലതുംകൊള്ളാ-
മിറന്നാലതും കൊള്ളാം പരർക്കായ് ജീവിക്കണ-
മല്ലെങ്കിൽ മരിക്കണം ആ മഹാൻ കൂടെക്കൂടെ-
യാഹാരം കഴിക്കാതെയാതിഥ്യം വാങ്ങിപ്പോകാൻ
വിളിക്കും കൃതാന്തനെ;കണ്ണീരിൽ സ്നാനംചെയ്തു
കാണുമ്പോൾക്കഴൽക്കൂപ്പിപിന്നാക്കം പേടിച്ചോടും
ഭീഷണൻ പ്രാണാന്തകൻ

അഞ്ച്

നമ്മൾതൻ നവോൽപന്നസ്വാതന്ത്ര്യജനകനെ
നന്മതാൻ മനുഷ്യനായ്ജനിച്ചോരമരനെ
ആർഷഭൂവണിഞ്ഞീടുമാദർശരത്നത്തിനെ
യാർക്കുംതൻ ജന്മത്തിന്നുധന്യത്വം വളർപ്പോനെ
ഭാരതീയനാമൊരാ, ളഭ്യസ്തവിദ്യൻ, ഹാ! ഹാ!
കാരിരുമ്പുണ്ടകൊണ്ടുതീർത്തല്ലോ ഗതാസുവായ്
അവനെപ്പേരെന്തോതിവിളിച്ചിടേണ്ടു നമ്മ
ളവമാനത്താൽ മുഖം നമ്മൾക്കു കുനിപ്പോനെ
അരുതത്തരം ചിന്തയരുൾചെയ്തിട്ടുണ്ടസ്മൽ-
ഗുരു'നന്മയാൽ വേണം തിന്മയെക്കാൽക്കീഴാക്കാൻ.'

സോക്രട്ടീസിനെക്കൊൽവാൻഗരളം കുടിപ്പിച്ചു.
യേശുവിൻ ശരീരത്തെക്കുരിശിൽത്തറച്ചു നാം;
കൃഷ്ണൻതൻ പാദത്തിനെ കൂർത്തുമൂർത്തമ്പാൽ കീറി;
കൃത്സ്നമാം വർഗ്ഗഭ്രാന്തേ!നീയിപ്പോളിതും ചെയ്തു
അത്യന്തം കൃതഘ്നങ്ങൾ നീചങ്ങൾ ബീഭത്സങ്ങൾ
മർത്യർ തൻ മത, ജാതിവർഗ്ഗാദി ദൗരാത്മ്യങ്ങൾ

ആറ്

ആ മഹോപദേശകൻപട്ടടത്തീയിൽക്കത്തി
വ്യോമത്തിൽനിന്നും കൃപാരശ്മികൾ ചൊരിഞ്ഞിടും
അശ്മശാനത്തിൽ നിന്നു ഭക്തന്മാർ സമർപ്പിക്കും
ഭസ്മത്താൽ പൂർവ്വാധികംപൂതയാം ഗംഗാനദി
അസ്ഥലത്തുനിന്നോരോ
വീട്ടിലും പ്രസാദമായ് സൂക്ഷിക്കപ്പെടുന്നോർ
ശുദ്ധമാം ചെമ്മൺകളിമാണിക്യക്കെടാവിള-
ക്കായിടും പുമർത്ഥങ്ങൾമാനുഷർക്കെല്ലാനാളും
നിധിയായ് രക്ഷിക്കുവാൻ
ഇക്കൊടും പരസ്പരദ്വേഷമാം പിശാചിനെ-
യാക്കുഴിക്കകം നമ്മളാഴത്തിൽത്താഴ്ത്തീടാവൂ
നവമാം സാഹോദര്യസന്താനവൃക്ഷത്തിനെ-
യിവിടെ വളർത്താവൂനമ്മുടെ ബാഷ്പാംബുവാൽ
ജീവിതക്കാറ്റാൽപ്പാതിയുയർന്ന ധർമ്മക്ഷേത്രം
ജീവിതരക്തത്താൽപ്പൂർണ്ണ-
മാക്കട്ടേ ജഗൽക്കാരു;ആവശ്യപ്പെടാമതിന്നവിടെ-
യ്ക്കദ്ദേഹത്തിൻപാവനാംഗത്തിൽ
പ്പെടുംചാരവുമെല്ലും നീരും ■

പുനരാലോചന

ഞാനന്നു നോക്കീ രാവിലെൻ കണ്ണാൽ
വീണ്ടും വീണ്ടും വാനത്തിൻ നാളെത്തിങ്ങി മിന്നിടും
താരങ്ങളെമാനവർക്കേകാന്തത്തിൽ സാന്ത്വനം നല്കാൻ
വന്നദീനബാന്ധവന്മാരാം ദേവർതൻ ദീപങ്ങളെ

ആദിത്യൻ മറഞ്ഞാലുമായതിൻമേലും മന്നിൽ
നാഥനില്ലാത്തോരല്ലഞങ്ങളെന്നൂഹിച്ചു ഞാൻ
അന്നിമേഷത്തിൽദ്ദൂരെനിന്നെങ്ങോ
വിഹായസ്സിൽവന്നുരുണ്ടേറുന്നുണ്ടൊരഭ്രമാം കരിബ്ഭൂതം

ആരുമില്ലെന്നോ രത്നഭണ്ഡാരക്കവർച്ചയ്ക്കു
ചാരത്തു നൂഴ്ന്നെത്തുമിക്കള്ളനെത്തച്ചോടിക്കാൻ
ഒന്നല്ല, പത്തെല്ലത്രകോടിയോ, തദ്രൂപത്തിൽവന്നുകൂടുന്നൂ കരിം-
കുപ്പായപ്പട്ടാളങ്ങൾ.ദേവർതൻ സർവ്വസ്വവും

കൊള്ളച്ചെയ്യുവാൻ ദൈത്യരാവതും സ്വരൂപിച്ചു
പോരിനായ്പ്പാഞ്ഞെത്തിയോ?
നീളവേ പരക്കുന്നൂവാനെങ്ങും രണം; യോധർ
വാളുലച്ചോങ്ങീടുന്നൂ

പീരങ്കിപൊട്ടിക്കുന്നു നാരകാന്ധകാരത്തിൽ
നാടെങ്ങും മുഴുകുന്നു തീരെയില്ലപ്പോൾ ഭേദ-
മന്ധർക്കും കണ്ണുള്ളോർക്കും
ആകാശത്തിങ്കൽക്കുറേമുമ്പ ഞാനെന്തീക്ഷിച്ചു?

ഹാ! കൊടുങ്കാറ്റിൻമുൻപു
വാച്ചിടും വായുസ്തംഭം ശകലം മനുഷ്യരെ-
സ്സന്തുഷ്ടരായിക്കണ്ടാൽപ്രകൃതിക്കിത്രയ്ക്കുമേ-
ലക്ഷാന്തി വളർന്നാലോ?

അങ്ങിങ്ങൊരല്പം നേരം സ്ത്രീചിത്തം സൂനക്രോശം
ഞങ്ങളെക്കടക്കണ്ണാൽ നോക്കുന്നൂ വിദ്യുത്തുകൾ
ഉടനെ പിൻവാങ്ങുന്നൂ;മേഘരാക്ഷസന്മാർ
തൻതടവിൽപ്പെട്ടോരാണത്തങ്കമെയ്ത്തരുണിമാർ

പെട്ടെന്നു ഞാന്ധനായ്മുന്നേക്കാൾ; ക്ഷുത്തേറില്ലേ
പട്ടിണിക്കാരന്നന്നംകൈക്കെത്തി വായ്ക്കെത്താഞ്ഞാൽ?
എന്താവാമിതിൻ തത്ത്വമെന്നു ഞാനനന്തരം
സന്താപം വെടിഞ്ഞൊന്നു ശാന്തമായ് നിരൂപിച്ചേൻ

പരമാർത്ഥാവസ്ഥ ഞാൻ ധരിച്ചേനുടൻ
തന്നെവരദാനോൽകയായകാളിയിക്കാദംബിനി
തെല്ലൊന്നു പേടിപ്പിക്കുമാദ്യമായ്; ഭക്തന്മാരെ
നല്ലമട്ടനുഗ്രഹിച്ചപ്പുറം മറഞ്ഞീടും

മാർത്താണ്ഡൻ മഹീതലംനായാട്ടുകാടാക്കിത്തൻ-
കൂർത്തുമൂർത്തുള്ളോരമ്പാൽനമ്മെയത്രനാളെയ്തു!
വ്യാപന്നർ കണ്ണാൽമാത്രമല്ല, നാമെല്ലാരോമ-
കൂപങ്ങളാലും തപ്തബാഷ്പമെത്രനാൾത്തൂകി

അകലത്തദ്ദുസ്ഥിതിമാറ്റുവാൻ കനിഞ്ഞെത്തും
മുകിലിൻകുലത്തേ നാം മൂഢരായ്പ്പഴിക്കയോ?
ശോഭനം ദേവന്മാർക്കായ് ധാത്ര്യംബയാരാധിച്ച
ധൂപത്തിൻ ധൂമോൽക്കരം നൂനമിഘനവ്യൂഹം

നമ്മെക്കണ്ടിരുണ്ടതല്ലിവൻമുഖം; നമ്മെയിമ്മട്ടിൽ
ദ്രോഹിച്ചൊരാസൂര്യനെസ്മരിച്ചത്രെ

കണ്ണിമയ്ക്കുമ്പോൾപ്പെടുംകൂരിരുട്ടിനോടൊപ്പം
തന്നെയിഘട്ടത്തിങ്കൽവായ്ക്കുമിത്തമിസ്രവും

ഉത്തരക്ഷണത്തിലാത്താരങ്ങൾ മിന്നും വീണ്ടും
മർത്ത്യർതന്നാശാദേവിചൂടിടും വാടാപ്പൂക്കൾ ■

www.ingramcontent.com/pod-product-compliance
Lightning Source LLC
LaVergne TN
LVHW101428051026
849519LV00005BC/1915
* 9 7 8 9 3 4 8 1 2 5 0 9 5 *